AF743080

ഗ്രീൻ ബുക്സ്

ഏകർഷി

ലതാ നായർ

മാനേജ്മെന്റ് പ്രൊഫഷണൽ.
കോളേജ് അദ്ധ്യാപികയായും
പിന്നീട് പ്രൊഫഷണൽ കോളേജ്
പ്രിൻസിപ്പാളുമായി പ്രവർത്തിച്ചു.
ഇപ്പോൾ പാലക്കാട് ഇൻഡസ്ട്രിയൽ ഓപ്പറേഷൻസ്
റിസർച്ച് ഗ്രൂപ്പിന്റെ പ്രോജക്ട് ഡയറക്ടർ.
ആനുകാലികങ്ങളിലും ആകാശവാണിയിലും സജീവം.

**ഗ്രീൻ ബുക്സ് പ്രസിദ്ധീകരിച്ച
ഗ്രന്ഥകർത്താവിന്റെ ഇതര കൃതികൾ**

അദ്ധ്വാനത്തിൽനിന്ന് ആനന്ദത്തിലേക്ക്
(മാനേജ്മെന്റ് പഠനം)

ആശയവിനിമയം സുതാര്യതയോടെ
(വ്യക്തിത്വ വികാസം)

മിത്ര (നോവൽ)

നോവൽ

ഏകർഷി

ലതാ നായർ

ഗ്രീൻ ബുക്സ്

green books private limited
gb building, civil lane road, ayyanthole,
thrissur- 680 003, kerala, ph: +91 487-2381066, 2381039
website: www.greenbooksindia.com
e-mail: info@greenbooksindia.com

malayalam
ekarshi
novel
by
latha nair

first published june 2018

cover design : oaktree

branches:
thrissur 0487-2422515
palakkad 0491-2546162
thiruvananthapuram 0471-2335301
calicut 0495 4854662
kannur 0497-2763038

isbn : 978-93-87331-87-7

GBPL/1015/2018

അവർ എവിടെ ഒക്കെയോ ഉണ്ട്.
നമ്മുടെ യാത്രകളിൽ നടക്കുന്ന വഴിത്താരകളിൽ
നമ്മോടൊപ്പം ഒരാളായി അവരുണ്ട്.
അവരുടെ ആത്മരോദനങ്ങൾ നമ്മൾ അറിയാറില്ല.
തെറ്റുകാരായി മുദ്രയടിക്കപ്പെട്ട് സമൂഹം
പുച്ഛത്തോടെ വീക്ഷിക്കുന്ന അവർക്ക്
അവരുടെ വേദന പുറത്തു കാണിക്കാനാവില്ല.
കരയാനാവില്ല. നൂറായിരം ചോദ്യങ്ങളുടെ
മുൾമുനകൾകൾക്കു മുൻപിൽ അവരുടെ
ശിരസ്സ് കുനിഞ്ഞുപോകുന്നു.
അവരോരോരുത്തരും ഒറ്റപ്പെട്ട അഗ്നികളാണ്.
ഒരിക്കലും ഭേദമാകാത്ത രോഗത്തിന്റെ
തന്മാത്രകൾ പേറിക്കൊണ്ട് സ്വയം ജ്വലിക്കുന്നവർ.
അവർക്ക് ചുറ്റുമുള്ള അന്ധകാരത്തെ
തുടച്ചുമാറ്റുന്നത് അവരുടെ ഉള്ളിലെ അഗ്നിയാണ്.
ഈ പുസ്തകം അവർക്കായി സമർപ്പിക്കുന്നു.
എച്ച്.ഐ.വി. പോസിറ്റീവ് എന്ന മേലങ്കി
അണിഞ്ഞ ഒരുപറ്റം മനുഷ്യർക്കായി!

ലതാ നായർ

ഏകർഷി

ഒന്ന്

വേനൽമഴ ആർത്തും അലച്ചും കലിതുള്ളിയും പെയ്തിറങ്ങുന്നു. നാലഞ്ചുദിവസങ്ങളായിട്ടും ശമിക്കാത്ത മഴ! പ്രകൃതി മാറ്റങ്ങളെ ഉൾക്കൊള്ളാൻ തുടങ്ങിയിരിക്കുന്നു. ഋതുക്കളിൽ വ്യതിയാനങ്ങൾ ഉണ്ടാകുന്നു!

വരാന്തയിൽ രോഗികളുടെ നീണ്ട നിരതന്നെയുണ്ട്. എല്ലാം പനിക്കേസുകൾതന്നെ. അനവസരത്തിൽ പെയ്ത ആദ്യമഴയുടെ സംഭാവന!

അല്ലെങ്കിലും പനിയോ തലവേദനയോ അല്ലാതെ അതിൽ കൂടുതൽ വലിയ അസുഖങ്ങളൊന്നും ഹൗസ് സർജൻ നോക്കാറില്ല. എല്ലാവർക്കും സ്പെഷ്യലിസ്റ്റിനെയാണ് കാണേണ്ടത്. ബി.പി.യും ബ്ലഡ്ഷുഗറും നോക്കി ചെറിയ അസുഖങ്ങൾക്കുള്ള സാധാരണ മരുന്നുകൾ മാത്രമാണ് എഴുതാൻ ഹൗസ് സർജന് അനുവാദമുള്ളത്. മറ്റെല്ലാം സ്പെഷ്യലിസ്റ്റുകൾക്ക് റഫർ ചെയ്യേണ്ടതാണ്.

ഡോക്ടർ ശ്രീഹരി വരാന്തയിലേക്കു നോക്കി. ഇന്നും മൂന്നുമണിയെങ്കിലും കഴിയാതെ എഴുന്നേൽക്കാമെന്ന് തോന്നുന്നില്ല. രാവിലെ എട്ടുമണി മുതൽ രോഗികളെ പരിശോധിക്കാൻ തുടങ്ങിയതാണ്.

എന്നാലും വന്നിരിക്കുന്ന ആരെയും പരിശോധിക്കാതെയും രോഗവിവരം അറിയാതെയും മടക്കി അയയ്ക്കാൻ മനസ്സ് അനുവദിക്കില്ല. തന്റെ ശ്രദ്ധക്കുറവുകൊണ്ട് ഒരു രോഗിയുടെയും നില മോശമാകരുത്. അതൊരു ധാരണയാണ്. മെഡിക്കൽ പ്രൊഫഷണലിലുള്ള ഓരോ വ്യക്തിയും ഹൃദയത്തോട് ചേർക്കുന്ന വിശ്വാസം.

അവസാനത്തെ രോഗിയേയും കണ്ടുകഴിഞ്ഞപ്പോൾ ഡ്യൂട്ടിനഴ്സ് ചോദിച്ചു.

"സർ. ഇന്നത്തെ ഒ.പി. ക്ലോസ് ചെയ്യട്ടെ?"

വാച്ചിൽ നോക്കി. സമയം രണ്ടര കഴിഞ്ഞിരിക്കുന്നു.

അത്യാവശ്യം എന്തെങ്കിലും ഉണ്ടെങ്കിൽ വിളിക്കണമെന്ന് സിസ്റ്ററിനോട് പതിവുപോലെ പറഞ്ഞ് ശ്രീഹരി എഴുന്നേറ്റു.

റെയിൻകോട്ടിട്ട് ബൈക്ക് സ്റ്റാർട്ട് ചെയ്തപ്പോൾ രാവിലെ അമ്മ പറഞ്ഞതോർമ്മവന്നു.

“ബൈക്കിൽ കയറിയാൽ നിനക്കൊരു ചെത്തുപയ്യന്റെ ലുക്ക് ഉണ്ട്.”

“അല്ലെങ്കിലും ഏട്ടനെ കണ്ടാൽ ഒരു ഡോക്ടറാണെന്ന് തോന്നില്ല. ഫിലിം സ്റ്റാറാണെന്നേ പറയൂ.”

അമ്മയുടെ പുന്നാരം കേട്ടുകൊണ്ട് വന്ന അയൽക്കാരൻ സുജാതന്റെ കമന്റ്!

സുജാതൻ രാവിലെ വരുന്നത് ന്യൂസ് പേപ്പർ വായിക്കാനാണ്. മലയാളവും ഇംഗ്ലീഷും പേപ്പറുകൾ ഒരു വരിപോലും വിടാതെ ശ്രദ്ധിച്ച് വായിച്ച് മണിക്കൂറുകളോളം സുജാതൻ വരാന്തയിൽ ഇരിക്കും. സുജാതൻ കേൾക്കാതെ അമ്മ പറയും.

“ഇവന്റെ ഈ വരാന്തയിലെ കാവൽ ഞാനിന്ന് തീർക്കുന്നുണ്ട്.”

അമ്മ വെറുതെ പറയുന്നതാണ്. പത്രം വായനയും കഴിഞ്ഞ് പച്ച മുളകും ഉള്ളിയും പൊരിക്കടലയും ചേർത്ത് അമ്മ ഉണ്ടാക്കുന്ന രസികൻ തേങ്ങാച്ചമന്തിയിൽ മുക്കി രണ്ട് ദോശയെങ്കിലും കഴിച്ചിട്ടേ സുജാതൻ മടങ്ങാറുള്ളൂ. അതുകൊണ്ടുതന്നെ അമ്മയുടെ പരാതി കേൾക്കുമ്പോൾ ചിരിയാണ് വരാറുള്ളത്.

ബൈക്ക് സ്പീഡിൽ ഓടിക്കാൻ കഴിയുന്നില്ല! മഴ ഇപ്പോൾ പെയ്യുന്നില്ലെങ്കിലും ഇതുവരെ പെയ്തതിന്റെ വെള്ളം മുഴുവനും റോഡിലുണ്ട്.

ശ്രീകാര്യത്തുനിന്നും ചാവടിമുക്കും വെഞ്ചാവോടും കഴിഞ്ഞ് ചെമ്പഴഞ്ഞി സഹകരണ സംഘത്തിന്റെ മുൻപിലെത്തിയപ്പോൾ പെട്ടെന്ന് യോഗേഷിനെ ഓർത്തു. തറി നെയ്യുന്ന ഗ്രാമത്തിലെ ആദ്യത്തെ ഡോക്ടറാണ് യോഗേഷ്. മെഡിക്കൽ കോളേജിൽ സഹപാഠികളാകുന്നതിനു മുൻപേതന്നെ യോഗേഷുമായി നല്ല സൗഹൃദത്തിലായിരുന്നു. ജില്ലാ ഫുട്ബോൾ ടീമിൽ രണ്ടുപേർക്കും സെലക്ഷൻ കിട്ടിയത് ഒരേ ദിവസമായിരുന്നു. പെട്ടെന്നുതന്നെ അടുത്ത സുഹൃത്തുക്കളായി. പിന്നീട് മെഡിക്കൽ കോളേജിൽ ഒന്നിച്ചായത് സൗഹൃദത്തിന് മാറ്റു കൂട്ടുകയും ചെയ്തു.

ഹൗസ് സർജൻസി കഴിയുന്നതിനു മുൻപുതന്നെ യോഗേഷിന്റെ കല്യാണം വീട്ടുകാർ നടത്തി.

“ഇപ്പോഴേ കല്യാണമോ?”

ചോദ്യത്തിനു മുൻപിൽ യോഗേഷ് ചിരിച്ചുകൊണ്ട് മറുപടി പറഞ്ഞു.

“കുടുംബത്തിലെ ആദ്യത്തെ ഡോക്ടർ. സമുദായത്തിന്റെ സ്റ്റാറ്റസ് സിംബൽ! പിന്നെ, കല്യാണപ്രായമായെന്ന് എനിക്കും തോന്നിത്തുടങ്ങി.”

നെയ്ത്തുകാരുടെ കുടുംബത്തിലെ ഡോക്ടറുടെ വിവാഹവും ഒരു വലിയ സംഭവം തന്നെയായിരുന്നു.

ഹൗസ് സർജൻസി കഴിഞ്ഞ ഉടനെതന്നെ ഭാര്യവീടിനടുത്തുള്ള ഒരു വലിയ പ്രൈവറ്റ് ഹോസ്പിറ്റലിൽ ജോലിക്ക് ചേരുകയും ചെയ്തു. എന്നാലും കഴിഞ്ഞ പ്രാവശ്യം കണ്ടപ്പോൾ യോഗേഷ് പറഞ്ഞു.

"ആ ഹോസ്പിറ്റലും അവിടുത്തെ ആകെ സെറ്റപ്പും എന്തോ എനിക്ക് അത്ര സുഖകരമായി തോന്നുന്നില്ല. ഞാൻ ചിലപ്പോൾ മാറിയേക്കും."

വീട്ടിലെത്തിയിട്ട് യോഗേഷിനെ ഒന്ന് വിളിക്കണം. ശ്രീഹരി ഓർത്തു. ചെമ്പഴഞ്ഞി ശ്രീനാരായണ ഗുരുകുലം കഴിഞ്ഞ് അണിയൂർ ജംങ്ഷനിൽ എത്തിയപ്പോഴേക്കും മഴയുടെ ശക്തി ക്രമാതീതമായി വർദ്ധിച്ചു. ഇന്ന് ചിദംബരത്തിന് അമ്മയോടൊപ്പം യാത്ര പോകേണ്ടതാണ്. മഴ ശമിക്കുന്നത് കാത്ത് വഴിയോരത്ത് എവിടെയും കയറിനിൽക്കാൻ സമയം അധികമില്ല. എത്ര സാവധാനം ബൈക്ക് ഓടിച്ചാലും ഇരുപത് മിനിറ്റു കൊണ്ട് വീട്ടിലെത്താം.

വീടിന്റെ ഗെയിറ്റ് എത്തിയപ്പോഴേ അമ്മ കാത്തുനിൽക്കുന്നത് കണ്ടു. പച്ച സിൽക്കുസാരിയും ബ്ലൗസും ധരിച്ച് മുടിയിൽ പൂവും ചൂടി അമ്മ ചിദംബരം യാത്രയ്ക്ക് തയ്യാറായി നിൽക്കുന്നു. കണ്ടപ്പോൾ തമാശയാണ് തോന്നിയത്.

"അമ്മാ ട്രെയിൻ വൈകുന്നേരം പത്തുമണിക്കാണ്. ഇപ്പോഴേ ഇങ്ങനെ ഒരുങ്ങി റെഡിയായി ഇരുന്നാൽ ട്രെയിൻ വീട്ടിലേക്ക് ഓടിയെത്തും."

"പോടാ ചെക്കാ!" അമ്മ വാത്സല്യപൂർവം പുറത്ത് തട്ടിക്കൊണ്ട് പറഞ്ഞു.

ചിദംബരത്തേക്കുള്ള യാത്രയുടെ ഓർമ്മപോലും അമ്മയെ സന്തോഷവതിയാക്കുന്നുവെന്ന് മനസ്സിലോർത്തു.

ചിദംബരത്ത് അമ്മയുടെ അമ്മയുണ്ട്. വൈരക്കല്ല് മൂക്കുത്തി ഇട്ട് പൊന്നിന്റെ നിറവും അതിലേറെ തിളങ്ങുന്ന മനസ്സും ഉള്ള അമ്മൂമ്മ. അമ്മൂമ്മയെ കാണാൻ പോകുന്നതിന്റെ സന്തോഷമാണ് അമ്മയുടെ മുഖത്ത് കാണുന്ന വെളിച്ചം.

ചിദംബരത്ത് ഒറ്റയ്ക്ക് ഒരു വലിയ വീട്ടിൽ അമ്മൂമ്മ താമസിക്കുന്നു. അഞ്ചുവർഷങ്ങൾക്ക് മുൻപ് അപ്പൂപ്പൻ മരിച്ചതിൽ പിന്നെ അമ്മൂമ്മ എവിടെയും പോകാറില്ല. അന്നത്തെക്കാലത്ത് കോളിളക്കം സൃഷ്ടിച്ച ഒരു ഒത്തുചേരലായിരുന്നു അപ്പൂപ്പന്റേയും അമ്മൂമ്മയുടേതും. തിരുവനന്തപുരം സ്വദേശി പരമേശ്വരൻ നായരുടേയും ചിദംബരം കീഴേവീഥി അഗ്രഹാരത്തിലെ സീതാലക്ഷ്മിയുടേയും!

അമ്മൂമ്മയുടെ സഹോദരൻ ഗോവിന്ദരാജന് നെയ്‌വേലിയിലായിരുന്നു ജോലി. അക്കൗണ്ട്സ് മാനേജർ!

അപ്പൂപ്പൻ അതേ കമ്പനിയിൽ ലീഗൽ ഡിപ്പാർട്ടുമെന്റിലും. രണ്ടു പേരും അവധി ദിവസങ്ങളിൽ ചിദംബരത്ത് അഗ്രഹാരത്തിൽ എത്തും.

സംഗീതത്തിലുള്ള താത്പര്യമായിരുന്നു രണ്ടുപേരേയും ആത്മ സുഹൃത്തുക്കളാക്കിയത്. അമ്മൂമ്മയുടെ വീട്ടിൽ എല്ലാവരും സംഗീത പ്രേമികളായിരുന്നു. പേരുകേട്ട സംഗീതജ്ഞരുടെ കുടുംബം. ചെറുപ്പം മുതൽ ശാസ്ത്രീയ സംഗീതം അഭ്യസിച്ചിരുന്ന അപ്പൂപ്പനും ഒരു നല്ല പാട്ടുകാരനായിരുന്നു. ഗാനവീചികൾ അലയടിച്ചിരുന്ന ഏതോ ഒരു സന്ധ്യയിലാണ് ആ ബന്ധത്തിന് തുടക്കം കുറിച്ചത്. കടുത്ത എതിർപ്പ് ഉണ്ടായിട്ടും ആചാരങ്ങളുടെയും അനുഷ്ഠാനങ്ങളുടെയും പേര് പറഞ്ഞ് മറക്കാനും സ്വയം ശിക്ഷിക്കാനും രണ്ടുപേരും തയ്യാറായില്ല.

ചിദംബരം മഹാദേവക്ഷേത്രനടയിൽവച്ച് പരസ്പരം മാലചാർത്തി സീതാലക്ഷ്മി എന്ന അയ്യര് കുട്ടിയെ പരമേശ്വരൻ എന്ന നായർ യുവാവ് നെയ്‌വേലിയിൽ ജോലിസ്ഥലത്തേക്ക് കൂട്ടിക്കൊണ്ടുവന്നു. എല്ലാത്തിനും അമ്മൂമ്മയുടെ സഹോദരന്റെ മൗനാനുവാദം ഉണ്ടായിരുന്നു പോലും.

പക്ഷേ അമ്മയുടെ ജനനശേഷമാണ് ചിദംബരത്തുനിന്നും അമ്മൂമ്മയുടെ അച്ഛനും അമ്മയും മകളേയും ഭർത്താവിനേയും കാണാൻ വരുന്നത്. ബന്ധുക്കളുടെ എതിർപ്പിനെ ആയിരുന്നു അവർക്ക് ഭയം. പക്ഷേ കാലചക്രം തിരിഞ്ഞപ്പോൾ അപ്പൂപ്പൻ ബന്ധുക്കളുടേയും വീട്ടുകാരുടെയും മാത്രമല്ല നാട്ടുകാരുടെയും കണ്ണിലുണ്ണിയായി. അങ്ങനെയാണ് റിട്ടയർമെന്റിനുശേഷം അപ്പൂപ്പനും അമ്മൂമ്മയും ചിദംബരത്ത് സ്ഥിരതാമസമാക്കിയത്.

അപ്പൂപ്പൻ ഉപയോഗിച്ചിരുന്ന കണ്ണട, മുറി, ഇരിക്കാറുണ്ടായിരുന്ന കസേര ഇവയെല്ലാം അമൂല്യനിധികളായി അമ്മൂമ്മ ഇപ്പോഴും കാത്തു സൂക്ഷിക്കുന്നു. ഒരാൾക്ക് മറ്റൊരാളോട് ഇത്രയും ആത്മബന്ധം ഉണ്ടാകുമോ? അപ്പൂപ്പൻ മരിച്ചുപോയി എന്ന് അമ്മൂമ്മ ഇന്നും വിശ്വസിക്കുന്നില്ലെന്ന് തോന്നുന്നു.

ഒപ്പം നടക്കുന്ന, ഒപ്പം പാട്ടുപാടുന്ന ഒരാൾ ഇടയ്ക്ക് എവിടേയോ പോയിരിക്കുന്നു! ആ ഓർമ്മ അത്തരത്തിലാവാം. ഓർമ്മകളോ ചിത്രങ്ങളോ ഒന്നും തന്നെ അമ്മൂമ്മയുടെ കണ്ണുകൾ ഈറനാക്കുന്നില്ല. ഒപ്പമുള്ള ഒരാളിന്റെ ഓർമ്മ എങ്ങനെ കണ്ണീരണിയും?

ആ ബന്ധം പലപ്പോഴും മനസ്സിലാകുന്നതിലും അപ്പുറമാണെന്ന് തോന്നിയിട്ടുണ്ട്. പ്രണയത്തിന്റെ പരമമായ ഒരവസ്ഥയാണത്. ഒരാൾ മറ്റേ ആളിന്റെ ആത്മാവിൽ ലയിച്ച് ഒന്നായി തീരുന്ന അപൂർവ്വരാഗം. അതിന്റെ അലകളാവാം അമ്മൂമ്മയുടെ മുഖത്ത് കാണുന്ന സാത്വിക ഭാവം.

അമ്മയുടെ വിളിയൊച്ച കേട്ടാണ് ഓർമ്മകളിൽനിന്ന് ഉണർന്നത്. നല്ല വിശപ്പുണ്ട്. പക്ഷേ ഹോസ്പിറ്റലിൽ നിന്നു വന്നാൽ കുളിക്കാതെ ആഹാരം കഴിക്കാൻ അമ്മ സമ്മതിക്കില്ല.

“എത്ര രോഗികളെ കണ്ടും തൊട്ടും നോക്കുന്നതാണ്! എന്തെല്ലാം രോഗങ്ങളുള്ളവർ! എവിടെ നിന്നെല്ലാം വരുന്നവർ.” അങ്ങനെ അമ്മ നിരത്തും ന്യായവാദങ്ങൾ.

കുളിച്ച് ഡ്രസ് മാറി വന്നപ്പോൾ അമ്മ ഊണുമേശയിൽ ഭക്ഷണം വിളമ്പി വച്ച് കാത്തിരിക്കുന്നു. അച്ഛന് ഭക്ഷണകാര്യത്തിന് ചിട്ടയുണ്ട്. ഉച്ചയ്ക്ക് ഒരു മണിക്കു തന്നെ ഊണുകഴിക്കും. പിന്നെ നാലുമണിവരെ വിശ്രമമാണ്. അപ്പോഴേക്കും വീടിന്റെ ഔട്ട്ഹൗസിലുള്ള വക്കീലാഫീസ് കക്ഷികളെകൊണ്ട് നിറയും. പിന്നെ അച്ഛൻ വീട്ടിലേക്കു വരുന്നത് വളരെ വൈകിയിട്ടായിരിക്കും.

എത്ര വൈകിയാലും അമ്മ ഊണുകഴിക്കാതെ തനിക്കുവേണ്ടി കാത്തിരിക്കും. താൻ പറയാറുണ്ട് “അമ്മ അച്ഛന് കമ്പനികൊടുത്താൽ മതി. ഞാൻ തനിയെ കഴിച്ചോളാം.”

അമ്മയുടെ മറുപടി ഉടനെ ഉണ്ടാകും. “നിനക്ക് ഒരു കമ്പനി കിട്ടുന്നതു വരെ ഞാൻ ഇരിക്കും. പിന്നെ കമ്പനിതരാൻ വരില്ല.”

എന്നാലും ഭക്ഷണം കഴിക്കുമ്പോൾ അമ്മ കൂടെ ഇരിക്കുന്നത് ഇഷ്ടമാണ്. അമ്മയ്ക്കും അതറിയാം.

ചില ഇഷ്ടങ്ങൾ അങ്ങനെയാണ്. അവയ്ക്ക് ഭാഷ ആവശ്യമില്ല. മനസ്സിന് കുളിർമ തരുന്ന നിലാവുപോലെയാണത്. സുഖകരമായ ഒരവസ്ഥ!

ഊണിന് രസവും സാമ്പാറും വെണ്ടയ്ക്കാ ഉപ്പേരിയും പുളിയിഞ്ചിയും ഉണ്ടാക്കിയിരിക്കുന്നു. കൊണ്ടാട്ടങ്ങൾ തരാതരം. കൂടെ അരിപപ്പടവും നാടൻ പപ്പടവും.

“അഗ്രഹാരത്തിലെ ഊണുപോലെ തന്നെയുണ്ട്. അതേ രുചി.” തന്റെ കമന്റ് കേട്ടുകൊണ്ടാണ് അച്ഛൻ എഴുന്നേറ്റുവന്നത്.

“പൈതൃകം ലഗസി എന്നൊക്കെ പറയുന്നത് ഇതാണ്. അതറിയില്ലേ ഡോക്ടർക്ക്?”

അച്ഛനും കളിയാക്കാൻ കൂടി.

“മകന് അഗ്രഹാരത്തിലെ ഒരു പെണ്ണിനെതന്നെ ഞാൻ കണ്ടുപിടിക്കും. ഓർമ്മിച്ചോ.” അമ്മയും വിട്ടുകൊടുത്തില്ല.

എല്ലാം തയ്യാറാക്കി പായ്ക്ക് ചെയ്ത് വച്ചിട്ട് ദിവസങ്ങൾ ആയെന്ന് അറിഞ്ഞിട്ടും വെറുതെ ചോദിച്ചു. “അമ്മാ എല്ലാം പായ്ക്ക് ചെയ്തില്ലേ? ഒന്നും മറന്നിട്ടില്ലല്ലോ?”

“എല്ലാം പായ്ക്ക് ചെയ്തു. നമ്മളിവിടെ ഇല്ലാത്തപ്പോൾ അച്ഛന് ആഹാരം ഉണ്ടാക്കികൊടുക്കാൻ ദേവകിഅമ്മയേയും പായ്ക്ക് ചെയ്ത് ഇവിടെ എത്തിച്ചിട്ടുണ്ട്.” അമ്മ ചിരിച്ചു.

ചിദംബരത്തിനു പോകുന്നത് നാലുദിവസത്തേക്കാണ്. കോടതിയിൽ നല്ല തിരക്കുള്ള സമയം. കേസുകളെയും കക്ഷികളെയും ഉപേക്ഷിച്ച് അച്ഛൻ വരില്ല. അച്ഛന് ആഹാരം പാകം ചെയ്തുകൊടുക്കാൻ ഗുമസ്തൻ രാഘവൻചേട്ടന്റെ ചേച്ചി ദേവകിഅമ്മയെ നാലുദിവസത്തേക്ക് വീട്ടിൽ താമസിപ്പിച്ചിരിക്കുകയാണ്. ദേവകിയമ്മ നന്നായി പാചകം ചെയ്യുകയും വീട് വൃത്തിയായി സൂക്ഷിക്കുകയും ചെയ്യും. എന്നാലും അമ്മ തിരിച്ചു വരുമ്പോഴേക്കും നാലുദിവസത്തിനുള്ളിൽ നാലായിരം പരാതികളുമായി അച്ഛൻ കാത്തിരിക്കുന്നുണ്ടാവും. ചായയ്ക്ക് ചൂടു കുറഞ്ഞതു മുതൽ പപ്പടത്തിൽ എണ്ണ പറ്റിയിരുന്നതുവരെയുണ്ടാകും പരാതികളുടെ ലിസ്റ്റിൽ. ആറേഴു മാസങ്ങൾ കൂടുമ്പോൾ അമ്മൂമ്മയെ കാണാൻ മാത്രമാണ് അമ്മ വീട്ടിൽ നിന്നും വിട്ടുനിൽക്കുന്നത്. അതും നാലോ അഞ്ചോ ദിവസങ്ങൾ മാത്രം.

അച്ഛൻ പരാതികളുടെ കെട്ട് അഴിക്കുമ്പോൾ അമ്മ ചോദിക്കും.

"നാലു ദിവസങ്ങൾക്കുള്ളിൽ ഇത്രയെല്ലാം സംഭവിച്ചോ?"

"സംഭവിച്ചു!" അച്ഛൻ ഉറപ്പിച്ച് പറയും.

പിന്നെ കോടതിയിൽ കേസ് വാദിക്കുന്ന അതേ സാമർത്ഥ്യത്തോടെ അച്ഛൻ തെളിവുകളും ന്യായങ്ങളും നിരത്താൻ തുടങ്ങും. അതോടെ അമ്മ തോൽവി സമ്മതിച്ച് പിന്മാറും.

ഊണുകഴിഞ്ഞ് അലമാര തുറന്ന് നാലുദിവസത്തേക്കുള്ള ഡ്രസ്സുകൾ എടുത്ത് പെട്ടിയിൽ അടുക്കിവച്ചു. ഇപ്രാവശ്യം വായിക്കാൻ പുസ്തകങ്ങൾ കൊണ്ടുപോകുന്നില്ല. അത് നേരത്തേ തീരുമാനിച്ചതാണ്. ചിദംബരം നടരാജക്ഷേത്രത്തിൽ ശിവരാത്രി മഹോത്സവം നടക്കുകയാണ്. മഹാശിവരാത്രിയോടനുബന്ധിച്ച് ആറുദിവസങ്ങൾ തുടർച്ചയായി നടത്തുന്ന നൃത്തസാംസ്കാരിക പരിപാടി നാട്യാഞ്ജലി അരങ്ങ് തകർക്കുന്നുണ്ടാകും. വാദ്യഘോഷങ്ങൾകൊണ്ടും മന്ത്രോച്ചാരണങ്ങൾ കൊണ്ടും മുഖരിതമായിരിക്കും ക്ഷേത്രപരിസരം ഈ നാളുകളിൽ.

ഇക്കുറി അമ്മാവന്റെ മകൻ ഹേമന്തിന്റെ കൂടെ ചുറ്റിക്കറങ്ങണം. കഴിഞ്ഞ വർഷം ഹേമന്തിന് എൻജിനിയറിംങ്ങ് പരീക്ഷയുടെ തിരക്കായിരുന്നു. എവിടെയും പോകാൻ കഴിഞ്ഞില്ല. മുറിക്കുള്ളിൽ പുസ്തകങ്ങൾ വായിച്ചും ടി.വി. കണ്ടും സമയം ചിലവഴിച്ചു. ഇപ്രാവശ്യം ഹേമന്ത് തന്നെ കാത്തിരിക്കുകയാണ്. അവന് ദുബായിൽ ഒരു കമ്പനിയിൽ ജോലി ശരിയായിട്ടുണ്ട്. അടുത്തവർഷം ശിവരാത്രിക്ക് ഒപ്പം നടക്കാൻ ഹേമന്തിനെ കിട്ടിയെന്നുവരില്ല.

ചിദംബരം യാത്രയ്ക്ക് ഇപ്രാവശ്യം മറ്റൊരു ഉദ്ദേശ്യം കൂടിയുണ്ട്. അമ്മൂമ്മയുടെ വീടിനടുത്താണ് പതഞ്ജലിയോഗാശ്രമം. സൂര്യനമസ്കാരവും പ്രാണായാമവും പഠിക്കണം. ഒപ്പം ഹേമന്തും ഉണ്ടാവും. ഹേമന്ത് ആശ്രമത്തിൽ രണ്ടുപേരുടേയും പേര് രജിസ്ട്രർ ചെയ്തിട്ടുണ്ട്. തനിക്ക് ഒരാഴ്ചത്തെയും ഹേമന്തിന് ഒരു മാസവും.

"ഒരാഴ്ചയിൽ കുറഞ്ഞ് എങ്ങനെയാണ് യോഗ പഠിക്കുന്നത്? നാലു ദിവസങ്ങൾ കഴിഞ്ഞ് അത്യാവശ്യം ഹോസ്പിറ്റലിൽ പോകേണ്ടതുണ്ടെന്ന് പറഞ്ഞ് മുങ്ങിയാൽ മതി." ഒരാഴ്ച തനിക്ക് സമയം ഇല്ലെന്ന് പറഞ്ഞപ്പോൾ ഹേമന്ത് അതിനെ ന്യായീകരിച്ചത് ഇങ്ങനെ.

എന്നാലും നാലുദിവസങ്ങൾകൊണ്ട് പ്രാണായാമവും സൂര്യനമസ്കാരവും തനിക്ക് പഠിച്ചെടുക്കണം. പിന്നെ ദിവസവും പ്രാക്ടീസ് ചെയ്താൽ എളുപ്പം സ്വായത്തമാക്കാം.

യോഗശാസ്ത്രത്തിന്റെ ആചാര്യൻ പതഞ്ജലിമഹർഷി വർഷങ്ങളോളം ചിദംബരത്ത് താമസിച്ച് മഹാദേവനെ ഭജിച്ചിരുന്നുപോലും. മനുഷ്യാവതാരങ്ങളുടേയും അവരുടെ ജന്മരഹസ്യങ്ങളുടെയും നിഗൂഢതകളുണ്ട് പതഞ്ജലി മഹർഷിയുടെ ഓർമ്മകളോടൊപ്പം.

വൈകുണ്ഠപതി മഹാവിഷ്ണുവിന്റെ ഇരിപ്പിടമായ സർപ്പരാജൻ അനന്തന്റെ, മനുഷ്യജന്മമാണ് പതഞ്ജലി മഹർഷിയെന്ന് ഹിന്ദുപുരാണങ്ങളിൽ പരാമർശിക്കുന്നു.

ചിദംബരത്തെത്തിയ മഹർഷി പൂജിച്ചിരുന്ന ശിവലിംഗം നടരാജക്ഷേത്രത്തിനടുത്തുള്ള അനന്തീശ്വരം കോവിലിൽ പ്രതിഷ്ഠിച്ചിട്ടുണ്ട്. ജഗത്നർത്തകനായ നടരാജന്റെ നൃത്തം നേരിട്ട് കണ്ട് സായൂജ്യമണയാനാണത്രെ അനന്തൻ പതഞ്ജലി മഹർഷിയായി ജന്മമെടുത്തതെന്ന് ഐതിഹ്യം. അമ്മ പറഞ്ഞ കഥകളാണെല്ലാം.

ചിദംബരത്ത് എത്തിയാൽ അമ്മയുടെ ലോകം മറ്റൊന്നാകും. ക്ഷേത്രത്തിലും ക്ഷേത്രപരിസരത്തിലുമായിരിക്കും അമ്മയുടെ ദിനരാത്രങ്ങൾ കടന്നുപോകുക. അമ്മ നല്ലൊരു നർത്തകി ആയിരുന്നു.

"ഇപ്രാവശ്യം നാട്യാഞ്ജലി മുഴുവനും എനിക്കും കാണണം. ഞാനും ഒരിക്കൽ ഇങ്ങനെ ആടിയിട്ടുള്ളതാണവിടെ." അമ്മ ഇന്നലെ പറയുന്നുണ്ടായിരുന്നു.

ട്രെയിൻ കൃത്യസമയത്തുതന്നെ പുറപ്പെട്ടു. നന്നായി ഉറങ്ങി. ചിദംബരം റെയിൽവെസ്റ്റേഷനിൽ ട്രെയിൻ സാവധാനത്തിലായപ്പോൾ പ്ലാറ്റ്ഫോമിൽ കാത്തുനിൽക്കുന്ന ഹേമന്തിനെ കണ്ടു.

വി.ജി.പി സ്ട്രീറ്റിലൂടെ കീഴേവീഥിയിൽ കയറി വീണ്ടും ഇടതുഭാഗത്തേക്ക് തിരിഞ്ഞ് അര കിലോമീറ്ററോളം പോയാൽ അമ്മയുടെ വീടെത്തും. ശിവരാത്രിയുടെ തിരക്കാണ് വഴിയിലെങ്ങും.

സാവധാനമാണ് ഹേമന്ത് കാറോടിച്ചത്. അപ്പൂപ്പൻ ഉപയോഗിച്ചിരുന്ന പഴയ അംബാസിഡർ കാറാണ്. അമ്മൂമ്മ നിധിപോലെ കാത്ത് സൂക്ഷിക്കുന്നത്! അമ്മ വന്നാൽ മാത്രമേ ആ കാർ പുറത്തെടുക്കുകയുള്ളൂവെന്നാണ് ഹേമന്ത് പറയുന്നത്.

അമ്മൂമ്മയെ കണ്ടപ്പോൾ അമ്മ കെട്ടിപ്പിടിച്ചു. പിന്നെ കരഞ്ഞു. ഒരു കൊച്ചുകുട്ടിയെപോലെ അമ്മ സങ്കടപ്പെടുന്നത് കാണുമ്പോൾ

കൗതുകമാണ് തോന്നുന്നത്. സങ്കടം വന്നാലും സന്തോഷം വന്നാലും അമ്മ കരയും. കരച്ചിലിനിടയിൽ അമ്മ പറഞ്ഞു.

"അമ്മാ, നിങ്ങൾ തടിച്ചിരിക്കുന്നു കുറച്ചധികം."

ശരിയാണ്. അമ്മൂമ്മ നന്നായി തടിച്ചിരിക്കുന്നു. താനും അത് ശ്രദ്ധിക്കാതിരുന്നില്ല. നടക്കുന്നത് തന്നെ കുറച്ച് ആയാസപ്പെട്ടിട്ടാണ്.

"ഞാൻ ഒറ്റയ്ക്കല്ലേ? പലഹാരം എല്ലാം ഞാൻ തനിയെയല്ലേ കഴിക്കുന്നത്? അതാണ് തടിച്ചത്." അമ്മൂമ്മ ചിരിച്ചുകൊണ്ട് പറഞ്ഞു.

"ശ്രീഹരി, അമ്മയെ ആകെയൊന്ന് നോക്കണം നീയ്." അമ്മ സങ്കടപ്പെട്ടുകൊണ്ട് തനിക്കൊരു നിർദ്ദേശവും തന്നു.

ഭക്ഷണം കഴിഞ്ഞ് ചെറിയൊരു മയക്കവും കഴിഞ്ഞിട്ടാണ് ഹേമന്തിനൊപ്പം പുറത്തിറങ്ങിയത്. പല്ലവൻ ഗ്രാമബാങ്കിന്റെ മുൻപിലെത്തിയപ്പോൾ ഹേമന്ത് പറഞ്ഞു.

"ഈ ബാങ്കിലെ മാനേജർവരെ ഇപ്രാവശ്യം നാട്യാഞ്ജലിക്ക് നൃത്തം ചെയ്യുന്നുണ്ട്. സിംഗപ്പൂരിൽനിന്നും ശ്രീലങ്കേന്നും ഡാൻസ് ഗ്രൂപ്പ് എത്തിയിട്ടുണ്ട്."

"എപ്പോഴാ തുടങ്ങുന്നത്?"

"ഇന്നലെ തുടങ്ങി. സമയം കളയാതെ പോയാൽ സുന്ദരിമാരുടെ നടനം കാണാം." ഹേമന്ത് ചിരിച്ചു.

മഹാശിവരാത്രി ആഘോഷത്തോടനുബന്ധിച്ച് നടക്കുന്ന ആറു ദിവസങ്ങളിലെ നൃത്തോത്സവമാണ് നാട്യാഞ്ജലി. പ്രപഞ്ച നർത്തകനായ ശ്രീപരമേശ്വരൻ നർത്തകർക്കൊപ്പം ആടുമെന്നാണ് വിശ്വാസം.

"ഇപ്പോൾ ആയിരംകാൽ മണ്ഡപത്തിലല്ല നൃത്തം. പുറത്ത് വലിയ സ്റ്റേജ് കെട്ടിയിട്ടുണ്ട് പ്രത്യേകം. അത്രയ്ക്കും തിരക്കുണ്ട്." ഹേമന്ത് പറഞ്ഞു.

കീഴേ വീഥിയിലൂടെ നടന്ന് ഗോപുരത്തിലൂടെ അകത്ത് കയറിയാൽ ആദ്യം കാണുന്നത് വലതുഭാഗത്തുള്ള ആയിരംകാൽ മണ്ഡപമാണ്. നേരെ ക്ഷേത്രത്തിനകത്തുപോയി തൊഴുതുനിന്നു വളരെയേറെ സമയം.

മഹാമുനിമാരും പ്രാചീന കവികളും ഭൂലോക കൈലാസം എന്ന് വാഴ്ത്തപ്പെട്ട മഹാക്ഷേത്രമാണ്. നൃത്തരൂപത്തിലുള്ള നടരാജ വിഗ്രഹം. ഒപ്പം ശിവകാമസുന്ദരിയായി ദേവി ശ്രീപാർവ്വതിയും. ജീവൻ ആദി മുതൽ അന്ത്യംവരെയുള്ള യാത്രയിൽ കടന്നുപോകുന്ന അഞ്ച് പരമപവിത്രങ്ങളായ ഘട്ടങ്ങളെയാണ് ഇവിടെ നടരാജനൃത്തം സൂചിപ്പിക്കുന്നത്.

ഹേമന്ത് മെല്ലെ തട്ടിവിളിച്ചുകൊണ്ട് പറഞ്ഞു.

"മതി. നമുക്ക് നൃത്തം കാണാൻ പോകാം."

സഭയിലുള്ള ശിവകാമസുന്ദരിദേവിയെ വന്ദിച്ച് അർച്ചന ചെയ്ത സിന്ദൂരം വാങ്ങാൻ കൈ നീട്ടിയപ്പോൾ കൈക്ക് മുകളിലൂടെ മയിലാഞ്ചി

അണിഞ്ഞ ഒരു കൈവെള്ള ധൃതിയിൽ കുമ്പിളുപോലെ പ്രത്യക്ഷ പ്പെട്ടു. അർച്ചന സിന്ദൂരം പൂജാപാത്രത്തിൽനിന്നും ആ കൈക്കുമ്പി ളിലാണ് വീണത്. നിറയെ പൊൻവളകൾ അണിഞ്ഞ കൈ ധൃതിയിൽ പിൻവാങ്ങി. തൊട്ടടുത്ത് ചിലങ്കയുടെ ശബ്ദം അകന്നുപോകുന്നു. തിരിഞ്ഞു നോക്കിയപ്പോൾ വലിയ വാതിൽപടി കടന്ന് ഇടനാഴി യിലൂടെ അതിവേഗത്തിൽ നടന്നുപോകുന്ന ഒരു നൃത്തക്കാരി. ഒപ്പം മറ്റൊരു പെൺകുട്ടിയും. പച്ചയും ചുവപ്പും പട്ടണിഞ്ഞ നൃത്തക്കാരി യുടെ നീണ്ട മെടഞ്ഞിട്ട മുടി താഴെ തറയിൽ മുട്ടുന്നുണ്ടോ? ഭംഗിയുള്ള നടത്തം.

ഒപ്പം നിന്ന ഹേമന്ത് പറഞ്ഞു.

“നൃത്തം തുടങ്ങാറായിട്ടുണ്ടാകും. അതാണീ തട്ടിയെടുക്കലിന്റെ രഹസ്യം. ശ്രീയേട്ടന്റെ അർച്ചനപ്രസാദം അണിഞ്ഞുകൊണ്ട് ആടി ക്കോട്ടെ!” ശ്രീഹരി ചിരിച്ചു.

ഹേമന്ത് പിന്നെയും പറഞ്ഞു. “വരൂ നൃത്തമണ്ഡപത്തിൽ പോകാം. നമുക്ക് നേരിട്ട് അനുഗ്രഹിക്കാം.”

ആയിരംകാൽ മണ്ഡപത്തിനടുത്തുള്ള വലിയ പന്തലിൽ നല്ല തിര ക്കുണ്ട്. സ്റ്റേജ്കർട്ടൻ ഉയർന്നിട്ടില്ല. അടുത്ത നൃത്തത്തിന്റെ അനൗൺ സ്മെന്റ് മൈക്കിലൂടെ കേൾക്കുന്നുണ്ട്.

സ്റ്റേജിൽനിന്നും അധികം അകലമില്ലാതെ ഹേമന്ത് രണ്ട് സീറ്റുകൾ തരമാക്കി. കസേരകളിൽ ഇരുന്ന രണ്ട് പയ്യന്മാരുടെ ചെവിയിൽ ഹേമന്ത് എന്തോ മന്ത്രിച്ചു. രണ്ടുപേരും ചിരിച്ചുകൊണ്ട് എഴുന്നേറ്റ് കസേര ഒഴിച്ചു തരുകയും ചെയ്തു.

ശ്രീഹരി പറഞ്ഞു.

“നമ്മളീ നൃത്തമൊന്നും അധികം സമയം കാണാൻ പോകുന്നില്ല. പിന്നെ താൻ എന്ത് സൂത്രമാണ് പ്രയോഗിച്ചത്?”

“ഒക്കെ പരിചയമുള്ളവരുതന്നെയാണ്. വെറുതെ ഒരു നമ്പറിട്ടു.”

ഹേമന്ത് പറഞ്ഞുതീരുന്നതിനുമുൻപ് കർട്ടൻ ഉയർന്നു. വൃന്ദാവന ത്തിന്റെ പശ്ചാത്തലം. താളവും രാഗവും ഉയർന്നു. ഓടക്കുഴൽ നാദ ത്തിന്റെ മാസ്മരികത. വീണ്ടും ഒരു നിമിഷത്തിന്റെ നിശ്ശബ്ദത. ചിലങ്ക യുടെ ശബ്ദം ആദ്യം അകലെയും പിന്നെ അടുത്തും കേൾക്കാം. സ്റ്റേജിൽ അതിമനോഹരിയായ ഗോപിക! വീണ്ടും വീണ്ടും നോക്കി. ചുവപ്പും പച്ചയും പട്ട് അണിഞ്ഞ നൃത്തക്കാരി! സാവധാനം ചുവടുകൾ വയ്ക്കുകയാണ്.

“അലൈപായുതേ കണ്ണാ എൻ മനം മിഖ അലൈപായുതേ
ഉൻ ആനന്ദമോഹന വേണുഗാനമതിൽ അലൈപായുതേ”

ഹേമന്ത് കൈയ്യിൽ തട്ടി.

"ശ്രീയേട്ടാ; ഇത് അവൾ തന്നെ. ശ്രീയേട്ടന്റെ അർച്ചനകുങ്കുമം തട്ടിയെടുത്ത നൃത്തക്കാരി."

അതെ. അതവൾതന്നെ. ഒരു ദേവനർത്തകിയെപോലെ ചുവടുകൾ വയ്ക്കുന്നു. വേണുഗാന ശ്രവണത്താൽ അനുരാഗപരവശയായ ഗോപിക കണ്ണനെ ഒരു നോക്കു കാണാൻ കേഴുകയാണ്.

കണ്ണാ നിന്റെ പുല്ലാങ്കുഴൽ നാദം കേട്ട് എന്റെ മനസ്സ് സമുദ്രത്തിലെ തിരമാലകൾപോലെ ഉയരുകയും താഴുകയും ചെയ്യുന്നു

"നീ എവിടെയാണ്....?

എന്റെ മിഴികൾ പാതി അടഞ്ഞുപോകുന്നു

ഞാൻ ഏതോ ദാഹലഹരിയിൽ അലിഞ്ഞലിഞ്ഞ് ഇല്ലാതാകുന്നു

കണ്ണാ നീ എവിടെയാണ്?

അലൈപായുതേ കണ്ണാ എൻ മനമിഖ..."

സ്റ്റേജ് കർട്ടൻ താഴ്ന്നു! ഗോപിക അപ്രത്യക്ഷയായി.

ഒന്നും അറിയുന്നുണ്ടായിരുന്നില്ല.

ഹേമന്ത് കുറച്ച് ശബ്ദം ഉയർത്തി വിളിച്ചു. "ശ്രീയേട്ടാ, ഇതെവിടെയാണ്? സ്വപ്നലോകത്തിലോ?"

സ്വപ്നലോകത്തിലായിരുന്നു. ഇന്ദ്രസദസ്സിലെ ഏതോ നർത്തകിയുടെ താളലയത്തിലലിഞ്ഞ് എല്ലാം മറന്ന് ഇരിക്കുകയായിരുന്നു ഇത്രയും സമയം. പൊൻവളകളണിഞ്ഞ കൈകൾ മഴവില്ലുപോലെ മുകളിലേക്കും വശങ്ങളിലേക്കും താളത്തിനൊപ്പം ചലിച്ചുകൊണ്ടിരുന്നത് നോക്കിയിരിക്കുകയായിരുന്നു. ഒപ്പം സ്വർണ്ണപക്ഷികൾ പോലെ രണ്ട് പാദങ്ങളും.

"ഹേമന്ത്, നമുക്ക് പോകാം." ശ്രീഹരി പറഞ്ഞു. ഒപ്പം എഴുന്നേറ്റെങ്കിലും ഹേമന്ത് ചോദിച്ചു.

"ഇനിയും നൃത്തം കാണേണ്ടേ...?"

"വേണ്ട."

പന്തലിന്റെ സൈഡിലൂടെ നടന്ന് വെളിയിലിറങ്ങാൻ കുറച്ചധികം പ്രയാസപ്പെട്ടു. നൃത്തക്കാരുടെ ബന്ധുക്കളും പിന്നെ നാട്ടുകാരും വലിയ പന്തലിന്റെ മുഴുവൻ ഇരിപ്പിടങ്ങളും കൈവശപ്പെടുത്തിയിട്ടുണ്ട്. വളരെ അകലെ നിന്നുപോലും നൃത്തം അവതരിപ്പിക്കാൻ നർത്തകികൾ വരാറുണ്ടുപോലും.

ഈ നർത്തകി എവിടെനിന്നായിരിക്കും എത്തിയത്?

പേരുകേട്ട ഏതെങ്കിലും ഡാൻസ് സ്കൂളിലെ വിദ്യാർത്ഥിയായിരിക്കും. അല്ലെങ്കിൽ ഏതോ പ്രശസ്ത ഗുരുവിന്റെ ശിഷ്യ.

ആ താളവും ലയവും അനായാസേനയുള്ള ചുവടുകളും സൂചിപ്പിക്കുന്നത് അതാണ്. അനൗൺസ് ചെയ്തപ്പോൾ ശ്രദ്ധിക്കാമായിരുന്നു.

പെട്ടെന്ന് മനസ്സിൽ ഒരു തോന്നൽ ഉണ്ടായി. ഇപ്പോൾ നർത്തകി ഗ്രീൻ റൂമിലോ വിശ്രമമുറിയിലോ ഉണ്ടാകും. ഒന്ന് പരിചയപ്പെട്ടാലോ? ഉടനെ തന്നെ വേണ്ടന്നു വയ്ക്കുകയും ചെയ്തു. എന്തുകാരണം പറഞ്ഞാണ് പരിചയപ്പെടുന്നത്?

നൃത്തം നന്നായെന്ന് പറഞ്ഞ് അഭിനന്ദിക്കാമല്ലോ. മനസ്സ് വെറുതെ ചാഞ്ചാടുകയാണ്.

“ഹേമന്ത്, നമുക്ക് ആ നർത്തകിയെ ഒന്ന് പരിചയപ്പെടാം.”

“എന്തിന്...? അനുഗ്രഹിക്കാനോ...?”

ഹേമന്ത് ചിരിച്ചു.

“ശ്രീയേട്ടൻ അങ്ങനെ ആരെയും അനുഗ്രഹിക്കാത്തതാണല്ലോ! എന്തുപറ്റി?” ഹേമന്ത് വീണ്ടും ചിരിച്ചുകൊണ്ട് ചോദിച്ചു.

“നിനക്ക് ഒരു അനുജത്തിയോ ചേച്ചിയോ ഇല്ലാതെ പോയല്ലോ. അങ്ങനെപോലും നിന്നെകൊണ്ട് ഒരു പ്രയോജനവും ഇല്ല.”

ശ്രീഹരി പറഞ്ഞത് തമാശയായിരുന്നുവെങ്കിലും അതിലല്പം നിരാശ കലർന്നിരുന്നുവെന്ന് ഹേമന്തിന് തോന്നി.

“എന്താ ശ്രീയേട്ടാ, എന്താ കാര്യം?” ഹേമന്ത് ആകാംക്ഷയോടെ ചോദിച്ചു.

“ആ വഴി ഒന്നു പരിചയപ്പെടാമായിരുന്നു.”

“അത്രേ ഉള്ളോ? നമുക്ക് വഴിയുണ്ടാക്കാം.”

“എന്തു വഴി?”

“നേരിട്ടങ്ങ് പരിചയപ്പെടാം അതുതന്നെ നല്ല വഴി.” ഹേമന്ത് ഒന്നു നിർത്തിയിട്ട് വീണ്ടും പറഞ്ഞു.

“ശ്രീയേട്ടൻ കാര്യമായിട്ടാണ് പറയുന്നതെങ്കിൽ ഞാൻ വിവരങ്ങൾ സംഘടിപ്പിക്കാം.”

“വിവരങ്ങൾ മനസ്സിലാക്കൂ! പക്ഷേ ആരും അറിയരുത്. നീ എങ്ങനെ സംഘടിപ്പിക്കും?”

“അതൊക്കെ ഉണ്ട്. നാട്യാഞ്ജലി കമ്മറ്റിയിൽ നമുക്ക് വേണ്ടപ്പെട്ട വരുണ്ട്. നൃത്തം ചെയ്യുന്നവരുടെ പേരും അഡ്രസ്സും മറ്റു വിവരങ്ങളെല്ലാം അവരുടെ കൈയ്യിൽ ഉണ്ടാകാതിരിക്കില്ല. ഞാൻ മാനേജ് ചെയ്യാം ശ്രീയേട്ടാ!”

ഹേമന്ത് ഗൗരവത്തോടെ പറഞ്ഞപ്പോൾ അല്പം ജാള്യത തോന്നി. അത് മറയ്ക്കാനായി പറഞ്ഞു.

“അതൊന്നും വേണ്ട, ഞാൻ വെറുതെ പറഞ്ഞെന്നേയുള്ളൂ...!”

ആയിരംകാൽമണ്ഡപത്തിനടുത്തുകൂടി നടന്ന് തീർത്ഥകുളത്തിന്റെ പടവുകളൊന്നിൽ ഇരുന്നു. നേരെ മുൻപിലുള്ള ശിവകാമസുന്ദരി ക്ഷേത്ര

ഗോപുരത്തിന്റെ പ്രതിച്ഛായ ജലത്തിൽ തെളിഞ്ഞുകാണാം. ഗോപുര മദ്ധ്യത്തിൽ പച്ചയും ചുവപ്പും പട്ടണിഞ്ഞ നൃത്തക്കാരി. കൈകളുടെ ത്വരിതചലനം. സ്വർണ്ണവർണ്ണമാർന്ന പാദങ്ങളുടെ താളലയം. താനൊരു വിഭ്രാന്തിയിൽ അകപ്പെട്ടതുപോലെ ശ്രീഹരിക്ക് തോന്നി.

ശിവഗംഗതീർത്ഥക്കുളത്തിലെ നിശ്ചലമായ ജലത്തിൽ നൃത്തക്കാരി ഇല്ല. ക്ഷേത്രഗോപുരത്തിൽ നിറഞ്ഞു പ്രകാശിക്കുന്ന നീലയും പച്ചയും ബൾബുകൾ ഇടയ്ക്കൊന്നു കണ്ണു ചിമ്മുന്നതാണ് നാട്യമായി തനിക്ക് തോന്നിയത്.

വടക്കേഗോപുരത്തിലൂടെ കടന്ന് റോഡിലെത്തിയപ്പോൾ അതുവരെ നിശ്ശബ്ദനായി ഒപ്പം നടന്ന ഹേമന്ത് പറഞ്ഞു.

“ഇപ്രാവശ്യം നമുക്ക് പിച്ചാവരം മാൻഗ്രോവ് ഫോറസ്റ്റിലേക്ക് ഒരു യാത്ര പ്ലാനിടാം. അടുത്തിടെയൊന്നും ശ്രീയേട്ടൻ പോയിട്ടില്ലല്ലോ. മൂന്നാല് ഫ്രണ്ട്സും കൂടെയുണ്ട്. നമുക്ക് ബൈക്കിൽ പോകാം.”

“പോകാം. നീ റെഡിയായിക്കോളൂ നാലു ദിവസങ്ങളേയുള്ളൂ ലീവ്.”

“നാലു ദിവസങ്ങളോ?” പെട്ടെന്ന് ഹേമന്തിന്റെ മുഖം മങ്ങി. “ഒരാഴ്ച യെങ്കിലും ഉണ്ടാകുമെന്നല്ലേ അന്ന് പറഞ്ഞത്? പതഞ്ജലിയോഗാശ്രമ ത്തിലും പോകേണ്ടേ?”

ഹേമന്തിന്റെ ശബ്ദത്തിൽ നിരാശ ഉണ്ടായിരുന്നു. അവന്റെ തോളി ലൂടെ കൈയിട്ടുകൊണ്ട് പറഞ്ഞു.

“താൻ വിഷമിക്കാതെ. നമുക്കീ ദിവസമെല്ലാം കറങ്ങി നടന്ന് തീർക്കാം. പിക്നിക്. യോഗ. എല്ലാത്തിനും സമയമുണ്ടെടോ. ദുബായിൽ പോയാൽ പിന്നെ തന്നെ കൈയിൽ കിട്ടില്ലെന്ന് എനിക്കറിയില്ലേ?”

“അതുമതി ശ്രീയേട്ടാ. എന്നാലും രണ്ടു ദിവസങ്ങൾകൂടി ലീവ് നീട്ടാൻ നോക്കണം.” ഹേമന്തിന് സന്തോഷമായി.

വീട്ടിൽ എത്തിയപ്പോൾ ക്ഷേത്രത്തിൽനിന്ന് അമ്മയും അമ്മൂമ്മയും എത്തിയതേയുള്ളൂ. ഒപ്പം ബന്ധുക്കളായ സ്ത്രീകളാരൊക്കെയോ ഉണ്ട്. ചിദംബരത്ത് എത്തിയാൽ പിന്നെ അമ്മയെ ഒറ്റയ്ക്ക് കാണാൻ കഴിയില്ല.

രാത്രി വൈകിയാണ് ഉറങ്ങിയത്. മനസ്സിലൊരു താളവും അതിന്റെ ലയവും ഒപ്പം ഈരടികളും.

“അലൈപായുതേ കണ്ണാ എൻ
മനംമിഖ അലൈ പായുതേ”

രണ്ട്

വൈകി ഉറങ്ങിയതുകൊണ്ടാവാം ഉണർന്നപ്പോൾ സമയം ഏഴുമണി. ആറുമണിക്ക് എഴുന്നേറ്റ് യോഗാശ്രമത്തിൽ പോകേണ്ടതായിരുന്നു. ഒപ്പം വരേണ്ട ഹേമന്തിനേയും കണ്ടില്ല. എഴുന്നേറ്റ് കുളിച്ച് പേപ്പർ വായനയും ബ്രേക്ക്ഫാസ്റ്റും കഴിഞ്ഞിട്ടും അവനെ കണ്ടില്ല. അമ്മാവന്റെ വീട്ടിൽ പോയി അന്വേഷിച്ചു. അവൻ രാവിലെതന്നെ എവിടെയോ പോയിരിക്കുന്നു!

തിരിച്ച് വീട്ടിൽ വന്ന് അപ്പൂപ്പൻ ഉപയോഗിച്ചിരുന്ന ഓഫീസ്മുറി തുറന്നു. മുറിയിൽ കയറുമ്പോൾ അപ്പൂപ്പനേക്കാൾ ഓർമ്മവരുന്നത് അമ്മൂമ്മയുടെ മനസ്സിലെ സ്നേഹമാണ്.

അഞ്ചുമിനിറ്റ് മുൻപുവരെ ഒരാൾ ഉപയോഗിച്ചിരുന്നുവെന്ന് തോന്നിപ്പിക്കുന്ന മുറി. രാവിലെതന്നെ ചെറിയ ഓട്ടുപാത്രത്തിൽ വെള്ളം നിറച്ച് നന്ത്യാർവട്ടപൂക്കളും കൃഷ്ണതുളസിയുടെ ഇലകളും ഇട്ട് അപ്പൂപ്പൻ മേശമേൽ വയ്ക്കുമായിരുന്നു. കണ്ണിനും ശ്വസനത്തിനും ഉത്തമമാണത്രെ! അതേ ഓട്ടുരുളിയിൽ രാവിലെ ഇറുത്ത നന്ത്യാർവട്ടപൂക്കളും തുളസി ഇലകളും മേശപ്പുറത്ത് ഇരിക്കുന്നു. തൊട്ടടുത്ത് അപ്പൂപ്പന്റെ കണ്ണാടി. ഓഫീസ് മുറിയുടെ ഒരു ഭാഗം മുഴുവനും പുസ്തകങ്ങളാണ്. ചില്ല് അലമാരകളിൽ എല്ലാം നന്നായി അടുക്കിവച്ചിരിക്കുന്നു. കഴിഞ്ഞ പ്രാവശ്യം വന്നപ്പോൾ ഒരു അലമാര തുറന്നുകിടക്കുന്നതുകണ്ട് ചോദിച്ചപ്പോൾ അമ്മൂമ്മ പറഞ്ഞ മറുപടി ഓർമ്മ വന്നു.

"അപ്പൂപ്പൻ ചിലപ്പോൾ അങ്ങനെയാണ്. പുസ്തകങ്ങൾ എടുത്ത ശേഷം അലമാര അടയ്ക്കില്ല."

അപ്പൂപ്പൻ ഉപയോഗിച്ചിരുന്ന തബല വെറുതെ തൊട്ടുനോക്കി. തബല വായിക്കുമ്പോൾ ഇടയ്ക്കിടെ തുണികൊണ്ട് നെറ്റി തുടയ്ക്കുമായിരുന്നു അപ്പൂപ്പൻ. അതിനാവാം തബലയുടെ അടുത്ത് അലക്കിതേച്ച് നാലായി മടക്കിയ കർചീഫ് വച്ചിരിക്കുന്നത്. അമ്മൂമ്മ ഒരു ദിവസം എത്ര സമയം ഈ മുറിയിൽ ചിലവഴിക്കുന്നുണ്ടാകും? ചോദിക്കണം.

"ശ്രീയേട്ടാ...!"

ഹേമന്ത് തൊട്ടുപിൻപിൽ. സമയം പത്തര.

"ഹേമന്ത്. നീ എവിടെയായിരുന്നു? യോഗയും മറന്നു! എല്ലാം മറന്ന് എവിടെയോ കറങ്ങാൻ പോയി അല്ലേ?"

പോക്കറ്റിൽ നിന്ന് ഒരു പേപ്പർ ഉയർത്തി പിടിച്ച് ഹേമന്ത് ഉത്സാഹ ത്തോടെ പറഞ്ഞു.

"യോഗയോ? അതിലും പ്രധാനപ്പെട്ട ഒരു മിഷൻ അക്കംപ്ലിഷ് ചെയ്തിട്ടല്ലേ ഈ യോദ്ധാവ് വരുന്നത്?"

"എന്താണവോ അത്?" ആകാംക്ഷയോടെ ചോദിച്ചു.

"ശ്രീയേട്ടന്റെ ബി.പി. കൂട്ടിയ നൃത്തക്കാരിയുടെ ഫുൾ ഡീറ്റെയിൽസ് കളക്റ്റ് ചെയ്തു!"

"അതെയോ? എവിടെ?" മനസ്സ് പെട്ടെന്ന് തുള്ളി. കടലാസ് മറച്ചു വച്ചിട്ട് ഹേമന്ത് പറഞ്ഞു.

"ആദ്യം ദക്ഷിണ. നത്തിംങ്ങ് ഈസ് ഫ്രീ!"

"ആയിക്കോട്ടെ. നിന്നെ നന്നായി കണ്ടോളാം പോരേ?"

തമാശ പറഞ്ഞെങ്കിലും മനസ്സിനൊരു വെമ്പൽ. ഹേമന്ത് കൈയി ലിരുന്ന കടലാസ് ഉയർത്തിപിടിച്ച് വായിച്ചു.

"പേര് വീണ. അച്ഛൻ ശിവശങ്കരൻ. ഫൈനൽ ഇയർ ഡിഗ്രി വിദ്യാർ ത്ഥിനി. താമസം അണ്ണാമലൈനഗർ അടുത്ത്. അച്ഛൻ കോട്ടൺയാൺ മിൽ ഓണർ. ഒരേയൊരു മകൾ. ഒൺലി ചൈൽഡ്! ഭരതനാട്യ നർത്തകി. കഴിഞ്ഞവർഷവും നാട്യാഞ്ജലിയിൽ പങ്കെടുത്തിട്ടുണ്ട്."

പൊട്ടിച്ചിരിച്ചുപോയി.

"ഹേമന്ത്. നീ..." മുഴുവനാക്കാൻ സമ്മതിക്കാതെ ഹേമന്ത് പറഞ്ഞു.

"വെയ്റ്റ്! വെയ്റ്റ്! കഴിഞ്ഞില്ല. ഇന്ന് വൈകുന്നേരം 5.30-ന് ഒരു ഇന്റർ വ്യൂവും ഉറപ്പിച്ചു. തയ്യാറായിക്കൊള്ളുക."

ഹേമന്ത് കുസൃതിയോടെ പറഞ്ഞു.

"ഹേമന്ത്, അത് വേണ്ടിയിരുന്നില്ല എന്നോട് പറയാതെ... നീ കുറച്ച ധികം സ്മാർട്ടായി." വിശ്വസിക്കാൻ കഴിഞ്ഞില്ല.

"ശ്രീയേട്ടാ, എനിക്കറിയില്ലേ ശ്രീയേട്ടന്റെ മനസ്സ്? ഇന്നലെ മുതൽ ഇതുവരെ ഇല്ലാത്ത ഒരു ഭാവം! രാഗം! താളം!"

"തനിയെ ഇരുന്ന് തയ്യാറെടുപ്പ് നടത്തിക്കോളൂ! എന്തെങ്കിലും സഹായം വേണമെങ്കിൽ വിളിക്കാം. ഞാൻ അമ്മൂമ്മയെ കണ്ടിട്ടുവരാം..."

ഹേമന്ത് വീടിനുള്ളിലേക്ക് കയറിപ്പോയി.

മനസ്സിന് ഒരു സംഭ്രമം തോന്നുന്നു. ഒരു ധൈര്യക്കുറവ്. ഒപ്പം സന്തോ ഷവും.

വീണ! അതാണ് ആ കുട്ടിയുടെ പേര്! ഇന്നലെ മുഴുവനും ആ നൃത്തമായിരുന്നു മനസ്സിൽ. പേരും വിവരങ്ങളും അറിയണമെന്നും

ഉണ്ടായിരുന്നു. പിന്നെ ഒന്നു കാണുകയും സംസാരിക്കുകയും ചെയ്യുന്ന തിലെന്തിനാണ് ധൈര്യക്കുറവ്? ഇന്ന് നേരിട്ട് കാണാം. അഭിനന്ദിക്കാം.

എന്നാലും ഇത്ര പെട്ടെന്നൊരു കൂടിക്കാഴ്ച വേണ്ടിയിരുന്നോ? ആ കുട്ടി തന്നെപ്പറ്റി എന്തു വിചാരിക്കും? ഹേമന്ത് ഇത്ര മുന്നോട്ട് എടുത്ത് ചാടേണ്ടിയിരുന്നില്ല.

ക്ഷേത്രത്തിലേക്ക് പോകുന്നതുവരെ അതുതന്നെയാണ് ആലോചിച്ചു കൊണ്ടിരുന്നത്.

വൈകുന്നേരം ഇറങ്ങിയപ്പോൾ ഒപ്പം ഹേമന്തും വന്നു. വഴിയിൽവച്ച് ഹേമന്ത് പറഞ്ഞു.

"എന്റെ ഒപ്പം പഠിച്ച ശ്രാവണെ ശ്രീയേട്ടന് അറിയില്ലേ? ശ്രാവ ണിന്റെ ചേച്ചിയുടെ ഭർത്താവ് നാട്യാഞ്ജലി കമ്മറ്റി കൺവീനറാണ്. അങ്ങനെയാണ് വിവരങ്ങൾ അറിഞ്ഞത്. മാത്രമല്ല ചേച്ചി ആ കുട്ടിയുടെ കുടുംബവുമായി നല്ല അടുപ്പത്തിലാണ്. രണ്ടുപേരും കുറച്ചുനാൾ ഒരു മിച്ച് സംഗീതം പഠിച്ചിരുന്നത്രെ!

"അതൊക്കെ ശരിതന്നെ. എന്നാലും ഇപ്പോഴൊരു കണ്ടുമുട്ടൽ. ആവശ്യമായിരുന്നില്ല ഇത്ര പെട്ടെന്ന്."

മനസ്സ് മറച്ചുവച്ചാണ് അത് പറഞ്ഞത്. പക്ഷേ ഹേമന്തിന് അത് മനസ്സിലായില്ല. അതുകൊണ്ട് അതിന്റെ ന്യായീകരണവും ഉടനെ എത്തി.

"അതിന് ശ്രീയേട്ടൻ നേരിട്ടുപോയി ഹലോ പറയുകയൊന്നും അല്ല. ശ്രാവണിന്റെ ചേച്ചിയും അവിടെ ഉണ്ടാകും. ശ്രീയേട്ടനെ വീണയ്ക്ക് അവർ പരിചയപ്പെടുത്തികൊടുക്കും."

അതൊരു പുതിയ അറിവായിരുന്നു. അപ്പോൾ ഹേമന്ത് വിപുലമായ പരിപാടിയാണ് ആസൂത്രണം ചെയ്തിരിക്കുന്നത്. ചിരിയും ദേഷ്യവും ഒരുപോലെ വന്നു. അല്പം ഗൗരവത്തിൽതന്നെ പറഞ്ഞു.

"ഹേമന്ത്, നീ വേണ്ടതിലധികം പബ്ലിസിറ്റി കൊടുത്തു അല്ലേ! ആകെ നാണക്കേടാകുന്ന ലക്ഷണം ഉണ്ട്."

സത്യത്തിൽ വല്ലാതെ ജാള്യത തോന്നുകയും ചെയ്തു. ഇനി പിന്നിലേക്ക് പോകാനും വയ്യ. എന്നാൽ ഹേമന്ത് പറഞ്ഞു.

"ഒന്നുമില്ല ശ്രീയേട്ടാ. അവരല്ലാതെ മറ്റാരും അറിഞ്ഞിട്ടില്ല. ശ്രീയേ ട്ടനെപോലെ ഒരാൾ വെറുതെ അങ്ങ് കയറി 'ഹലോ' പറയാൻ പാടില്ല. അതൊക്കെ ഡീസന്റായിട്ടുതന്നെ ഞാൻ മാനേജ് ചെയ്തോളാം."

ഹേമന്തിന്റെ സംസാരം കേട്ടപ്പോൾ ചിരിക്കാനാണ് തോന്നിയത്. ഈ കുട്ടിക്കളിക്ക് കൂട്ട് നിൽക്കേണ്ടിയിരുന്നില്ല. ഇപ്പോഴങ്ങനെയാണ് തോന്നു ന്നത്.

ഗോപുരം കടന്ന് ഗണപതി കോവിലിന്റെ മുൻപിലൂടെ നടന്ന് മഹാ

ദേവനെ തൊഴുതു തിരിച്ചുവരുമ്പോൾ ദേവസഭയുടെ മുൻപിലുള്ള ഇട നാഴിയിൽ ചിത്രത്തൂണിനടുത്ത് പകുതിമറഞ്ഞ് നർത്തകി നിൽക്കുന്നു.

ഒപ്പം ഒരു പെൺകുട്ടിയുണ്ട്. മറ്റൊരു സ്ത്രീയും. അടുത്തെത്തിയ പ്പോൾ ഹേമന്ത് പറഞ്ഞു.

"ശ്രീയേട്ടാ, ശ്രാവണിന്റെ ചേച്ചിയാണ്."

ശ്രാവണിന്റെ ചേച്ചി ചിരിച്ചുകൊണ്ട് പറഞ്ഞു.

"ഞാൻ കണ്ടിട്ടുണ്ട്. കഴിഞ്ഞ വർഷം ശിവരാത്രിക്ക്. ഒപ്പം അമ്മയും ഉണ്ടായിരുന്നു." അടുത്തുനിന്ന നർത്തകിയുടെ കൈപിടിച്ച് അവർ പരിചയപ്പെടുത്തി.

"വീണാ, ഇത് ഡോക്ടർ ശ്രീഹരി. തിരുവനന്തപുരത്താണ് ജോലി. ഇവിടെ അമ്മയുടെ വീട്. കുട്ടിയുടെ ഡാൻസ് നന്നായി ഇഷ്ടപ്പെട്ടു. നേരിട്ട് അഭിനന്ദിക്കാനാണ് വന്നത്."

വീണ ചിരിച്ചു. നീണ്ട ഭംഗിയുള്ള കണ്ണുകൾ. കണ്ണുകളിൽ നോക്കി പറഞ്ഞു.

"നൃത്തം വളരെ നന്നായിരുന്നു. അഭിനന്ദനങ്ങൾ."

വീണ ചിരിച്ചുകൊണ്ട് തലയാട്ടി. ഹേമന്തും ശ്രാവണിന്റെ ചേച്ചിയും വീണയുടെ ഒപ്പമുണ്ടായിരുന്ന പെൺകുട്ടിയും കുറച്ചകലെ ദേവസഭയുടെ മുൻപിൽ നടക്കുന്ന വാദ്യാഘോഷങ്ങളുടെ അടുത്തേക്ക് നടന്നു. തങ്ങൾ രണ്ടുപേരേയും തനിച്ചാക്കി ബോധപൂർവം അവർ മാറിനിൽക്കുക യാണെന്ന് മനസ്സിലായി.

"വീണ പഠിക്കുന്നത്?" ശ്രീഹരി ചോദിച്ചു.

"ഫൈനൽ ഇയർ ഡിഗ്രി." ശബ്ദം താഴ്ത്തിയാണ് വീണ സംസാരി ച്ചത്.

മുന്നോട്ട് ഒരു കാൽ വച്ചുകൊണ്ട് ചോദിച്ചു.

"വീണാ, നമുക്കീ ഇടനാഴിയിലൂടെ അല്പം നടന്നാലോ?"

"നടക്കാം" വീണ ഒപ്പം നടന്നു.

തൂവെള്ള പട്ടുപാവാടയും നീല നിറത്തിൽ ഇറക്കമുള്ള ബ്ലൗസു മാണ് വീണ ധരിച്ചിരിക്കുന്നത്. അമ്മൂമ്മയുടെ വീട്ടുമുറ്റത്ത് നിൽക്കുന്ന നീല ശംഖുപുഷ്പങ്ങളെയാണ് പെട്ടെന്ന് ഓർമ്മവന്നത്.

ഇടനാഴികളിലൂടെ ഒന്നിച്ച് നടന്നു. നടന്ന വഴികളിലൂടെ തിരിച്ചു നട ന്നു. ഇടയ്ക്ക് നിന്നു. വീണ്ടും നടന്നു. രണ്ടുപേരും സംസാരിച്ചു. നൃത്തത്തെക്കുറിച്ച്, വീടിനെക്കുറിച്ച്, ഹോസ്പിറ്റലിനെക്കുറിച്ച്, ചിദംബ രത്ത് പെയ്യാറുള്ള മഴയുടെ സംഗീതത്തെക്കുറിച്ച്. ആദ്യമായി പരിചയ പ്പെടുന്നവരെപോലെയായിരുന്നില്ല രണ്ടുപേരും സംസാരിച്ചത്. ചിരകാല സുഹൃത്തുക്കളായിരുന്നവർ വളരെ നാളുകൾക്കുശേഷം വീണ്ടും

കണ്ടുമുട്ടിയപ്പോഴുണ്ടാകുന്ന ആഹ്ലാദമായിരുന്നു രണ്ട് മനസ്സുകളിലും. അദ്ഭുതം തോന്നി. സംസാരിച്ചുകൊണ്ട് ദേവസഭയുടെ മുൻപിലുള്ള ഇടനാഴിയിലെത്തിയപ്പോൾ അവർ മൂന്നുപേരും കാത്തുനിൽക്കുന്നതു കണ്ടു. ഹേമന്തും ശ്രാവണിന്റെ ചേച്ചിയും വീണയുടെ ഒപ്പമുണ്ടായിരുന്ന പെൺകുട്ടിയും!

ഹേമന്തിന്റെ കണ്ണുകളിലെ ആകാംക്ഷയും കുസൃതിയും കണ്ടില്ലെന്ന് നടിച്ചു. വീണയോട് ഒരിക്കൽകൂടി കണ്ണുകൊണ്ട് യാത്ര ചോദിച്ചിട്ട് പുറത്തേക്ക് നടന്നു.

ഇടയ്ക്ക് ഹേമന്ത് ചോദിച്ചു.

"ശ്രീയേട്ടാ, എന്താണ് എൻഡ് റിസൽട്ട്? ഇത്രയും നേരം സംസാരിച്ചതെന്താ?"

മനസ്സിലൊരു വസന്തം പൂത്തുലഞ്ഞു നിൽക്കുന്നു. അതിന്റെ സൗരഭ്യം വാക്കുകളിലൂടെ എങ്ങനെ പറയാൻ കഴിയും.

ശ്രീഹരി പറഞ്ഞു. "സംസാരിച്ചതൊക്കെ നൃത്തം, മഴ. പിന്നെ അങ്ങനെ ഓരോന്നും." ഹേമന്ത് ചിരിച്ചു.

നാളെ രാവിലെ പത്തുമണിക്ക് വീണ്ടും കാണാമെന്ന് പറഞ്ഞാണ് പിരിഞ്ഞത്. അത് ഹേമന്തിനോട് പറഞ്ഞില്ല.

ക്ഷേത്രത്തിൽ വിശേഷപ്പെട്ട ആരതി നടക്കുന്ന സമയമാണത്. തൊഴുതു കഴിഞ്ഞാൽ ഇന്നത്തെപോലെ ഇടനാഴിയിലൂടെ നടക്കാം. സംസാരിക്കാം.

ഹേമന്ത് ചോദിച്ചു.

"നാളെ പിച്ചാവരം യാത്ര പ്ലാൻ ചെയ്യട്ടെ? രാവിലെ പോകാം. ഉച്ചയ്ക്ക് മടങ്ങാം."

"വേണ്ട. നാളെ വേണ്ട. അടുത്ത ദിവസം പോകാം."

ഹേമന്ത് കൂടുതലൊന്നും ചോദിച്ചില്ല. അടുത്ത ദിവസമാകാൻ മനസ്സ് വെമ്പൽകൊള്ളുകയായിരുന്നു.

പത്തുമണിയുടെ ആരതി തൊഴുത് നിൽക്കുമ്പോൾ മനസ്സ് ദൈവസന്നിധിയിലായിരുന്നില്ല. ആരതിയുടെ മണിയടിപോലും കേൾക്കുന്നുണ്ടായിരുന്നില്ല. എത്ര ശ്രമിച്ചിട്ടും കണ്ണുകൾക്ക് ആരെയോ തേടാതിരിക്കാൻ കഴിഞ്ഞില്ല.

ആരതി കഴിഞ്ഞപ്പോഴാണ് വീണയെ കണ്ടത്. ശ്രീകോവിലിന്റെ വലതുഭാഗത്തുള്ള വലിയ മണികളുടെ അടുത്ത് കാത്തുനിൽക്കുന്നു.

വീണ്ടും ഇടനാഴിയിലൂടെ ഒരുമിച്ച് നടന്നു. ചിത്രത്തൂണുകളുടെ ചാരുത കണ്ടാസ്വദിച്ചു. അവിടവിടെ പ്രതിഷ്ഠിച്ചിരിക്കുന്ന വിഗ്രഹങ്ങളുടെ മുൻപിൽ ചേർന്നു നിന്നു തൊഴുതു. നടന്ന വഴികളിലൂടെ വീണ്ടും നടന്നു. വൈകുന്നേരം വീണ്ടും ദേവസഭയുടെ മുൻപിൽ വീണ കാത്തുനിന്നു.

ശിവകാമസുന്ദരി ക്ഷേത്രത്തിനടുത്തുള്ള ശ്രീമുരുകക്ഷേത്രത്തിൽ വീണയോടൊപ്പം തൊഴുതു. അടുത്തുതന്നെ ഒൻപത് ശിവലിംഗങ്ങൾ പ്രതിഷ്ഠിച്ചിരിക്കുന്നത് പുറത്ത് ജനാലയിലൂടെ വീണ കാണിച്ചുതന്നു.

ആകാശം, വായു, അഗ്നി, ജലം, ഭൂമി എന്നീ പഞ്ചഭൂതങ്ങളെ കേന്ദ്രീകരിച്ച് തയ്യാറാക്കുന്ന നൃത്തത്തെക്കുറിച്ച് ഉത്സാഹത്തോടെ വീണ സംസാരിച്ചു.

അടുത്ത ദിവസവും ഇടനാഴികകളിലൂടെ പരസ്പരം മനസ്സ് പങ്കുവെച്ചുകൊണ്ട് നടന്നു. പറഞ്ഞിട്ടും പറഞ്ഞിട്ടും തീരാത്ത കഥകൾ. കേട്ടിട്ടും കേട്ടിട്ടും മതിവരാത്ത വർത്തമാനങ്ങൾ.

നാലുദിവസങ്ങളുടെ ലീവ് തീർന്നപ്പോൾ മൂന്നു ദിവസം കൂടി ലീവ് നീട്ടിയെടുത്തു. അമ്മയ്ക്ക് അതിശയമായിരുന്നു. സന്തോഷവും. അച്ഛന്റെ കാര്യത്തിലായിരുന്നു ഉത്കണ്ഠ. ഫോൺ ചെയ്തപ്പോൾ അച്ഛൻ അസൗകര്യമൊന്നും പറഞ്ഞില്ല. കേസുകളുടെ തിരക്കിലാണ് അച്ഛൻ.

വീണയോടൊപ്പം ഒരു ബോട്ടുയാത്ര! ഹേമന്താണ് ആ മോഹം മനസ്സിൽ നട്ടുനനച്ചത്.

“ശ്രീയേട്ടൻ പിച്ചാവരത്തിന് പോയിട്ടു വരൂ. ഞാനും ഫ്രണ്ട്സും പിന്നെയൊരു ദിവസം പോകാം.”

ഒന്ന് നിർത്തി ചിരിച്ചുകൊണ്ട് ഹേമന്ത് പിന്നെയും പറഞ്ഞു.

“വലിയ വലിയ സെലിബ്രിറ്റീസ് ഒക്കെ പ്രൊപ്പോസ് ചെയ്യുന്നത് പിക്നിക് സ്പോട്ടിൽ വച്ചാണ്. ശ്രീയേട്ടൻ വെറുതെ മിസ്സാക്കണ്ട.”

മനസ്സിലെ ഇഷ്ടം വീണയോട് പറഞ്ഞിട്ടില്ല. ചോദിച്ചിട്ടുമില്ല. ഒന്നും പറയാതെയും ചോദിക്കാതെയും ഇരിക്കുന്ന ഈ നിശ്ശബ്ദതയ്ക്കാണ് സൗന്ദര്യം.

പിച്ചാവരത്തിന് ഒപ്പം വരാൻ വീണയ്ക്ക് ബുദ്ധിമുട്ടുണ്ടാകുമോ? അങ്ങനെ കൂടെ വരാൻ വിളിക്കുന്നത് ശരിയാണോ? മനസ്സിലെ കൂട്ടിക്കിഴിക്കലിനിടയ്ക്ക് വൈകുന്നേരം കണ്ടപ്പോൾ വീണയോട് ചോദിച്ചു.

“നമുക്ക് ഒരു ഔട്ടിങ്ങ്പോയാലോ? പിച്ചാവരം മാൻഗ്രൂവിലേക്ക്? രാവിലെ പോയിട്ട് ഉച്ചയ്ക്ക് മടങ്ങാം.”

വീണ ഒന്നും മിണ്ടിയില്ല. മുഖത്തൊരു സന്ദേഹം കണ്ടു. പക്ഷേ പിരിയുന്ന സമയം പറഞ്ഞു.

“വീട്ടിൽ ചോദിക്കണം. ഞാൻ രാത്രിയിൽ ഫോൺ ചെയ്യാം.”

അപ്രതീക്ഷിതമായിരുന്നു പിച്ചാവരത്തേക്കുള്ള യാത്ര. വളരെ നിർബന്ധിച്ച് ഹേമന്തിനേയും ഒപ്പം കൂട്ടി. കാറ് ഡ്രൈവ് ചെയ്തത് ഹേമന്താണ്.

ചിദംബരത്തുനിന്നും പിച്ചാവരത്തിന് പതിന്നാലു കിലോമീറ്ററാണ്. പിച്ചാവരത്തിനടുത്ത് ഗംഗൈകൊണ്ട ചോളപുരത്ത് വീണയുടെ

കൂട്ടുകാരിയുണ്ട്. ഒരുമിച്ച് ഡാൻസ് പഠിച്ചവർ. കൂട്ടുകാരിയെ കാണാൻ പോകുന്നുവെന്ന് പറഞ്ഞാണ് വീണ വീട്ടിൽ നിന്നും അനുവാദം വാങ്ങിയത്. മടങ്ങുന്ന വഴിക്ക് കൂട്ടുകാരിയെ കാണുകയും വേണം.

ബോട്ടിങ്ങിന് വളരെ നിർബന്ധിച്ചിട്ടും ഹേമന്ത് ഒപ്പം വന്നില്ല. പരിചയമുള്ള ഒരു തുഴക്കാരനെ ഇടപാട് ചെയ്തിട്ട് ഒരു മണിക്കൂറിനകം വരാമെന്ന് പറഞ്ഞ് എവിടെക്കോ സ്ഥലം വിടുകയും ചെയ്തു.

കണ്ടൽക്കാടുകളുടെ ഇടയിലൂടെയുള്ള കാനനഭംഗി ഹൃദ്യമായിരുന്നു. കണ്ടൽച്ചെടികൾകൊണ്ട് സമൃദ്ധമായ ചില ജല ഇടുക്കുകളിൽ വളരെ സമയം ബോട്ട് നിർത്തി. സൊരപുന്നൈ എന്നാണത്രെ കണ്ടൽ ചെടികൾ അറിയപ്പെടുന്നത്. സുനാമിയിൽ തകർന്ന കോട്ടേജുകളുടെ അവശിഷ്ടം വഴിയിലെവിടെയോ കണ്ടു. ചില ഭാഗങ്ങളിൽ തില്ലൈ മരത്തിന്റെ ഇലകൾ കൈയ്യെത്തിപിടിക്കാൻ പാകത്തിൽ വെള്ളത്തിലേക്കു നീണ്ടുകിടന്നിരുന്നു.

കിളികൾ കൂട്ടമായി ചിലച്ചുകൊണ്ടിരുന്ന കണ്ടൽച്ചെടികളാൽ ചുറ്റപ്പെട്ട ചെറിയ ജലയിടുക്കിൽ വീണ്ടും ബോട്ട് നിർത്തികൊണ്ടു തുഴക്കാരൻ പറഞ്ഞു.

"ഈ ഭാഗം നോക്കൂ. ലോകത്തെവിടെയും കാണാൻ കഴിയാത്ത ഭംഗിയുള്ള പക്ഷികൾ ഇവിടെ കാണാം. സഞ്ചാരികളാരും ഉപദ്രവിക്കാറില്ല. അതുകൊണ്ട് അവ ഇവിടം വിട്ടു പോകാറില്ല."

ശരിയാണ്. ധാരാളം പക്ഷികൾ വൃക്ഷചില്ലകളിൽ ഇരിക്കുന്നു. ഒന്നിൽ നിന്നും മറ്റൊന്നിലേക്ക് ചിറക് താഴ്ത്തി പറക്കുന്നു.

മഞ്ഞയും നീലയും പുതപ്പണിഞ്ഞ രണ്ട് കുഞ്ഞിക്കുരുവികളെ ചൂണ്ടി കാണിച്ചുകൊണ്ട് വീണ ചോദിച്ചു.

"അടുത്ത ഡാൻസ് പ്രോഗ്രാമിന് ഈ കളർ കോമ്പിനേഷൻ നന്നായിരിക്കും അല്ലേ."

"നന്നായിരിക്കും. എന്നാണ് അടുത്ത ഡാൻസ് പ്രോഗ്രാം?"

"പ്രാക്ടീസ് തുടങ്ങിയിട്ടേയുള്ളൂ." വീണ പറഞ്ഞു.

അതു പറഞ്ഞപ്പോൾ മറ്റൊരു ചോദ്യം ചോദിക്കാനാണ് തോന്നിയത്.

"ഞാൻ എന്നാണ് അച്ഛനേയും അമ്മയേയും കൂട്ടി വീട്ടിലേക്ക് വരേണ്ടത്?"

വീണ ആദ്യം അമ്പരപ്പോടെ മുഖത്തേക്ക് നോക്കി. പിന്നെ അർത്ഥം മനസ്സിലായതുപോലെ ചിരിച്ചു.

കൈയിലിരുന്ന തില്ലൈ ചെടിയുടെ നീണ്ട ഇലയിൽ കൈനഖം കൊണ്ട് എന്തോ എഴുതി.

ഇല നീട്ടികൊണ്ട് പറഞ്ഞു.

"ഇതാ ഇതു വായിക്കൂ."

ഇലയിൽ നഖം കൊണ്ട് വീണ കോറിയത് വായിച്ചു.

"ഇന്ന് അല്ലെങ്കിൽ നാളെ! എത്രയും വേഗം. ഞാൻ കാത്തിരിക്കും."

ചിരിച്ചുകൊണ്ട് നോക്കിയപ്പോൾ മുഖത്തെ അരുണിമയും കണ്ണുകളിലെ നക്ഷത്രങ്ങളും കൈകൊണ്ട് മറച്ച് വീണ തലകുനിച്ചിരുന്നു.

തിരിച്ച് ബോട്ട് കരയ്ക്കണയാറായപ്പോൾ ഏതോ നഷ്ടബോധം ഉള്ളിൽ. ഒന്നിച്ചുള്ള യാത്ര ഹൃദ്യമായൊരു അനുഭവമായിരുന്നു. കരയ്ക്ക് എത്തിയപ്പോൾ ബോട്ടിൽനിന്ന് ആദ്യം ശ്രീഹരി ഇറങ്ങി വീണയ്ക്ക് നേരെ കൈനീട്ടി. ആ കൈയിൽ പിടിച്ചാണ് വീണ ബോട്ടിൽ നിന്ന് ഇറങ്ങിയത്.

പരസ്പരം കൈപിടിച്ച് മുഖത്തോട് മുഖം നോക്കി പരിസരം മറന്ന് രണ്ടുപേരും നിന്നു. പെട്ടെന്ന് എന്തോ കണ്ടതുപോലെ വീണ ഭയത്തോടെ കൈ പിൻവലിച്ചു. തൊട്ടടുത്ത് ഒരു ബോട്ട് സ്റ്റാർട്ട് ചെയ്ത് വേഗത്തിൽ യാത്ര പുറപ്പെട്ടത് ശ്രദ്ധിച്ച് വിളറിയ മുഖത്തോടെ വീണ നിന്നു. ബോട്ടിൽ ഇരുന്നുകൊണ്ട് ഒരാൾ തങ്ങളെതന്നെ ഉറ്റുനോക്കിക്കൊണ്ടിരിക്കുന്നു.

വീണയുടെ ചുണ്ടുകൾ മന്ത്രിച്ചു.

അച്ഛൻ!

വേഗത്തിൽ മുന്നോട്ട് കുതിക്കുന്ന ബോട്ടിലിരുന്ന് അച്ഛൻ വീണ്ടും തിരിഞ്ഞുനോക്കുന്നു. പിന്നെയും പിന്നെയും.

മൂന്ന്

വീട്ടിലെത്തി രാവിലെ പത്ത് മണി കഴിഞ്ഞിട്ടും തലേന്ന് രാത്രിയിലെ ഉറക്കം കണ്ണുകളിൽ വിട്ടുമാറാതെ നിൽക്കുന്നുണ്ട്. ട്രെയിനിൽ അധികം തിരക്കുണ്ടായിരുന്നില്ല. ഏസിയുടെ സുഖകരമായ തണുപ്പിലും ഉറക്കം കൺപോളകളെ തഴുകാൻ മടിച്ച് മാറിനിന്നു. മനസ്സിൽ സുഖകരമായ ഒരു അസ്വസ്ഥത. ചിദംബരത്തേക്കുള്ള യാത്രയിൽ ഇതായിരുന്നില്ല മനസ്സ്.

ബ്രേക്ക് ഫാസ്റ്റ് കഴിഞ്ഞ് കട്ടിലിൽ വെറുതെ കിടന്നു. പുതിയതായി വാങ്ങിയ പുസ്തകങ്ങളിൽനിന്ന് 'ബ്രിങ്ങ് ഔട്ട് ദ മാജിക് ഇൻ യുവർ മൈൻഡ്' എടുത്ത് കൈയിൽ വച്ചു. ഒന്നുറങ്ങണം. കണ്ണടച്ചാൽ രണ്ട് സ്വർണ്ണപക്ഷികൾ മുൻപിൽ നിൽക്കുന്നുണ്ടാവും. അവ ചുവടുകൾ വയ്ക്കുകയാണ്. ഒപ്പം എവിടെ നിന്നോ ഹൃദ്യമായ ഈരടികളും ഒഴുകിയെത്തുന്നു. "അലൈപായുതേ കണ്ണാ..."

അടുത്ത പ്രാവശ്യം വീണയെ കാണുമ്പോൾ ചോദിക്കണം. ഇത്ര പെട്ടെന്ന് പരസ്പരം അടുക്കാൻ മാത്രം ഏതു ജന്മത്തിന്റെ താഴ്വരയിൽ വച്ചാണ് നമ്മൾ കണ്ടുമുട്ടിയത്? നമ്മളൊന്നിച്ച് ഈ വഴിത്താരയിൽ എത്രയോ പ്രാവശ്യം നടന്നു പോയിട്ടുണ്ടാകും. സൂര്യചന്ദ്രന്മാർ നമ്മളെ കണ്ടിട്ടുണ്ടാവണം. നക്ഷത്രങ്ങൾ നമ്മളെ നോക്കി കണ്ണുകൾ ചിമ്മിയിട്ടുണ്ടാകണം.

ഇനി എന്നാണ് വീണയെ കാണുന്നത്? പിച്ചാവരം യാത്രയുടെ അവസാനം അച്ഛനെ കണ്ടതു മുതൽ വീണ നന്നായി പരിഭ്രമിച്ചിരുന്നു. ബോട്ടിങ്ങിനിടയ്ക്ക് അച്ഛനേയും അമ്മയേയും കുറിച്ച് വീണ ധാരാളം സംസാരിച്ചിരുന്നു. അച്ഛനെക്കുറിച്ച് പറയുമ്പോൾ സ്നേഹത്തിന്റെ ഒരു കടൽ തന്നെ ഉണ്ടായിരുന്നു ആ കണ്ണുകളിൽ.

എല്ലാം ഷെയർ ചെയ്യാൻ പറ്റുന്ന സ്നേഹിതനെപോലെ അച്ഛൻ. ഏത് കാര്യത്തിലും അഭിപ്രായം പറയാൻ സ്വാതന്ത്ര്യം തരുന്ന അച്ഛൻ.

അച്ഛൻ പറയാറുണ്ടത്രെ.

"നീ ഒരു മകനായിരുന്നെങ്കിൽ പഠിപ്പിച്ച് ഞാനൊരു ഡോക്ടർ

ആക്കുമായിരുന്നു. നിനക്കും ആകാമായിരുന്നു. പക്ഷേ സംഗീതത്തിലും നൃത്തത്തിലുമല്ലേ നിന്റെ മനസ്സ്."

നൃത്തമാണ് താത്പര്യമെന്ന് മനസ്സിലാക്കിയതിൽപിന്നെ അതിൽ കൂടുതൽ ശ്രദ്ധിക്കാനാണ് അച്ഛൻ പറയാറുള്ളതത്രെ.

വീണ പറഞ്ഞു "എന്റെ എല്ലാ ഡാൻസ് പ്രോഗ്രാമിനും എത്ര തിരക്കുണ്ടെങ്കിലും അച്ഛൻ മുൻനിരയിൽ ഉണ്ടാകും. വേറെ ഒരു പ്രോഗ്രാമിനും അച്ഛൻ പോകാറില്ല."

അച്ഛനറിയാതെ ഒരാളിന്റെകൂടെ ഒറ്റയ്ക്ക് പിച്ചാവരത്തിനുപോയതിന്റെ കുറ്റബോധം കൊണ്ടാവും വീണ അത്ര പരിഭ്രമിച്ചത്.

അച്ഛൻ ദേഷ്യപ്പെട്ടിട്ടുണ്ടാകുമോ? വിവരങ്ങൾ ചോദിച്ചറിഞ്ഞിട്ടുണ്ടാകും. ഇങ്ങനെ പോകാൻ പാടില്ലെന്ന് താക്കീത് കൊടുത്തിട്ടുണ്ടാകും.

അത് ലംഘിക്കാൻ പെട്ടെന്ന് വീണയ്ക്കാവില്ല. അറിയാം. അതാവാം ഫോൺ വിളിച്ചിട്ട് എടുക്കാതിരിക്കുന്നത്. ഒരു ദിവസം കൂടി കഴിഞ്ഞിട്ട് വീണ്ടും അങ്ങോട്ട് വിളിക്കാം.

അടുത്ത ദിവസം രാവിലെ വീണയെ വിളിച്ചു.

ഫോൺ സ്വിച്ച് ഓഫ്!

ഉച്ചയ്ക്ക് വീണ്ടും വിളിച്ചു. ഫോൺ സ്വിച്ച് ഓഫ് തന്നെ. രാത്രിയിലും വീണയെ ഫോണിൽ കിട്ടിയില്ല.

പിറ്റെ ദിവസം ഹോസ്പിറ്റലിലെ തിരക്കിനിടയ്ക്കാണ് വീണയുടെ കോൾ വന്നത്. അറ്റൻഡ് ചെയ്യുന്നതിനു മുൻപ് കട്ട് ചെയ്യുകയും ചെയ്തു. തിരിച്ച് വിളിച്ചപ്പോൾ വീണ്ടും സ്വിച്ച് ഓഫ്. അടുത്ത് ദിവസവും അതിനടുത്ത ദിവസവും വീണ വിളിച്ചില്ല. അങ്ങോട്ട് വിളിക്കാനും കഴിയുന്നില്ല. കാര്യമായ എന്തോ പ്രശ്നമുണ്ട്. ഹേമന്തുമായി സംസാരിച്ച് കാര്യം മനസ്സിലാക്കിയാലോ എന്ന് ആലോചിച്ചിരുന്നപ്പോഴാണ് പെട്ടെന്ന് രാത്രിയിൽ വീണയുടെ ഫോൺ വന്നത്.

വിറയ്ക്കുന്ന ശബ്ദത്തിൽ വീണ പറഞ്ഞു. പിച്ചാവരത്തിൽനിന്ന് വന്ന അന്നു വൈകുന്നേരം അച്ഛൻ നിർദ്ദയം പറഞ്ഞു.

"നീ ഇനി എവിടെയും പോകാൻ പാടില്ല. പഠിത്തം നിർത്താം. സംഗീതവും ഡാൻസും വേണ്ട. വീട്ടിൽ നിന്ന് പുറത്തുപോകാൻ ഞാൻ സമ്മതിക്കില്ല."

"എന്തുകൊണ്ട്?" വീണ ചോദിച്ചുവത്രെ. അച്ഛന്റെ മറ്റൊരു മുഖമായിരുന്നു അവിടെ കണ്ടത്.

"വേണ്ട എന്ന ഒറ്റ ഉത്തരം! അതിനപ്പുറത്തേക്കു ചോദ്യങ്ങൾ വേണ്ട."

ഫോൺ വിളിക്കാൻ അനുവാദമില്ല. പുറത്തുപോകാനോ. ആരെയെങ്കിലും കാണാനോ സമ്മതമില്ല. അച്ഛൻ ആളാകെ മാറിയിരിക്കുന്നു.

തന്നെപ്പറ്റിയെല്ലാം വീണയോട് ചോദിച്ചു മനസ്സിലാക്കിയത്രെ. അച്ഛനേയും അമ്മയേയും കൂട്ടി എന്നാണ് വരേണ്ടതെന്ന് താൻ ചോദിച്ചുവെന്ന് വീണ പറഞ്ഞുപോലും. അതുകേട്ടപ്പോൾ ദേഷ്യംകൊണ്ട് അദ്ദേഹം പൊട്ടിത്തെറിക്കുകയാണുണ്ടായത്. അതാണ് വീണയ്ക്ക് മനസ്സിലാകാത്തത്.

ഇങ്ങനെ നിയന്ത്രണാതീതനായി അച്ഛനെ ഇതുവരെ കണ്ടിട്ടില്ല. ഉടനെ വരണം. അച്ഛനേയും അമ്മയേയും കൂട്ടി വരണം. അച്ഛന്റെ ദേഷ്യത്തിനു മുൻപിൽ അധികം പിടിച്ചുനിൽക്കാനാവില്ല.

വീണയുടെ ശബ്ദം ചിലമ്പിച്ചിരുന്നു. വാക്കുകളിൽ എവിടെയൊക്കെയോ വിതുമ്പലുണ്ടായിരുന്നു.

എന്തു ചെയ്യണം? എവിടെ തുടങ്ങണം? ഇത്രയും വലിയൊരു എതിർപ്പ് ഉണ്ടായ സ്ഥിതിക്ക് എത്രയും വേഗം വീണയുടെ വീട്ടിൽ പോയി സംസാരിക്കണം.

അമ്മയോടോ അമ്മൂമ്മയോടോ ആരോടാണ് ആദ്യം പറയേണ്ടത്?

അമ്മൂമ്മയോട് പറയാൻ ജാള്യത തോന്നുന്നു. അമ്മ കൂട്ടുകാരിയെ പോലെയാണ്. അമ്മയോട് നാളെ തന്നെ സംസാരിക്കണം. പെട്ടെന്ന് യോഗേഷിനെ ഓർമ്മവന്നു. യോഗേഷിന്റെ തീരുമാനങ്ങൾക്ക് പ്രായത്തിലും കൂടുതൽ പക്വതയുണ്ട്. അമ്മയോട് സംസാരിക്കുന്നത് അതിനുശേഷമാവാം. അമ്മ എതിരു പറയില്ല എന്ന് ഉറപ്പുണ്ട്.

വീണയുടെ അച്ഛന്റെ എതിർപ്പ് അപ്രതീക്ഷിതമാണെന്നും അതുകൊണ്ടുതന്നെ പെട്ടെന്ന് ധൃതിപ്പെട്ട് തീരുമാനമൊന്നും എടുക്കേണ്ടതില്ലെന്നും യോഗേഷ് പറയുമെന്നാണ് വിചാരിച്ചത്. എല്ലാം സംസാരിച്ചു കഴിഞ്ഞപ്പോൾ പക്ഷേ യോഗേഷിന്റെ പ്രതികരണം മറ്റൊന്നായിരുന്നു. യോഗേഷ് ചോദിച്ചു.

"വീണയുടെ അച്ഛൻ എതിർക്കുന്നതിലെന്താണ് അസ്വാഭാവികത? ആരായാലും അങ്ങനെയല്ലേ ചെയ്യൂ?"

എന്നിട്ട് വർഷങ്ങളുടെ അനുഭവജ്ഞാനമുള്ള പക്വതയുള്ളവനെ പോലെ പറഞ്ഞു

"എന്തായാലും വീണയുടെ വീട്ടിൽ അച്ഛനും അമ്മയും കൂടി പോകണം. എത്രയും പെട്ടെന്ന് തീരുമാനമെടുക്കണം. കാര്യം സീരിയസ്സാണെന്ന് മനസ്സിലാകുമ്പോൾ വീണയുടെ അച്ഛൻ എതിർക്കില്ല."

പിന്നെയും വീണയുടെ കോൾ ഉണ്ടായിരുന്നു. ഒരു സെക്കൻഡ് മാത്രം. അങ്ങോട്ട് തിരികെ വിളിച്ചപ്പോൾ ഫോൺ സ്വിച്ച് ഓഫ്.

പ്രശ്നത്തിന്റെ ഗൗരവം മനസ്സിലാകുന്നുണ്ട്. എന്നാലും അമ്മയോട് സംസാരിക്കുമ്പോൾ ഒരു സന്ദേഹം മനസ്സിലുണ്ടായിരുന്നു.

പക്ഷേ എല്ലാം പറഞ്ഞുകഴിയുന്നതുവരെ അമ്മ ഒന്നും സംസാരിച്ചില്ല. പിന്നെ ചോദിച്ചു.

“ഈ പറഞ്ഞ സംഭവങ്ങളെല്ലാം അതേപടി നടന്നതുതന്നെയല്ലേ ശ്രീഹരി? നിന്റേയും ഹേമന്തിന്റേയും ഭാവന ഒന്നും കൂട്ടിചേർത്തിട്ടില്ലല്ലോ?”

“സത്യമാണ് അമ്മാ. ഇവിടെ എത്തിയിട്ട് അമ്മയോട് സംസാരിക്കാമെന്ന് വിചാരിച്ചു.”

അമ്മ ചിരിച്ചു. എന്നിട്ട് പറഞ്ഞു.

“അവിടെ വച്ച് സംസാരിച്ചിരുന്നുവെങ്കിൽ എനിക്കും കാണാമായിരുന്നു. നിന്റെ അമ്മാവനോടും അമ്മൂമ്മയോടും ഈ കാര്യം പറയാനും സാധിച്ചേനേ...”

“ഇനിയും അമ്മ പറഞ്ഞാൽ മതി. വീണയുടെ അച്ഛൻ ഇത്ര എതിർക്കുന്നത് എന്താണെന്ന് മനസ്സിലാകുന്നില്ല.”

“അതിലെന്താണ് തെറ്റ് ശ്രീഹരി? ആരായാലും അങ്ങനെ പറയില്ലേ? ഏതായാലും ഞാൻ അച്ഛനുമായി സംസാരിക്കട്ടെ.”

അമ്മ അച്ഛനുമായി വിശദമായി സംസാരിച്ചിട്ടുണ്ടാകണം. രാവിലെ ബ്രേക്ക്ഫാസ്റ്റ് കഴിച്ചുകൊണ്ടിരുന്നപ്പോൾ അച്ഛനും ഒപ്പം വന്നിരുന്നു.

അച്ഛൻ പറഞ്ഞു.

“ശ്രീഹരി, കാര്യങ്ങളെല്ലാം അമ്മ പറഞ്ഞു. എന്റെ അഭിപ്രായത്തിൽ ആദ്യം അമ്മൂമ്മയും അമ്മാവനുംകൂടി അവരുടെ വീട്ടിൽ പോയി സംസാരിക്കട്ടെ. അടുത്ത സ്ഥലമല്ലേ? പറഞ്ഞുവരുമ്പോൾ പരസ്പരം അറിയുന്നവർതന്നെ ആയിരിക്കും!”

ശരിയല്ലേ എന്ന മട്ടിൽ അച്ഛൻ തന്റെ മുഖത്തേക്കു നോക്കി.

എന്നിട്ട് അമ്മയോട് എന്നപോലെ പറഞ്ഞു.

“അടുത്ത ആഴ്ചയിൽ നമുക്ക് പോകാം. നമ്മൾ പോകുമ്പോൾ അത് ഫോർമൽ ആകും. ആദ്യം അവരുടെ മനസ്സറിയട്ടെ!”

അച്ഛൻ പറഞ്ഞത് ശരിയാണെന്ന് തോന്നി. വീണയ്ക്ക് അച്ഛൻ ഇത്ര കർക്കശമായി നിയന്ത്രണം ഏർപ്പെടുത്തിയ സ്ഥിതിക്ക് ആദ്യം പരിചയമുള്ളവർ പോകുകതന്നെയാണ് നല്ലത്. ഹേമന്തും അമ്മാവനും ചിദംബരത്ത് അപരിചിതരല്ല. വീണയുടെ അച്ഛൻ സ്പിന്നിങ്ങ് മിൽസ് ഓണർ ആണന്നാണല്ലോ ഹേമന്ത് പറഞ്ഞത്. അമ്മാവനും ബിസിനസ്കാരനായതുകൊണ്ട് പരസ്പരം പരിചയമുണ്ടാകാനാണ് സാധ്യത. അവർ സംസാരിക്കുമ്പോൾതന്നെ പ്രശ്നങ്ങൾ പരിഹരിക്കപ്പെട്ടേക്കാം.

അച്ഛന്റെ അഭിപ്രായം അറിയിച്ചപ്പോൾ യോഗേഷ് തമാശരൂപേണ പറഞ്ഞു.

“സൊ എമർജൻസി അങ്ങനെ ഉടനെ പിൻവലിക്കപ്പെടും! ആൾ ദ ബെസ്റ്റ് ശ്രീഹരി!”

മൂന്നുനാല് ദിവസങ്ങൾ തിരക്കുകളുടേതായിരുന്നു. ഹോസ്പിറ്റലിലും വീട്ടിലും. വീടിനുള്ളിൽ കോവണിപ്പടി ഇറങ്ങി വരുമ്പോൾ അച്ഛൻ ചെറുതായിട്ട് ഒന്ന് വീണു. കാൽവഴുതിയാവാമെന്നാണ് ആദ്യം കരുതിയത്. അല്ലെന്ന് മനസ്സിലായപ്പോൾ എല്ലാവരും സംഭ്രമത്തിലായി. ടെസ്റ്റ് ചെയ്തപ്പോൾ ഈ.സി.ജിയിൽ നേരിയ ഡീവിയേഷൻ കണ്ടു. ആൻജിയോഗ്രാമും ആൻജിയോപ്ലാസ്റ്റിയും ചെയ്യണമെന്ന് അച്ഛനുതന്നെ ആയിരുന്നു നിർബന്ധം.

ആൻജിയോഗ്രാം ചെയ്തുകഴിഞ്ഞപ്പോൾ മരുന്ന്കൊണ്ട് മാറ്റാൻ കഴിയുന്ന വളരെ ചെറിയ ബ്ലോക്കാണുള്ളതെന്നും ആൻജിയോപ്ലാസ്റ്റിയുടെ ആവശ്യമില്ലെന്നും അറിഞ്ഞപ്പോഴാണ് ആശ്വാസമായത്. അച്ഛൻ രണ്ട് ദിവസംകൊണ്ട് തിരക്കുകളിലേക്ക് തിരിച്ചുപോകുകയും ചെയ്തു.

മൂന്നു ദിവസത്തെ ലീവിനുശേഷം വ്യാഴാഴ്ച ഹോസ്പിറ്റലിൽപോയി മടങ്ങി വീട്ടിൽ എത്തുമ്പോൾ അമ്മ മ്ലാനമായ മുഖഭാവത്തോടെ കാത്തു നിൽക്കുന്നുണ്ടായിരുന്നു.

ചിദംബരത്തുനിന്നും അമ്മാവന്റേയും അമ്മൂമ്മയുടെയും ഫോൺ വന്നിരിക്കുന്നു!

വീണയുടെ അച്ഛന് ഈ ബന്ധത്തിന് താത്പര്യമില്ലപോലും!

രണ്ടുപേരും വീണയുടെ വീട്ടിൽ പോയിരുന്നു. ഒപ്പം ഹേമന്തും. പക്ഷേ മൂടികെട്ടിയ മനസ്സോടെയാണ് മടങ്ങിവന്നത്.

അമ്മ വിവരങ്ങൾ അറിയിച്ചതിന്റെ അടുത്ത ദിവസംതന്നെ അമ്മാവൻ വീണയുടെ വിവരങ്ങളെല്ലാം അന്വേഷിച്ചറിഞ്ഞിരുന്നു. ചിദംബരത്ത് നടരാജക്ഷേത്രത്തിന്റെ ഇടനാഴിയിലൂടെ ഒന്നിച്ച് നടന്ന ദിവസങ്ങളിൽ വീണ പറഞ്ഞിരുന്നു. അച്ഛനെക്കുറിച്ച്. അമ്മയെക്കുറിച്ച്. വീട്ടിലെ അരുമയായ തത്തയെക്കുറിച്ച്. അന്ന് കൂടുതലും ശ്രദ്ധിച്ചത് സംസാരത്തിന്റെ രീതിയും കണ്ണുകളുടെ ചലനങ്ങളുമായിരുന്നു.

എന്നിട്ടും അമ്മ പറഞ്ഞ കാര്യങ്ങൾ കൗതുകത്തോടെ കേട്ടിരുന്നു.

"വീണയുടെ അച്ഛൻ ശിവശങ്കരൻ അണ്ണാമലൈ നഗറിനടുത്ത് കോട്ടൺയാൺ മില്ല് നടത്തുന്നു. മകളുടെ പേരാണ് മില്ലിനിട്ടിരിക്കുന്നത്. "വീണാ ലക്ഷ്മി സ്പിന്നേഴ്സ്".

വലിയ സ്ഥാപനമാണ് പോലും! കഴിഞ്ഞവർഷം കുറച്ചു ദിവസങ്ങൾ തൊഴിലാളി സമരം ഉണ്ടായിരുന്നു. വെളിയിൽനിന്നുവന്ന സംഘത്തിലെ ചിലർ മില്ലിലെ തൊഴിലാളികളെ തങ്ങളുടെ താത്പര്യത്തിന് വശംവദരാക്കുകയായിരുന്നു. അതിനുശേഷമാണ് വലിയ മതിലും പാറാവുമൊക്കെ വന്നത്.

അമ്മാവൻ പറഞ്ഞുവത്രെ.

"ഞാൻ അവരെ എല്ലാവരേയും ക്ഷേത്രത്തിൽ കണ്ടിട്ടുണ്ട്. ആ കുടുംബം ആരുമായും വലിയ ലോഹ്യത്തിനൊന്നും പോകാറില്ല."

ക്ഷേത്രവും മില്ലും വീടും മാത്രമായ ഒരു ലോകത്താണ് അയാൾ. പക്ഷേ നല്ല മനുഷ്യനാണ്. സാധുക്കൾക്ക് ധാരാളം സഹായങ്ങൾ ചെയ്യാറുണ്ട്. ക്ഷേത്രത്തിലെ എല്ലാം കാര്യങ്ങൾക്കും കൈയയച്ച് സംഭാവനകൾ തരും. ഒരിക്കൽ ക്ഷേത്രകമ്മിറ്റിയിലേക്കു ക്ഷണിച്ചപ്പോൾ പറഞ്ഞു പോലും.

"എനിക്ക് കഴിയുന്നതൊക്കെ ഈ ക്ഷേത്രത്തിനു വേണ്ടി ഞാൻ ചെയ്യാം. പക്ഷേ കമ്മറ്റിയിലൊന്നും എന്റെ പേരു വേണ്ട!"

അമ്മാവൻ വീണയെ പലപ്രാവശ്യം കണ്ടിട്ടുണ്ട്. അമ്മാവൻ പ്രത്യേകം പറഞ്ഞുപോലും. ആ "കുട്ടി എല്ലാ ശിവരാത്രിയിലും നാട്യാഞ്ജലിയിൽ നൃത്തം ചെയ്യാറുണ്ട്. എല്ലാം കൊണ്ട് ശ്രീഹരിക്ക് യോജിച്ച കുട്ടി തന്നെ!"

സന്തോഷമായിട്ടാണ് വീണയുടെ വീട്ടിൽ പോയത്. പക്ഷേ വിവരം പറഞ്ഞപ്പോൾതന്നെ വീണയുടെ അച്ഛന്റെ മുഖത്ത് നീരസമായിരുന്നു. പോകേണ്ടിയിരുന്നില്ല എന്ന് അമ്മാവനും അമ്മൂമ്മയ്ക്കും തോന്നിയത്രെ.

അമ്മ പറഞ്ഞു.

"ശ്രീഹരീ. ആ കുട്ടിക്ക് ബന്ധത്തിലുള്ള ഏതോ പയ്യനുമായി വിവാഹം പറഞ്ഞു വച്ചിരിക്കുന്നുവെന്ന് അയാൾ പറയുന്നു. ഇതേ കുറിച്ചൊന്നും വീണ പറഞ്ഞില്ലേ?"

"ഇല്ല." പെട്ടെന്ന് മനസ്സ് പ്രക്ഷുബ്ധമായി. വീണ എന്താണ് ഈ വിവരം പറയാതിരുന്നത്. ഇത് സത്യമായിരിക്കുമോ?

അമ്മ വീണ്ടും പറഞ്ഞു.

"പക്ഷേ അമ്മൂമ്മ മറ്റൊരു കാര്യം കൂടി പറഞ്ഞു."

"എന്താണത്?" ആകാംക്ഷയോടെ ചോദിച്ചു.

"വീണയുടെ അച്ഛൻ പറഞ്ഞത് വാസ്തവമാണോ എന്ന് അമ്മൂമ്മയ്ക്കും അമ്മാവനും സംശയമുണ്ട്. അയാൾ വാക്കുകൾ തപ്പിതടഞ്ഞാണ് സംസാരിച്ചത്. ആരോ നിർബന്ധിച്ച് പറയിപ്പിക്കുന്നതുപോലെ തോന്നിയിരുന്നു. മറ്റെന്തോ കാര്യം ഉണ്ടാകും. അതാണ് അയാൾക്ക് താത്പര്യമില്ലാത്തത്."

മറ്റേതോ കാര്യം! ഹേമന്തും അതുതന്നെയാണ് പറഞ്ഞത്. അതെന്തായിരിക്കും? വീണ ഒന്ന് സൂചിപ്പിക്കുകപോലും ചെയ്തിട്ടില്ല. വീട്ടിലേക്ക് അച്ഛനേയും അമ്മയേയും കൂട്ടികൊണ്ടുവരുന്ന കാര്യം പറഞ്ഞപ്പോൾ ആ മുഖത്ത് ഉദിച്ച നിലാവ് കണ്ടതാണ്.

പിന്നെ എന്തുകൊണ്ടായിരിക്കും വീണയുടെ അച്ഛൻ അങ്ങനെ പറഞ്ഞത്?

അമ്മൂമ്മയും അമ്മാവനും പോകേണ്ടിയിരുന്നില്ല. നേരിട്ട് താൻ തന്നെ ആദ്യം പോകാമായിരുന്നു. സംസാരിക്കാമായിരുന്നു.

വീണയെ ഫോണിൽ വിളിക്കാനും സാധിക്കുന്നില്ല. എപ്പോൾ വിളിച്ചാലും ഫോൺ സ്വിച്ച് ഓഫ്.

ഒന്നിലും ശ്രദ്ധിക്കാൻ കഴിയുന്നില്ല. വീണയെ നഷ്ടപ്പെടുന്ന കാര്യം ചിന്തിക്കാനേ ആവുന്നില്ല. അത്രമാത്രം പരസ്പരം അടുത്തുപോയി ദിവസങ്ങൾകൊണ്ട്. ചില സ്നേഹങ്ങൾ മനസ്സിലുണ്ടാക്കുന്ന വർണ്ണങ്ങൾ പ്രതീക്ഷകൾക്കും കാലത്തിനും അതീതമാണെന്ന് മനസ്സിലാകുന്നു.

മെഡിക്കൽ കോളേജിൽ സീനിയറായിരുന്ന ഡോ. മോഹനവർമ്മയെ കളിയാക്കിയിരുന്നത് ഓർമ്മവരുന്നു. സ്നേഹിച്ച പെണ്ണിനു വേണ്ടി പ്രയത്നിച്ചുകിട്ടിയ ബിരുദാനന്തരപഠനംപോലും വേണ്ടെന്ന് വച്ചു മോഹനവർമ്മ. ഇതിലും വലിയൊരു മണ്ടത്തരം ജീവിതത്തിൽ ആർക്കെങ്കിലും ചെയ്യാൻ കഴിയുമോ എന്ന് അന്ന് ആലോചിക്കുമായിരുന്നു.

ഇപ്പോൾ തോന്നുന്നു ഒരുപക്ഷേ താനും വീണയ്ക്കുവേണ്ടി അങ്ങനെയൊരു സന്ദർഭത്തിൽ അതുതന്നെ ചെയ്യുമായിരുന്നു.

എവിടെയോ ജനിച്ചുവളർന്ന ഒരു പെൺകുട്ടി. ഇന്നലെവരെ കണ്ടിട്ടില്ല. പെട്ടെന്ന് മറക്കാനും ഉപേക്ഷിക്കാനും ആകാത്തവിധം ജീവിതത്തിന്റെ ഭാഗമാകുന്നു.

എത്ര സങ്കീർണ്ണമാണ് മനുഷ്യമനസ്സ്!

മനസ്സിലെ മൗഢ്യം മറച്ചുവച്ചാണ് ഷട്ടിൽ കളിക്കാൻ പോയത്. കളി കഴിഞ്ഞ് തിരിച്ചുവന്നപ്പോൾ മൊബൈലിൽ രണ്ട് “മിസ്ഡ് കോൾസ്” രണ്ടും വീണയുടെ കോളുകളാണ്. അമ്പരപ്പും ആഹ്ലാദവും ഒന്നിച്ചു തോന്നി. പെട്ടെന്നുതന്നെ തിരിച്ചുവിളിച്ചു.

ഫോൺ സ്വിച്ച് ഓഫ്!

വീണ്ടും വീണ്ടും വിളിച്ചു. ഫോൺ ഓഫ് തന്നെ.

വീണയ്ക്ക് തന്നോട് എന്തോ പറയാനുണ്ടെന്ന് മനസ്സ് പറയുന്നു. അതിനുള്ള സന്ദർഭമോ സൗകര്യമോ കിട്ടുന്നില്ലെന്നുള്ളതാണ് ഈ ഫോൺവിളികൾ കാണിക്കുന്നത്. വീണയുടെ അച്ഛന്റെ എതിർപ്പിന്റെ കാര്യം മറ്റെന്തോ ആണ്. മനസ്സിലുള്ളത് മറച്ചുവച്ചാണ് അദ്ദേഹം സംസാരിച്ചത്. അതുതന്നെ ആയിരിക്കും വീണയ്ക്കും പറയാനുള്ളത്.

അതറിയണം. ചിദംബരത്തിനു പോകണം. വീണയെ കാണണം. വീണയുടെ അച്ഛനുമായിട്ട് നേരിട്ട് സംസാരിക്കണം. ഈ അനിശ്ചിതത്വം മനസ്സിനും ശരീരത്തിനും ദോഷകരമാണ്.

മനസ്സ് പതറുന്നത് ജോലിയേയും ബാധിക്കുന്നു. പ്രക്ഷുബ്ധമായ മനസ്സോടെ ചെയ്യേണ്ട ജോലിയല്ല തന്റേത്.

പെട്ടെന്നാണ് തീരുമാനമെടുത്തത്.

ചിദംബരത്തേക്കുള്ള ടിക്കറ്റ് ബുക്ക് ചെയ്തശേഷമാണ് അമ്മയോട് പറഞ്ഞത്. വീണയുടെ മൊബൈലിലേക്ക് ഒരു മെസേജ് അയച്ചു. ഭാഗ്യത്തിന് പെട്ടെന്നുതന്നെ വീണയുടെ മറുപടി മെസേജും വന്നു. "ഒ.കെ. ഐ.ആം വെയിറ്റിങ്ങ്."

"ആലോചിച്ച് ഒരു തീരുമാനമെടുത്താൽ മതിയായിരുന്നു. ഇത്ര പെട്ടെന്ന് നീ തനിയേ..."

അമ്മ വിഷമം അറിയിച്ചു.

അമ്മയോട് തമാശയായി പറഞ്ഞു.

"അമ്മാ ഞാനൊരു ഡോക്ടറാണ്! സുഭദ്രാപഹരണത്തിനു പോകുന്ന അർജ്ജുനനല്ല. ചിദംബരം മെഡിക്കൽ കോളേജിൽ ഒരു കോൺഫറൻസ് നടക്കുന്നുണ്ട്. അതും അറ്റൻഡ് ചെയ്യണം."

അമ്മ ചിരിച്ചു. എന്നിട്ട് ശബ്ദം താഴ്ത്തി പറഞ്ഞു.

"ഒന്നും ആലോചിക്കാതെ എടുത്ത് ചാടരുത് ശ്രീഹരി. അമ്മാവനും അമ്മൂമ്മയും അവിടെയുണ്ട്. ഇവിടെ ഞങ്ങളും. വിളിക്കണം."

എന്തോ മറന്നുപോയതുപോലെ അമ്മ പിന്നെയും ചോദിച്ചു.

"നീ നാളെത്തന്നെ മടങ്ങില്ലേ?"

"രണ്ടു ദിവസം. അതിൽ കൂടുതൽ ഇല്ല."

അത്രയേ വിചാരിക്കുന്നുള്ളൂ. വീണയെ കാണണം. എന്നിട്ട് വീട്ടിൽ പോയി അച്ഛനെ കണ്ട് സംസാരിക്കണം. കോൺഫറൻസിൽ കുറച്ചു സമയമെങ്കിലും പങ്കെടുക്കാൻ നോക്കണം.

ചിദംബരത്തേക്കുള്ള യാത്രയിൽ മനസ്സ് സ്വച്ഛമായിരുന്നു. രണ്ടു സ്വർണ്ണപക്ഷികളുടെ ചടുലമായ ചലനങ്ങൾ മാത്രം മനസ്സിൽ. ഒപ്പം ഒരു ദേവരാഗവും!

നാല്

കടൽത്തീരത്തെ ആളൊഴിഞ്ഞ സ്ഥലത്ത് ആവേശത്തോടെ അലയടിച്ചു വരുന്ന തിരകളെ നോക്കി ശിവശങ്കരൻ വെറുതെ ഇരുന്നു. സന്ധ്യയുടെ മുഖത്തെ ചുവന്ന തുടിപ്പ് മാഞ്ഞ് ഇരുളിമ വ്യാപിക്കാൻ തുടങ്ങിയിട്ടും അതേ ഇരിപ്പ് തുടർന്നു.

ഉറക്കം നഷ്ടപ്പെട്ട രാവുകളുടെ എണ്ണം വർദ്ധിച്ചുവരികയാണ്. വർഷങ്ങളുടെ ശ്രമം കൊണ്ടാണ് മനസ്സിനെ സാധാരണ നിലയിലെത്തിച്ചത്. അതൊരു വിജയം തന്നെയായിരുന്നു. ബന്ധങ്ങളിൽനിന്നൊക്കെ വിട്ടകന്ന് കുടുംബത്തേയും കൊണ്ട് ചിദംബരത്ത് എത്തുമ്പോൾ വെട്ടിപിടിക്കാൻ മുൻപിൽ പലതുമുണ്ടായിരുന്നു. എന്നിട്ടും ജീവിതത്തിനും സമാധാനത്തിനുമാണ് മുൻതൂക്കം കൊടുത്തത്.

ഇന്നിപ്പോൾ ഏതാണ് കൈവിട്ടുപോകുന്നത്? അതോ സമാധാനം വെറുമൊരു തോന്നൽ മാത്രമായിരുന്നോ? മുൻപിൽ അനന്തമായി നീണ്ടു പരന്നു കിടക്കുന്ന മഹാസമുദ്രംപോലെ തന്നെയാണ് ജീവിതമെന്ന് വിശ്വസിച്ചുപോകുകയാണ്.

ഒരു തീരം! അതൊരു മരീചികയായി മാറുകയാണോ?

ഇരുണ്ട സന്ധ്യയിലേക്ക് നോക്കുമ്പോൾ മുൻപിൽ വീണയുടെ മുഖം. കരകാണക്കടലിലും വീണയുടെ മുഖം. എവിടെനോക്കിയാലും നൂറു ചോദ്യങ്ങളുമായി ആ വലിയ കണ്ണുകൾ തന്റെ നേർക്ക് നീണ്ടുവരുന്നു.

വേണ്ടതിലധികം കാർക്കശ്യം പ്രകടിപ്പിച്ചപ്പോൾ അമ്പരന്നുപോയ ആ കണ്ണുകളും ഇറുകെ പിടിച്ച ചുണ്ടുകളും കണ്ടില്ലെന്ന് നടിക്കുകയാണ് ചെയ്തത്. മനസ്സ് വിങ്ങിപ്പൊട്ടി നിയന്ത്രണം നഷ്ടപ്പെടുന്ന നിലയിലായപ്പോഴാണ് ദേഷ്യം അഭിനയിച്ച് മുറിയിൽ കയറി വാതിലടച്ച് കൊളുത്തിട്ടത്.

വീണ പുറത്തുനിന്ന് വാതിലിൽ ശക്തിയായി തട്ടിക്കൊണ്ട് ഉച്ചത്തിൽ പറഞ്ഞു.

"അച്ഛാ, ഇത്രയ്ക്ക് നിയന്ത്രണം വിട്ട് ദേഷ്യപ്പെടാതെ. അച്ഛാ കതക് തുറക്കൂ!"

ദേഷ്യവും സങ്കടവും കൊണ്ട് അവളുടെ ശബ്ദം വല്ലാതെ ഉയർന്നിരുന്നു. വീണ വീണ്ടും ചോദിച്ചു.

"അച്ഛാ, അച്ഛനെന്തിനാണ് അവരോട് അങ്ങനെ പറഞ്ഞത്? ആരുമായിട്ടാണ് എനിക്ക് വിവാഹം പറഞ്ഞു വച്ചിരിക്കുന്നത്? ഞാനറിഞ്ഞിട്ടില്ലല്ലോ?"

ഓരോ ചോദ്യവും മനസ്സിൽ കുന്തമുനപോലെ തുളച്ചുകയറുന്നുണ്ടായിരുന്നു. കുറച്ചു സമയത്തെ നിശ്ശബ്ദതയ്ക്കുശേഷം അകന്നുപോകുന്ന പാദങ്ങളുടെ ശബ്ദം കേട്ടുകൊണ്ടാണ് ആശ്വാസത്തോടെ മുറിക്കുള്ളിൽ ഇരുന്നത്.

പ്രഭാതഭക്ഷണം കഴിക്കാതെയാണ് രാവിലെ വീട്ടിൽ നിന്നിറങ്ങിയത്. പതിവിലും നേരത്തെ ഓഫീസിലേക്ക് പുറപ്പെടുകയും ചെയ്തു. വീണയുടെ മുൻപിൽ നിൽക്കാൻ കഴിയുന്നില്ല. അവളുടെ ചോദ്യങ്ങളെ നേരിടാൻ ധൈര്യം കിട്ടുന്നില്ല.

ഇന്ന് ഓഫീസിൽ ഒന്നിലും ശ്രദ്ധിക്കാൻ കഴിഞ്ഞിരുന്നില്ല. അത്യാവശ്യം ഫയലുകൾ നോക്കിയെന്നു വരുത്തിതീർക്കുകയായിരുന്നു. എക്സ്പോർട്ട് ഓർഡറുകൾ പ്രതീക്ഷിച്ചതിലും അധികം കിട്ടിയിരിക്കുന്നു. കമ്പനിയുടെ പരുത്തിനൂലിന്റെ ഗുണനിലവാരം കഴിഞ്ഞ കുറച്ചു വർഷങ്ങളായി വളരെ ഉയർന്ന നിലയിലായിട്ടുണ്ട്. എക്സ്പോർട്ടു ഓർഡറുകളുടെ വർദ്ധനവ് സൂചിപ്പിക്കുന്നതും അതുതന്നെയാണ്.

പുതിയ ആട്ടോമാറ്റിക് കോഡർ മെഷീൻ വാങ്ങുന്നതിന്റെ ആവശ്യകതയെക്കുറിച്ച് പ്രൊഡക്ഷൻ ടീമുമായി നീണ്ട ചർച്ച നടത്തിയിരുന്നു. ഒന്നരക്കോടി വിലവരുന്ന ജർമ്മൻ നിർമ്മിത ആധുനിക മെഷിൻ! പരുത്തി നൂലിന്റെ വിപണിയിൽ അനിശ്ചിതത്വം നിലനിന്നിരുന്ന സമയത്തായിരുന്നു പുതിയ മെഷീൻ വാങ്ങിയത്. വീണയുടെ ജന്മനക്ഷത്രദിവസമായിരുന്നു പുതിയ മെഷീൻ സ്ഥാപിച്ചത്.

പ്രതീക്ഷിച്ചതിലും മികച്ച ഉത്പാദനക്ഷമതയാണ് യന്ത്രം കാഴ്ച്ച വച്ചത്. നൂലിന്റെ ഗുണനിലവാരത്തിലും കമ്പനിയുടെ ചിലവിലും എല്ലാം അത് പ്രതിഫലിച്ചു. എല്ലാമെല്ലാം ശുഭമായി മുന്നോട്ട് നീങ്ങുമ്പോഴാണ് ഒരു വലിയ കല്ല് ജലായശയത്തിൽ പതിച്ചത്. ഒന്നും മുന്നിൽ കണ്ട് ആശ്വസിക്കാനാവുന്നില്ലല്ലോ എന്നോർത്തുകൊണ്ട് കസേര പിന്നിലേക്ക് വലിച്ചിട്ട് കൈകൾ തലയ്ക്കുമീതെ പിണച്ചുവച്ച് ചാരി ഇരുന്നപ്പോൾ ഫൈനാൻസ് മാനേജർ നാരായണസ്വാമി ഒപ്പിടാൻ ചെക്കുകളും വൗച്ചറുകളുമായി എത്തി. രണ്ടുദിവസമായി ഒന്നും നോക്കിയിരുന്നില്ല. ജോലിചെയ്യുന്ന കമ്പനിയെ സ്വന്തം കുടുംബംപോലെ കാണുന്ന വ്യക്തി. കണക്കുകൾ എപ്പോഴും കൃത്യമാണ്. ഒരിക്കലും ഒരിടത്തും തെറ്റുകൾ ഉണ്ടാവില്ല. സ്വാമി കൊണ്ടുവരുന്ന ചെക്കുകൾ കണ്ണടച്ച് ഒപ്പിട്ട് കൊടുക്കാം!

അസിസ്റ്റന്റ് മാനേജർ പ്രസാദിനും അറിയിക്കുവാൻ സന്തോഷ വാർത്തയുണ്ടായിരുന്നു. മാനേജ്മെന്റ് തയ്യാറാക്കിയ നിർദ്ദേശങ്ങളും അഭിപ്രായങ്ങളും യൂണിയൻ അതേപടി അംഗീകരിച്ചിരിക്കുന്നു!

നല്ല തൊഴിൽ ബന്ധമാണ് കമ്പനിയിൽ നിലവിലുള്ളത്. രണ്ടു വർഷങ്ങൾക്കു മുൻപുമാത്രമാണ് ചെറിയ ഒരു പ്രശ്നം ഉണ്ടായത്. പുറത്തുനിന്നുള്ളവരുടെ ചില അനാവശ്യ ഇടപെടലിൽ നിന്നുണ്ടായതായിരുന്നു അത്. അവരുടെ സ്വാർത്ഥതാത്പര്യം ജീവനക്കാർ പെട്ടെന്ന് തിരിച്ചറിഞ്ഞുവെന്നതായിരുന്നു ഏറ്റവും ആശ്വാസകരം.

ലാഭത്തിന്റെ വിഹിതം ജീവനക്കാർ പ്രതീക്ഷിക്കുന്നതിലും അധികമാണ് ബോണസ്സായും മറ്റ് ആനുകൂല്യങ്ങളും സമ്മാനങ്ങളുമായി നൽകുന്നത്. തൊഴിലാളികളുടെ അദ്ധ്വാനം സ്വന്തമായി അനുഭവിക്കണമെന്ന അത്യാഗ്രഹം ഒരിക്കലും മനസ്സിൽ തോന്നാറില്ല.

കഴിഞ്ഞവർഷം ഏറ്റവും നല്ല പ്രൊഡക്റ്റിവിറ്റിക്ക് സമ്മാനം നൽകിയത് സ്കൂട്ടറുകളായിരുന്നു. സാമ്പത്തിക ഭാരമുള്ള ജീവനക്കാർക്ക് വീട് നിർമ്മിച്ചുകൊടുക്കുന്ന പദ്ധതി തുടങ്ങിക്കഴിഞ്ഞു.

എന്നും കൂടെ നിൽക്കുന്നവർ! കുടുംബാംഗങ്ങളെപോലെ എപ്പോഴും ഒപ്പമുള്ളവർ!

അവരാഗ്രഹിക്കുന്നതിലും കൂടുതൽ അവർക്ക് ലഭിക്കുമ്പോൾ പിന്നെ അസന്തുഷ്ടിയുടെ ആവശ്യമില്ലല്ലോ. പ്രസാദിന്റെ മുഖത്ത് ദിവസം മുഴുവനും സന്തോഷത്തിന്റെ നറുംനിലാവുണ്ടായിരുന്നു.

ഓഫീസിൽ എല്ലാം ശുഭവാർത്തകളായിരുന്നു. പക്ഷേ ഒന്നും ഉൾക്കൊള്ളാനാവുന്നില്ല. ആരോടും ഒന്നും പറയാൻ കഴിയുന്നില്ല. ഒരു തീരുമാനമെടുക്കാൻ സാധിക്കുന്നില്ല.

കടൽത്തീരത്ത് ഡ്യൂട്ടിയിലുള്ള പൊലീസുകാരൻ അടുത്തുവന്ന് പറഞ്ഞു.

“സർ, ടൈം ലേറ്റായി. ഇങ്കെ ഇനി ഇരിക്കമുടിയാത്.”

എഴുന്നേറ്റ് കാറിന്റെ അടുത്തേക്ക് നടന്നു. പോക്കറ്റിൽ തപ്പിനോക്കി. കാറിന്റെ താക്കോൽ അവിടെതന്നെയുണ്ട്. തനിയെ ഡ്രൈവ് ചെയ്താണ് വന്നത്. ഡ്രൈവർ മാണിക്കം അമ്മയ്ക്ക് സുഖമില്ലാത്തതിനാൽ ഉച്ച കഴിഞ്ഞ് ലീവെടുത്തു. അത് നന്നായി, അല്ലെങ്കിൽ ഇവിടെ ഇങ്ങനെ സ്വസ്ഥമായി ഇരിക്കാൻ കഴിയില്ലായിരുന്നു.

സ്വസ്ഥമായി എന്നു പറയാൻ കഴിയുമോ? വീട്ടിൽ വീണയെ അഭിമുഖീകരിക്കുന്ന കാര്യം ഓർക്കുമ്പോൾ അസ്വസ്ഥത വർദ്ധിക്കുകയാണ്. സുഭദ്രയുടെ മൗനമാണ് അതിലേറെ മനസ്സിനെ മഥിക്കുന്നത്.

ഷെഡ്ഡിൽ കാറ് പാർക്ക് ചെയ്ത് വരാന്തയിൽ കയറിയപ്പോൾ സുഭദ്ര വന്ന് വാതിൽ തുറന്നു.

സുഭദ്ര മാത്രം! ഒപ്പം വീണയില്ല!

അകത്തേക്ക് പാളിനോക്കി. ഇല്ല. വീണയില്ല. കുളിച്ച് ഡ്രസ്മാറി ഊണുമുറിയിലെത്തിയപ്പോൾ സുഭദ്ര പതിവുപോലെ ചപ്പാത്തിയും കറിയും സാലഡും പ്ലെയിറ്റിൽ വിളമ്പി. എന്നത്തേതുംപോലെ ഒപ്പം കഴിക്കാൻ വീണ വന്നില്ല.

അത് നന്നായി എന്നു തോന്നി. ഒരു ഉത്തരം കിട്ടുന്നതുവരെ നേരിട്ട് അവളെ കാണാതിരിക്കുന്നതാണ് നല്ലത്. ഭക്ഷണം കഴിച്ച് എഴുന്നേറ്റപ്പോഴും സുഭദ്ര ഒന്നും സംസാരിച്ചില്ല. വാസ്തവത്തിൽ ഇത്തരം സന്ദർഭങ്ങളിലാണ് മൗനത്തിന് സൗന്ദര്യം തോന്നുന്നത്. മനസ്സ് വിക്ഷേപങ്ങളിലൂടെ കയറി ഇറങ്ങുമ്പോൾ ഏകാന്തത അനുഗ്രഹമായി തോന്നും.

ഭാരം ഒന്നെടുത്ത് ഇറക്കിവയ്ക്കാൻ! വീണ്ടും തലയിലേറ്റാൻ! കീറിമുറിച്ച് പരിശോധിക്കാൻ! ആരോടും ഒന്നും പറയാതെ മൗനമായി ഇരിക്കാൻ! മനസ്സിന്റെ തിരകളൊന്നടങ്ങാൻ തനിക്കും ഇപ്പോഴതാണ് ആവശ്യം.

രാത്രിയിൽ ഉറങ്ങാതെ തിരിഞ്ഞും മറിഞ്ഞും കിടക്കുമ്പോൾ അതുവരെ ഉണ്ടായിരുന്ന നിശ്ശബ്ദത ഭഞ്ജിച്ചുകൊണ്ട് സുഭദ്ര ചോദിച്ചു.

"എന്നെങ്കിലും ഇത് അഭിമുഖീകരിക്കേണ്ടിവരുമെന്ന് ഓർത്തിരുന്നില്ലേ?"

"ഇല്ല. നീ ഓർത്തിരുന്നോ?"

സുഭദ്രയോട് മറുചോദ്യം ചോദിച്ചു. എല്ലാം അറിയാവുന്ന അവളും ഇതൊക്കെ ഓർക്കേണ്ടതായിരുന്നില്ലേ?

പക്ഷേ സുഭദ്രയുടെ മറുപടി ദൃഢമായിരുന്നു.

"ഓർത്തിരുന്നു. ഉത്തരവും കണ്ടുവച്ചിരുന്നു."

അദ്ഭുതത്തോടെ അവളുടെ മറുപടി കേട്ടിരുന്നു. സുഭദ്ര വീണ്ടും പറഞ്ഞു.

"എനിക്ക് എന്റെ മോളുടെ ജീവിതമാണ് എല്ലാത്തിലും വലുത്. അതിനുവേണ്ടി സത്യത്തെ ഞാൻ സ്നേഹംകൊണ്ട് മൂടിവെയ്ക്കും. ദൈവം എന്നോട് ക്ഷമിക്കും."

സുഭദ്രയുടെ ശബ്ദത്തിന് ഇതിന് മുൻപ് ഒരിക്കലും കേട്ടിട്ടില്ലാത്ത ദൃഢത.

"സുഭദ്രേ നീ പറഞ്ഞുവരുന്നത്...?"

"അതുതന്നെ. എന്റെ മോളൊരു നിത്യരോഗി ആണെന്ന സത്യം ഞാൻ മറച്ചുവയ്ക്കും."

പെട്ടെന്ന് സുഭദ്ര പൊട്ടിക്കരഞ്ഞു.

"ഒരു തെറ്റും ചെയ്യാത്ത എന്റെ മോള്! ഈ വിവാഹം നമുക്ക് നടത്തണം. എത്ര നല്ല ആലോചനയാണ് വന്നിരിക്കുന്നത്. അവളുടെ

ഭാഗ്യമല്ലേ? അവളെ കണ്ട് ഇഷ്ടപ്പെട്ട് ഇങ്ങോട്ട് അന്വേഷിച്ച് വന്നിരിക്കുന്നു."

തേങ്ങലിനിടയിൽ സുഭദ്ര വീണ്ടും പറഞ്ഞു.

"എന്റെ മോളും മോഹിച്ചുപോയി. എനിക്കറിയാം."

ഒരു നിമിഷം മനസ്സ് ആകാശത്തോളം ഉയർന്നു. നാദസ്വരത്തിന്റെ ശബ്ദം. മുല്ലപ്പന്തൽ. പട്ടുസാരിയുടുത്ത് ആഭരണവിഭൂഷിതയായി ലജ്ജകൊണ്ട് തുടുത്ത മുഖവുമായി നിൽക്കുന്ന വീണ. സുന്ദരിയായ കന്യകയുടെ കൈപിടിച്ച് നൽകുന്ന താൻ. വധുവിനെ അഭിമാനപൂർവ്വം ചേർത്തുനിർത്തുന്ന സുസ്മേരവദനനായ ചെറുപ്പക്കാരൻ.

"ഈശ്വരാ!" കൈ നെഞ്ചോട് അമർത്തി അറിയാതെ വിളിച്ചുപോയി. പെട്ടെന്ന് ചിന്തകൾ പതറി.

ഇല്ല. ഇത് നടക്കില്ല. നടക്കാൻ പാടില്ല. സ്വപ്നങ്ങൾ ഭൂമിയിലേക്ക് ആർത്തലച്ച് വീണ് ചിന്നിച്ചിതറി. പളുങ്കുമണികൾപോലെ ചിതറിക്കിടക്കുന്ന അവയെ വാരി എടുക്കുമ്പോൾ ജനമദ്ധ്യത്തിലെ നിശ്ശബ്ദതയിൽ നിന്ന് ഉയരുന്നതുപോലെ മുഴങ്ങിയ ശബ്ദത്തിൽ ആരോ പറയുന്നു.

"ഈ മനോഹര പുഷ്പം പുഴുക്കുത്തേറ്റതാണ്. ഇതിന്റെ ഭംഗി വെറും പുറം കാഴ്ചമാത്രം. അതിനപ്പുറം അതിവേഗം പടരുന്ന രോഗാണുക്കൾ ചിലന്തിവലകൾ നെയ്യുന്നു."

ചിലന്തിവലകൾക്കുള്ളിൽ കിടന്ന് ഒരു ചെറുപ്പക്കാരൻ ശ്വാസം മുട്ടുന്നു. അയാളുടെ കഴുത്തിൽ വല മുറുകുകയാണ്. പ്രാണരക്ഷാർത്ഥം അയാൾ നിലവിളിക്കുന്നു.

"എന്നെ രക്ഷിക്കണേ! എന്നെ രക്ഷിക്കൂ!"

"ഇല്ല, ഞാൻ സമ്മതിക്കില്ല, ഒരിക്കലും സമ്മതിക്കില്ല."

ശബ്ദം ഉയർത്തി പറഞ്ഞുകൊണ്ട് ശിവശങ്കരൻ കട്ടിലിൽനിന്ന് ചാടി എഴുന്നേറ്റു. വീണ്ടും പറഞ്ഞു.

"അറിഞ്ഞുകൊണ്ട് മറ്റൊരു ജീവിതം കൂടി ബലികൊടുക്കാൻ ഞാൻ തയ്യാറല്ല. എന്റെ മനസ്സാക്ഷി അതിന് അനുവദിക്കില്ല."

വിചാരിക്കാതെ ശബ്ദം വളരെ അധികം ഉയർന്നുപോയി. പെട്ടെന്ന് സുഭദ്ര ചോദിച്ചു.

"അപ്പോൾ ഒരു തെറ്റും ചെയ്യാത്ത ഞാൻ നിങ്ങൾക്കുവേണ്ടി ബലിയാടായതോ? അതിന് മനസ്സാക്ഷി അനുവദിച്ചതോ?"

സുഭദ്രയുടെ നേർത്ത ശബ്ദം അന്നുവരെ കേട്ടിട്ടില്ലാത്തവിധം ശക്തിയുള്ളതായി തോന്നി.

അക്ഷരാർത്ഥത്തിൽ ഞെട്ടിപ്പോയി. ഒരിക്കലും കുറ്റപ്പെടുത്തി ഒരു വാക്കുപോലും പറഞ്ഞിട്ടില്ലാത്ത സുഭദ്ര! ഇന്ന് സ്വന്തം ജീവിതത്തിലേക്ക്

തിരിഞ്ഞുനോക്കി സംസാരിക്കുന്നു. ഇത്രയും വർഷങ്ങൾ നിസ്സഹായ യായി അടക്കിപിടിച്ചിരിക്കുകയായിരുന്നോ സുഭദ്ര? തനിക്ക് രോഗം ഉണ്ടെന്ന് അറിഞ്ഞപ്പോൾ താമസിയാതെ ഡോക്ടറുടെ നിർദ്ദേശപ്രകാരം സുഭദ്രയുടേയും ടെസ്റ്റ് നടത്തിയിരുന്നു. രോഗം അവളിലേക്ക് പകർന്നി രിക്കരുതേ എന്ന് ഹൃദയംനൊന്ത് പ്രാർത്ഥിച്ചിരുന്നു.

ഈശ്വരന് ആ പ്രാർത്ഥന കേൾക്കാനായില്ല. പക്ഷേ അമ്മയാകുന്ന സന്തോഷത്തിലിരുന്ന സുഭദ്രയിൽനിന്ന് അവളുടെ രോഗവിവരം മറച്ചു പിടിച്ചു. പിന്നീട് മാസങ്ങൾക്കുശേഷമാണ് സുഭദ്ര അതറിയുന്നത്.

എഴുന്നേറ്റ് കിടപ്പുമുറിയുടെ മുൻപിലുള്ള വരാന്തയിൽ ഇട്ടിരിക്കുന്ന കസേരയിൽ ഇരുന്നു.

തിരിഞ്ഞ് മുറിയിലേക്ക് നോക്കി.

ഇല്ല. സുഭദ്ര വരുന്നില്ല.

സാധാരണ ഉറക്കം വരാതെ എന്തെങ്കിലും ആലോചിച്ച് ഇങ്ങനെ ഇവിടെ ഇരിക്കാറുള്ളപ്പോൾ സുഭദ്രയും അടുത്തുവന്ന് ഇരിക്കും. വീട്ടു കാര്യങ്ങളൊക്കെ പറഞ്ഞ് ശ്രദ്ധമാറ്റും. അവസാനം ഭാരം ഇറക്കിവച്ച മനസ്സോടെയായിരിക്കും ഉറങ്ങാൻ തുടങ്ങുന്നത്.

ഇന്ന് സുഭദ്രയുടെ ദിവസമാണ്. ഒരു പക്ഷേ ഈ ഒരു ചോദ്യം ചോദി ക്കാനായിരിക്കും ഇത്രയും വർഷങ്ങളുടെ നിശ്ശബ്ദത സുഭദ്ര ഉൾ ക്കൊണ്ടത്.

ഓർമ്മകളിലേക്ക് മനസ്സ് വീണ്ടും വഴുതിവീണു.

അഞ്ച്

യൗവത്വം ഏകദേശം വിട പറയാനൊരുങ്ങിയിരുന്ന കാലത്താണ് സുഭദ്ര വലിയ ആർഭാടങ്ങളൊന്നുമില്ലാതെ ജീവിതത്തിലേക്ക് വന്നത്. വീട്ടിലെ ബുദ്ധിമുട്ടുകളിൽ നിന്ന് രക്ഷപ്പെടാനാണ് വളരെ ചെറുപ്പത്തിൽ തന്നെ ബോംബെയിലെത്തിയത്. കുടുംബത്തിലെ മൂത്തപുത്രന്റെ കടമ!

ആദ്യം ചെറിയൊരു ഓട്ടോമൊബൈൽ വർക്ക്ഷോപ്പിലാണ് ജോലിക്ക് കയറിയത്. ജോലി പഠിച്ചുകഴിഞ്ഞപ്പോൾ മെക്കാനിക്ക് ആയി. പിന്നെ സ്വന്തം വർക്ക്ഷോപ്പ്. ഒന്നല്ല. അന്ധേരിയിൽ തന്നെ മൂന്നെണ്ണം. ഉയർച്ചകൾക്കിടയിലും സ്വന്തം കടമകൾ മറന്നില്ല. രണ്ട് അനുജന്മാരേയും പഠിപ്പിച്ച് തരക്കേടില്ലാത്ത നിലയിലാക്കി. അനിയത്തിയേയും ചേച്ചിയേയും വിവാഹം കഴിപ്പിച്ചു. രണ്ടുപേർക്കും സ്വന്തം വീട് കെട്ടാനുള്ള സാമ്പത്തികസഹായം ചെയ്തു. കുടുംബവീട് പുതുക്കി പണിതു. അദ്ധ്വാനിച്ച് ധാരാളം പണം ഉണ്ടാക്കി. നിർലോഭം ചിലവഴിക്കുകയും ചെയ്തു. ജീവിതം എവിടെയൊക്കെയോ കൈയിൽനിന്ന് വഴുതിപോകുന്നു എന്നു തോന്നിയ കാലത്താണ് സുഭദ്ര കടന്നു വന്നത്. എന്നിട്ടും ജീവിതം കൊടുങ്കാറ്റിൽ ആടി ഉലഞ്ഞു പോയില്ലേ?

എന്നും എപ്പോഴും ഓർമ്മയിൽ മങ്ങലേൽക്കാതെ നിൽക്കുന്ന ഒരു ദിവസമുണ്ട്!

താൻ ഒരു എച്ച്.ഐ.വി രോഗിയാണെന്ന് തിരിച്ചറിഞ്ഞ ദിവസം!

വിവാഹം കഴിഞ്ഞിട്ട് ഒരു വർഷം ആകുന്നതിനും മുൻപായിരുന്നു അത്.

ഒരു ബുധനാഴ്ച!

ശാസ്താക്ഷേത്രത്തിൽ അന്ന് പ്രത്യേകം വഴിപാടുണ്ടായിരുന്നു. ക്ഷേത്രദർശനം കഴിഞ്ഞ് നെയ്പ്രസാദം വാങ്ങി സുഭദ്രയെ വീട്ടിൽ കൊണ്ടാക്കിയ ശേഷമാണ് ബ്ലെഡ്ടെസ്റ്റിന്റെ റിസൽട്ട് അറിയാൻ മെഡിക്കൽ കോളേജ് ഹോസ്പിറ്റലിൽ പോയത്.

നാലഞ്ചുമാസമായി വിട്ടുമാറാത്ത ചുമയും പനിയും ഉണ്ടായിരുന്നു. ഇടയ്ക്ക് മഞ്ഞപ്പിത്തം വന്നു. അതും മാറിയില്ല. ടൈഫോയിഡിന്റെ

ലക്ഷണം കണ്ടു. ശരീരത്തിന്റെ ഭാരം ക്രമാതീതമായി കുറഞ്ഞു കൊണ്ടിരുന്നു. ഒരു ജോലിയും ചെയ്യാനാകാത്തവിധം ക്ഷീണം. ടെസ്റ്റുകൾ പലതും ചെയ്തു. അവസാനം രണ്ടു ദിവസം ഹോസ്പിറ്റലിൽ അഡ്മിറ്റ് ചെയ്തു. വീണ്ടും ചില ടെസ്റ്റുകൾ. അന്ന് നോക്കിയത് ആയിടെ പുതുതായി ചാർജെടുത്ത ഒരു ഡോക്ടറായിരുന്നു.

ഡോക്ടർ മാനവേന്ദ്രൻ!

അദ്ദേഹത്തിന്റെ പേരു പോലും മറക്കാൻ കഴിഞ്ഞിട്ടില്ല ഇന്നും.

അതുവരെയുള്ള ടെസ്റ്റുകൾ ഓരോന്നിന്റേയും റിസൽട്ട് നോക്കിയിട്ട് അദ്ദേഹം മുഖത്തേക്ക് സൂക്ഷിച്ചു നോക്കി കുറച്ചുസമയം ഇരുന്നു. എന്നിട്ട് ചോദിച്ചു.

“ശിവശങ്കരൻ ഇത്രയും കാലം എവിടെയാണ് ജോലി ചെയ്തത്?”

“ബോംബെയിൽ. പതിനെട്ട് വർഷമായി. ഇപ്പോഴും അവിടെത്തന്നെ.”

“ഒ.കെ. ഇവിടെ ഇപ്പോൾ?”

“എന്റെ വീട് ഇവിടെയാണ്. കുറച്ചു നാളായി സുഖമില്ലാത്തതു കൊണ്ട് ഇവിടെ വന്നുവെന്നുമാത്രം. തിരിച്ചു പോകണം.”

“അവിടെ ജോലിയാണോ?”

“സ്വന്തം ബിസിനസ്സാണ്. ആദ്യം കാർ വർക്ക്ഷോപ്പായിരുന്നു ഇപ്പോൾ വർക്ക്ഷോപ്പുകളും ഒരു ചെറിയ തുണിമില്ലും ഉണ്ട്.”

പിന്നെ അദ്ദേഹം കുടുംബകാര്യങ്ങളും മറ്റും അന്വേഷിച്ചു. വളരെ ലാഘവത്തോടെ. രണ്ടുമാസം കഴിഞ്ഞാൽ താനൊരു അച്ഛനാകുമെന്ന് പറഞ്ഞപ്പോൾ അദ്ദേഹത്തിന്റെ മുഖം വിവർണ്ണമായത് ഇപ്പോഴും ഓർക്കുന്നു.

“ശിവശങ്കരൻ, ഞാൻ പറയാൻ പോകുന്ന കാര്യം സമചിത്തതയോടെ കേൾക്കണം.”

അങ്ങനെ തുടങ്ങിയാണ് അദ്ദേഹം ആ വലിയ സത്യം തന്നെ അറിയിച്ചത്! വിശ്വസിക്കാനോ ഉൾക്കൊള്ളാനോ കഴിഞ്ഞില്ല. അവസാനം കസേരയിൽ നിന്നെഴുന്നേറ്റ് തന്റെ പുറത്ത് ശക്തിയായി തട്ടിയിട്ട് ഡോക്ടർ പറഞ്ഞു.

“എച്ച്.ഐ.വിക്ക് മരുന്നുണ്ട്. ചിട്ടയായ ജീവിതരീതികളും ക്രമങ്ങളും കൊണ്ട് രോഗം നിയന്ത്രണ വിധേയമാക്കാം. നിങ്ങൾ ഒട്ടും ഭയപ്പെടാതിരിക്കൂ.”

പക്ഷേ കഴിഞ്ഞില്ല. സമനില വിണ്ടെടുക്കാൻ വളരെയധികം സമയമെടുത്തു. ഡോക്ടർ കൈ തോളത്ത് അമർത്തികൊണ്ട് പറഞ്ഞു.

“ശിവശങ്കരൻ, നിങ്ങൾ തളരരുത്. തളർന്നാൽ നിങ്ങൾക്ക് മുന്നോട്ട് നടക്കാനാവില്ല. എന്നെ വിശ്വസിക്കൂ! മരുന്നുകൊണ്ട് നിങ്ങൾക്ക് സാധാരണ ജീവിതം നയിക്കാനാവും! മനസ്സാന്നിദ്ധ്യം വീണ്ടെടുക്കൂ.”

വീട്ടിലേക്ക് മടങ്ങുമ്പോൾ കാറ് ഡ്രൈവ് ചെയ്തില്ല. ഹോസ്പിറ്റലിന്റെ മുറ്റത്തുള്ള വലിയ മരത്തിന്റെ തണലിൽ കാറ് പാർക്ക് ചെയ്തിട്ട് ടാക്സി വിളിച്ചാണ് വീട്ടിലേക്ക് പോയത്.

സുഭദ്ര ആകാംക്ഷയോടെ കാത്തിരിക്കുകയായിരുന്നു.

"എന്താ റിസൽട്ട്. മുഖം വല്ലാതെ ഉണ്ടല്ലോ" തന്റെ മുഖഭാവം കണ്ട് സുഭദ്ര ചോദിച്ചു.

"മഞ്ഞപ്പിത്തം" പെട്ടെന്ന് അങ്ങനെയാണ് പറഞ്ഞത്.

"നല്ല ക്ഷീണം. ഒന്ന് കിടക്കട്ടെ."

സുഭദ്രയ്ക്ക് മുഖം കൊടുക്കാതെ മുറിയിൽ പോയി കട്ടിലിൽ കിടന്നു. പിന്നാലെ വന്ന് സുഭദ്ര ചോദിച്ചു.

"എന്താ ഇങ്ങനെ വിഷമിക്കുന്നത്?"

"ഒന്നുമില്ല. വിശ്രമിക്കണം. മരുന്നുകൾ കഴിക്കുന്നതിന്റെ ക്ഷീണ മുണ്ടാകുമല്ലോ. കുറച്ചു സമയം തനിയെ കിടക്കട്ടെ."

ഭിത്തിക്ക് നേരെ മുഖം തിരിച്ച് കണ്ണുകൾ അടച്ച് കിടന്നു. സുഭദ്ര യുടെ കണ്ണുകളെ നേരിടാനാവുന്നില്ല. മനസ്സിൽ കൊടുങ്കാറ്റ് സർവ്വ സംഹാരയായി താണ്ഡവം ആടുന്നു.

മുൻപിൽ മരണം കറുത്ത രൂപത്തിൽ നിൽക്കുന്നു. മരണത്തിന്റെ നിറം കറുപ്പാണോ?

അതെ. കറുപ്പ്തന്നെ!

കനലുകളെരിയുന്ന ചിതയിൽ താൻ കിടക്കുകയാണ്. ചിതയ്ക്ക് ചുറ്റും കറുത്ത വസ്ത്രമണിഞ്ഞ നീണ്ട അസ്ഥികൂടങ്ങൾ കത്തിയമരുന്ന ശരീരത്തിൽ കുന്തമുനകൾ കൊണ്ട് കുത്തുന്നു. വേദനയിൽ താൻ പിടയു കയാണ്. പിടച്ചിലിന്റെ അവസാനം ഭാരമില്ലാത്ത അവസ്ഥയിൽ എവി ടേക്കോ യാത്ര!

മുൻപിൽ ചുവന്ന രാശികളുള്ള വൃത്തങ്ങൾ നിറഞ്ഞുകാണുന്നു. മാഞ്ഞുപോകുന്നു. വീണ്ടും തെളിയുന്നു. ഒരു വൃത്തം മായുമ്പോഴേക്കും നിരവധി വൃത്തങ്ങൾ പ്രത്യക്ഷപ്പെടുന്നു.

വൃത്തങ്ങളുടെ നടുവിലുള്ള ചുവന്ന പൊട്ട് വലുതായിക്കൊണ്ടിരി ക്കുന്നു. ഒരു മുഖം തെളിഞ്ഞുവരികയാണ്! വലിയ ഫ്രെയിമുള്ള കണ്ണട വച്ച അല്പം ഇരുണ്ട ഒരു മുഖം! ക്രോപ്പ് ചെയ്ത് ഭംഗിയായി ഒതുക്കിയ മുടി. ഡോറ!

ഒരു കാലത്ത് സർവ്വസ്വവുമായിരുന്ന പെൺകുട്ടി. ബോംബെയിൽ ഓട്ടോമൊബൈൽ വർക്ക്ഷോപ്പിൽ മെക്കാനിക്കായി ജോലി ചെയ്തു കൊണ്ടിരുന്ന സമയത്താണ് ഗോമസ്സുമായുള്ള സൗഹൃദം തുടങ്ങിയത്. ഗോമസ്സിന്റെ ആയിരുന്നു വർക്ക്ഷോപ്പ്. അതിനോട് ചേർന്നുതന്നെ

അയാൾക്ക് സ്പെയർപാർട്സ് കടയുമുണ്ടായിരുന്നു. വർക്ക്ഷോപ്പിലെ ഓഫീസ് ജോലിയിൽ സഹായിക്കാനായിരുന്നു ഗോമസ്സിന്റെ സഹോദരി ഡോറ വന്നിരുന്നത്.

ഗോമസ്സിന്റെ വഴിവിട്ട ജീവിതത്തെക്കുറിച്ച് വർക്ക്ഷോപ്പിലെ ജോലിക്കാർ പലതും അടക്കി പിടിച്ച് പറഞ്ഞിരുന്നു. പക്ഷേ ഡോറ അയാളുടെ ജീവനായിരുന്നു. ഒരു മകളോടെന്നപോലെ വാത്സല്യമായിരുന്നു അയാൾക്ക് കുഞ്ഞനുജത്തിയോട്.

പലപ്പോഴും വൈകുന്നേരം ഡോറയെ ഓഫീസിൽനിന്നും ഗോമസ്സിന്റെ സ്കൂട്ടറിൽ വീട്ടിൽ കൊണ്ടുവിടുന്ന ജോലി തന്റേതായിരുന്നു. ഒന്നിച്ചുള്ള യാത്രകളാവാം രണ്ടുപേരേയും അടുപ്പിച്ചത്.

ഗോമസ്സിന്റെ വർക്ക്ഷോപ്പിൽനിന്ന് പിരിഞ്ഞ് സ്വന്തം സ്ഥാപനം തുടങ്ങിയിട്ടും ഡോറയുമായുള്ള ബന്ധം തുടർന്നു. പരസ്പരം വളരെ അടുത്ത നാളുകളായിരുന്നു അത്. സ്ഥാപനം പെട്ടെന്ന് വളർന്നു. ഡോറയുമായുള്ള ബന്ധവും.

വിജയത്തിന്റെ ലഹരിയിൽ ഡോറ മറ്റൊരു ലഹരിയായി. അപ്രതീക്ഷിതമായിട്ടാണ് പ്രത്യേകിച്ച് ഒരു കാരണവും കൂടാതെ ഡോറ അകലാൻ തുടങ്ങിയത്.

രണ്ടാഴ്ച ഹോസ്പിറ്റലിൽ പനി ബാധിച്ച് ഡോറ അഡ്മിറ്റായിരുന്നു. കാണാൻ ശ്രമിച്ചെങ്കിലും കഴിഞ്ഞില്ല. പിന്നീട് തിരക്ക് കൂടിയ ദിവസങ്ങളിലൊന്നിൽ വളരെ വൈകി വർക്ക്ഷോപ്പ് പൂട്ടി താമസസ്ഥലത്തേക്ക് മടങ്ങുമ്പോൾ ആരുടെയോ ബൈക്കിന്റെ പുറകിലിരുന്ന് ഡോറ പോകുന്നതു കണ്ടു. ഗോമസ്സിനോട് അത് സൂചിപ്പിച്ചപ്പോൾ കിട്ടിയ മറുപടിയും അപ്രതീക്ഷിതമായിരുന്നു.

"അതിനെന്താ ശിവൻ? നിങ്ങൾ തമ്മിൽ അടുപ്പമായിരുന്നു എന്നറിയാം. അത് ഒരു ഫ്രണ്ട്ഷിപ്പ് എന്നു മാത്രമേ ഞാൻ കരുതിയുള്ളൂ. അതിനപ്പുറമൊന്നും ഡോറയും ചിന്തിച്ചിട്ടുണ്ടെന്ന് തോന്നുന്നില്ല."

ആ ബന്ധത്തിന്റെ അവസാനം അവിടെ ആയിരുന്നു. അപ്പോഴേക്കും ഡോറ വളരെ അകന്നുകഴിഞ്ഞിരുന്നു. സ്വയം ചോദിക്കാതിരുന്നില്ല.

"എന്താണ് ഡോറയ്ക്കും പറ്റിയത്? എന്താണീ അകൽച്ചയുടെ കാരണം?"

അമ്മ അസുഖം മൂർച്ഛിച്ച് കിടക്കുകയും പിന്നീട് മരിക്കുകയും ചെയ്തപ്പോൾ ഒരുമാസം നാട്ടിലായിരുന്നു. മടങ്ങിവന്ന ദിവസം റെയിൽവേ സ്റ്റേഷനിൽവച്ച് ഡോറയെ ഒരു നോക്ക് കണ്ടു. വിളറിവിളർത്തിരിക്കുന്നു. അയഞ്ഞ മേൽകുപ്പായത്തിനുമേൽ ഒരു മുഷിഞ്ഞ ഓവർകോട്ട് ധരിച്ചിട്ടുണ്ട്. ക്ഷീണിച്ച് കവിളെല്ലുകൾ മുഴച്ച് നിൽക്കുന്ന മുഖത്തിന് ദൈന്യഭാവം.

പിറ്റേ ദിവസം വിശ്വസ്തനായ സുഹൃത്തു വഴി ഒരു കത്ത് കൊടുത്തയച്ചു. ഡോറ മറുപടി അയച്ചില്ല.

ഡോറയുടെ കല്യാണം കഴിഞ്ഞുവെന്ന് ഇടയ്ക്ക് ആരോ പറഞ്ഞറിഞ്ഞു. ഒപ്പം നടന്നിരുന്ന സുഹൃത്ത് തന്നെയാണ് കല്യാണം കഴിച്ചത്. ഗോമസ് എല്ലാവരെയും ക്ഷണിച്ചിരുന്നു. തന്നെ ഒഴികെ.

ജോലിയിൽ മാത്രമായിരുന്നു പിന്നീട് ശ്രദ്ധിച്ചത്. വല്ലപ്പോഴും നുള്ളിനോവിക്കാൻ ഡോറ മനസ്സിലേക്ക് ഓടിയെത്തും. അന്ന് പിന്നെ ജോലിയിൽ ശ്രദ്ധിക്കാൻ കഴിയില്ല.

പിന്നീട് വളരെ നാൾ കഴിഞ്ഞ് ഒരിക്കൽ ആരോ പറഞ്ഞറിഞ്ഞു. ഡോറ മരിച്ചു!

അടക്കിപിടിച്ച മറ്റൊരു വാർത്തയും താമസിയാതെ അറിഞ്ഞു.

ഡോറ എച്ച്.ഐ.വി രോഗി ആയിരുന്നു! വിശ്വസിക്കാൻ കഴിഞ്ഞില്ല. മണിക്കൂറുകളാണ് അന്നത്തെ ആ ഷോക്കിൽ തരിച്ചിരുന്നത്.

രണ്ടുമൂന്നു മാസങ്ങൾ കഴിഞ്ഞ് അവിചാരിതമായി ഗോമസ് കാണാൻ വന്നു. കണ്ടാൽ മനസ്സിലാകാത്തവിധം അയാൾ മാറിയിരുന്നു. അന്ന് ഗോമസ് പറഞ്ഞു.

"ശിവൻ, ഞാൻ നിങ്ങളിൽനിന്നും ഒരു രഹസ്യം മാത്രം മറച്ചുവച്ചിരുന്നു. എന്റെ ഡോറ ഒരു രോഗിയായിരുന്നു. അവൾ മാത്രമല്ല ഞാനും. ഞങ്ങളുടെ മാതാപിതാക്കൾ എച്ച്.ഐ.വി ബാധിതരായിരുന്നു. ആ രോഗം ഞങ്ങൾക്കും കിട്ടി."

വിവരം അറിയാമായിരുന്നതുകൊണ്ട് ഞെട്ടൽ ഉണ്ടായില്ല. എന്നിട്ടും ചോദിച്ചു.

"ഡോറയ്ക്ക് ഈ കാര്യം അറിയാമായിരുന്നോ?"

ഗോമസ് ഒരു വിളറിയ ചിരി ചിരിച്ചു. എന്നിട്ട് പറഞ്ഞു.

"ശിവൻ. നിങ്ങൾ ഇത് ചോദിക്കുമെന്ന് എനിക്കറിയാമായിരുന്നു. ഡോറ നിങ്ങളെ ചതിച്ചിരുന്നില്ല. അവൾ അതറിഞ്ഞത് വളരെ വൈകിയാണ്."

ഗോമസ് പെട്ടെന്ന് മുറിയിൽ നിന്നിറങ്ങിപ്പോയി. അയാളെ പിന്നീട് കണ്ടിട്ടേയില്ല. കാണാൻ താൻ ശ്രമിച്ചിട്ടുമില്ല.

എങ്കിലും ഒരു ചോദ്യം വളരെക്കാലം കൊണ്ടുനടന്നിരുന്നു. എല്ലാം അറിഞ്ഞുകൊണ്ട് ഡോറ സ്വയം പിന്മാറുകയായിരുന്നോ? ജീവിത തിരക്കുകൾക്കിടയിൽ അതിനുത്തരം കണ്ടുപിടിക്കാൻ കഴിഞ്ഞില്ല. പക്ഷേ ഒന്നു മനസ്സിലാക്കി. ഡോറ തനിക്കു നൽകിയ സമ്മാനമാണ് ഈ രോഗം!

വീണ ജനിച്ചു കഴിഞ്ഞ് അഞ്ചാറു മാസങ്ങൾക്കുള്ളിലാണ് സുഭദ്രയെ രോഗവിവരം അറിയിച്ചത്.

ഡോക്ടർ മാനവേന്ദ്രൻ അത് അറിയിക്കുമ്പോൾ ഭൂമി പിളർന്നു പോകാൻ പാകത്തിലൊരു വിസ്ഫോടനമായിരുന്നു പ്രതീക്ഷിച്ചത്.

ഒന്നുമുണ്ടായില്ല.

നിർവ്വികാരയായി സുഭദ്ര ഒരേ ഇരിപ്പിരുന്നു. ഇമകൾ മാത്രം ചിമ്മി തുറന്നുകൊണ്ട് ഒരു ദിവസം മുഴുവനും കുഞ്ഞിനെപോലും ശ്രദ്ധിക്കാതെ ആ ഇരിപ്പ് തുടർന്നു.

അവസാനം വിതുമ്പലിനിടയിൽ വാക്കുകൾ മുറിഞ്ഞു വീണു.

"എന്റെ കുഞ്ഞ്! എന്റെ കുഞ്ഞുപോലും രക്ഷപ്പെട്ടില്ലല്ലോ ഈശ്വരന്മാരേ."

പിന്നീടതൊരു തേങ്ങിക്കരച്ചിലായി മാറി. ഒന്നാശ്വസിപ്പിക്കാൻ പോലും കഴിഞ്ഞില്ല. ശബ്ദം പുറത്തേക്കു വരാൻ മടിച്ചു നിൽക്കുന്ന അവസ്ഥ.

പക്ഷേ പിറ്റേ ദിവസം സുഭദ്രയെ കണ്ടപ്പോൾ അദ്ഭുതപ്പെട്ടുപോയി.

ഒന്നും സംഭവിച്ചിട്ടില്ലാത്ത മട്ടിൽ പഴയതുപോലെ വീട്ടുകാരിയായി സുഭദ്ര നടന്നു.

ജീവിതത്തിൽ സംഭവിച്ച കാര്യങ്ങൾ അറിയിക്കാൻ പലപ്രാവശ്യം ശ്രമിച്ചിരുന്നു. സുഭദ്ര ഒന്നും കേൾക്കാൻ താത്പര്യം കാണിച്ചില്ല. പലപ്പോഴും നിരുത്സാഹപ്പെടുത്തുകയും ചെയ്തു.

"എനിക്കൊന്നും അറിയണമെന്നില്ല. ഇനി അറിഞ്ഞിട്ട് നമുക്ക് തിരിഞ്ഞു നടക്കാനൊന്നും ആവില്ലല്ലോ. നമുക്ക് മുന്നോട്ട് നടക്കുന്ന കാര്യം മാത്രം ആലോചിക്കാം."

അതു കേട്ടിട്ട് അദ്ഭുതമായിരുന്നു. പത്താം ക്ലാസ്സ് വരെ മാത്രം പഠിച്ച ലോകപരിചയം തീരെ ഇല്ലാത്ത സുഭദ്രയാണത് പറഞ്ഞത്.

ഇന്നലെകളെയെല്ലാം പിൻതള്ളികൊണ്ട് ചിദംബരത്ത് വന്ന് പുതിയ ജീവിതം തുടങ്ങിയത് അങ്ങനെയാണ്. ബോംബെയിലെ വർക്ക്ഷോപ്പുകൾ വിറ്റത് നല്ല വിലയ്ക്കായിരുന്നു. പരുത്തി നൂൽ മില്ല് മാത്രം കഷ്ടിച്ച് നഷ്ടമില്ലാതെ കൊടുത്തു. വാങ്ങിയതും ചെറിയ വിലയ്ക്കു തന്നെയായിരുന്നു.

നാരായണസ്വാമി അന്ന് മില്ലിലെ ജീവനക്കാരനായിരുന്നു. ചിദംബരം സ്വദേശി. അയാളാണ് ചിദംബരത്ത് സ്ഥലം വാങ്ങുവാനും പരുത്തി നൂൽ മില്ല് തുടങ്ങുവാനും ഒപ്പമുണ്ടായിരുന്നത്.

സുഭദ്ര പറഞ്ഞതുപോലെ മുന്നോട്ട് മാത്രം നോക്കി നടക്കുകയായിരുന്നു. വളരെ സൂക്ഷ്മതയോടെ! എത്രയോ വർഷങ്ങൾക്കുശേഷമാണ് ഇപ്പോൾ ഇന്നലകളിലേക്ക് ഒന്നെത്തിനോക്കിയത്. എന്നിട്ടും അവ ഭയപ്പെടുത്തുന്നു!

വിടർന്നു നിൽക്കുന്ന താമര ഇലയിൽ ഒരു ജലകണം വീഴുന്നു. ജലത്തുള്ളി പരിഭ്രാന്തിയോടെ ചുറ്റും നോക്കുന്നു. ഇലയിൽ നിന്ന് വീണ്ടും തെറിച്ച് അത് താഴെ ജലത്തിൽ പതിക്കാം. അല്ലെങ്കിൽ ഇലയുടെ ഹൃദയത്തോട് പറ്റി ചേർന്നിരിക്കാം. രണ്ടായാലും ഒരു നിമിഷം ജലതുള്ളിയുടെ മനസ്സ് വിഭ്രാന്തിയിൽ അമർന്നുപോകുന്നു. താഴേക്കു പതിക്കുമോ? അതോ ഇവിടെ ഇരിക്കാനാവുമോ? താനും അതുതന്നെയാണ് ആലോചിക്കുന്നത്.

താഴേക്കു പതിക്കുമോ? അതോ ജീവിതത്തോട് പറ്റിചേർന്ന് ഇരിക്കാനാകുമോ?

വരാന്തയിൽ നിന്നെഴുന്നേറ്റ് മുറിയിൽ പോയി കട്ടിലിൽ ശബ്ദമുണ്ടാക്കാതെ കിടന്നു. സുഭദ്ര ഉറങ്ങുന്നു! ഏത് താളഭംഗങ്ങളിലും സുദഭ്രയ്ക്ക് ഉറങ്ങാനാകും. അതൊരു സിദ്ധിയാണ്.

പിച്ചാവരത്ത് വീണയെ ഒരു ചെറുപ്പക്കാരനൊപ്പം കണ്ടതിൽ പിന്നെ ഉറങ്ങാനായിട്ടില്ല. ഒരു കിളിക്കുഞ്ഞിനെപ്പോലെ ചിലച്ചുകൊണ്ട് കൈപിടിച്ചുനടന്നിരുന്നവൾ! അവൾ വലുതായിരിക്കുന്നു!

താനത് അറിഞ്ഞില്ല.

അവൾപോലും അറിയാതെ നിഗൂഢമായൊരു സത്യം അവൾക്ക് ചുറ്റും അനാവരണപ്പെട്ട് കിടക്കുന്നുണ്ട്. മറ നീക്കി അത് പുറത്തേക്ക് കൊണ്ടുവരേണ്ട സമയമായിരിക്കുന്നു.

ഈ വിവാഹാലോചന വേണ്ടെന്നുവയ്ക്കാം. താത്പര്യമില്ലെന്ന് പറഞ്ഞ് രക്ഷപ്പെടാം. പക്ഷേ എത്ര നാൾ പിടിച്ചുനിൽക്കാനാവും?

താൻ സങ്കല്പിച്ചുണ്ടാക്കിയ പറഞ്ഞുവച്ചിരിക്കുന്ന പയ്യനെ എവിടെയാണ് ഒളിച്ചുവയ്ക്കേണ്ടത്?

ഡോറയിൽ നിന്നു തുടങ്ങിയ മഹാരോഗത്തിന്റെ കണ്ണി എവിടെയാണ് മുറിച്ചുമാറ്റപ്പെടേണ്ടതെന്ന് ഒരെത്തും പിടിയും കിട്ടുന്നില്ല. അതോ അനന്തമായി നീണ്ട ചങ്ങലയിൽ വിളക്കി ചേർത്ത അവയ്ക്ക് നശ്വരതയില്ലേ!

പ്രഭാതം വരും. ഉറങ്ങിയാലും ഇല്ലെങ്കിലും എഴുന്നേൽക്കണം. സുഭദ്രയിൽ നിന്നും വീണയിൽ നിന്നും ഒളിച്ചോടാനാവില്ല. ഓഫീസിൽ പോകണം. ഒന്നിനും മാറ്റം ഉണ്ടാക്കാനാവില്ല. പുതിയൊരു വഴി സഞ്ചരിക്കുവാൻ നിശ്ശബ്ദമായി തിരഞ്ഞെടുക്കേണ്ടിവരും. അതിന് അല്പം സമയം വേണം തനിക്ക്. അതുവരെ നിഗൂഢതകളുടെ ചുരുൾ അങ്ങനെത്തന്നെ ഇരിക്കട്ടെ.

ആറ്

ശ്രീഹരി വരും. നാളെത്തന്നെ.

ഇരുൾ തിങ്ങിയ കൊടുംകാട്ടിൽ സൂര്യനുദിച്ചതുപോലെ മനസ്സിൽ പ്രകാശത്തിന്റെ നിറപുത്തിരി ജ്വലിച്ചു. വീണയ്ക്ക് തെല്ലൊരാശ്വാസം തോന്നി. ആകാംക്ഷ ഇല്ലാതില്ല. അച്ഛൻ ഒരു അദ്ഭുതമായി മുന്നിൽ നിൽക്കുന്നു.

ഇതുവരെ കാണാത്ത പൊയ്മുഖവുമായി ഒരു മരീചിക കണക്കെ അച്ഛൻ പെരുമാറുന്നു. അതാണ് മനസ്സിലാകാത്തത്.

അച്ഛനുമാത്രം അറിയാവുന്ന ഒരു കഥ മെനഞ്ഞുണ്ടാക്കി മുഖത്ത് പുതിയൊരു ഭാവം എടുത്തണിഞ്ഞ് സദാ ആലോചനാനിമഗ്നനായി നടക്കുന്നതെന്തിനെന്ന് ഒരു പിടിയും കിട്ടുന്നില്ല.

ശ്രീഹരിയെ ഇഷ്ടപ്പെടാതിരിക്കാൻ ഒരു കാരണവും കാണുന്നില്ല. അച്ഛന്റെ മനസ്സിൽ അജ്ഞാതമായ മറ്റെന്തോ രഹസ്യമുണ്ട്. തന്നെ അഭിമുഖീകരിക്കുവാൻ തന്നെ മടിയുള്ളതായി തോന്നുന്നു. കണ്ണുകൾ കൂട്ടിമുട്ടുമ്പോൾ അച്ഛനാണ് ആദ്യം നോട്ടം പിൻവലിക്കുന്നത്.

ഒരു വലിയ കള്ളം പറഞ്ഞ് സത്യമാക്കാനുള്ള വെമ്പലിലാണ് അച്ഛൻ. ബന്ധങ്ങളും മമതകളും ഇല്ലാതെ ജോലിയും വീടും മാത്രമായി ഒതുങ്ങി കഴിയുന്ന ഒരാൾ പെട്ടെന്ന് ഒരു ദിവസം അടുപ്പിച്ചിട്ടില്ലാത്ത കണ്ണികൾ വിളക്കിചേർക്കാൻ വൃഥാ ശ്രമിക്കുന്നു. ധാർഷ്ട്യത്തിന്റെ മേലങ്കി അണിയുന്നു.

അതിന്റെ കാരണമാണ് അറിയേണ്ടത്. ശ്രീഹരിക്ക് ഫോൺ ചെയ്ത് അത്യാവശ്യം വരണമെന്ന് പറയുമ്പോൾ അതുതന്നെ ആയിരുന്നു മനസ്സിൽ. കൂടുതലൊന്നും സംസാരിക്കാൻ കഴിഞ്ഞില്ല. തന്റെ ഓരോ ചലനവും നിരീക്ഷിച്ചുകൊണ്ട് നിഴൽപോലെ പിന്നാലെയുള്ള അച്ഛന്റെ കണ്ണുകളെ അവഗണിക്കാനാകുന്നില്ല.

പക്ഷേ ഭാഗ്യത്തിന് ശ്രീഹരിയുടെ മെസേജ് വരുമ്പോൾ ഫോൺ കൈയിലുണ്ടായിരുന്നു. അപ്പോൾ തന്നെ തിരിച്ചും മെസേജ് അയച്ചു.

ഒപ്പം പഠിക്കുന്ന കൂട്ടുകാരി ചിത്ര വീട്ടിൽ വന്നത് ആകസ്മികമായി വീണുകിട്ടിയ അനുഗ്രഹമായി വീണയ്ക്കു തോന്നി. ശ്രീഹരി ചിദംബരത്ത് എത്തുമ്പോൾ എങ്ങനെയാണ് കാണുന്നതെന്ന് ആലോചിച്ചിരിക്കുകയായിരുന്നു.

എല്ലാം അറിയുന്ന ആത്മസഖിയാണ് ചിത്ര.

അച്ഛൻ വീട്ടിൽ ഇല്ലാതിരുന്ന സമയമായതുകൊണ്ട് വളരെ നേരം ചിത്രയോടൊപ്പം ഇരുന്നു സംസാരിച്ചു.

"നാളെ നടരാജക്ഷേത്രത്തിൽ പത്തുമണിയുടെ ആരതി കാണാൻ ഞാൻ വന്ന് നിന്നെ കൂട്ടിക്കൊണ്ടുപോകാം." ചിത്ര പറഞ്ഞു.

ക്ഷേത്രത്തിൽ പോകുന്നതിന് അച്ഛൻ വിസമ്മതം പറയാറില്ല. ശ്രീഹരിയുടെ ഫോൺ നമ്പറിൽ വിളിച്ച് വിവരം അറിയിക്കുവാൻ ചിത്രയോട് പറഞ്ഞത് ആ വിശ്വാസത്തിലാണ്. രാവിലെ അച്ഛൻ ക്ഷേത്രത്തിലേക്ക് തൊഴാൻ വരില്ലെന്ന് അമ്മയിൽനിന്ന് അറിയുകയും ചെയ്തു.

പത്തുമണിയുടെ ആരതി തൊഴുന്നത് അച്ഛന് വളരെ പ്രിയപ്പെട്ടതാണ്. രത്നങ്ങൾ പതിച്ച വിഗ്രഹത്തിനാണ് അപ്പോൾ ആരതി നടത്തുന്നത്. ആരതി ദർശിക്കുന്നവർക്ക് മാനസികവും ശാരീരികവുമായ സൗഭാഗ്യങ്ങൾ ദേവൻ വർഷിക്കുമെന്ന് വിശ്വസിക്കുന്നു.

രാവിലെ കുളിച്ച് ഭക്ഷണം ഒന്നും കഴിക്കാതെ പൂവും പഴങ്ങളുമായിട്ടാണ് അച്ഛൻ അർച്ചനയ്ക്ക് ക്ഷേത്രത്തിലേക്കു പോകാറുള്ളത്.

അച്ഛൻ പറയാറുമുണ്ട്.

"തൊഴുത് പുറത്തേക്ക് ഇറങ്ങിവരുമ്പോൾ പറഞ്ഞറിയിക്കാനാവാത്ത ഒരു ഉന്മേഷം തോന്നും."

ഇന്നലെ ചിത്ര വന്നപ്പോൾ സംസാരത്തിനിടയ്ക്ക് അമ്മ പറഞ്ഞു.

"അച്ഛന് മൂന്നാലുദിവസം ഇനി തിരക്കാണ്. കമ്പനിയിൽ പുതിയ മെഷീനുകൾ വാങ്ങുന്നു. തിരുനെൽവേലിക്ക് പോകുന്നു. എന്നാണെന്ന് അറിയില്ല."

ക്ഷേത്രത്തിലേക്ക് പോകുമ്പോൾ മനസ്സിൽ ആ ധൈര്യം ഉണ്ടായിരുന്നു. സുബ്രമണ്യസ്വാമി ക്ഷേത്രത്തിനു മുമ്പിൽ കാത്തുനിന്ന ശ്രീഹരിയോടൊപ്പം നൃത്തമണ്ഡപത്തിലെ ഒഴിഞ്ഞ കോണിലേക്ക് നടക്കുമ്പോൾ മനസ്സ് ആശങ്കാകുലമായിരുന്നു.

ശ്രീഹരി പറഞ്ഞു.

"വീണ വളരെ ക്ഷീണിച്ചിരിക്കുന്നു."

"അതെ, ഞാൻ... എനിക്കറിയില്ല എന്താ ചെയ്യേണ്ടതെന്ന്! അച്ഛന്റെ മറ്റൊരു മുഖം."

"അച്ഛൻ ഒരുപക്ഷേ ആരെയെങ്കിലും കണ്ടുവച്ചിട്ടുണ്ടാകുമോ? പറയുന്നത് സത്യമാണെങ്കിലോ."

ശ്രീഹരി ചോദിച്ചു.

"ഇല്ല. അത് ഒരിക്കലും സംഭവിക്കില്ല. അമ്മപോലും അറിയാതെ അങ്ങനെ ഒരു കാര്യം ഉണ്ടാവില്ല. അച്ഛൻ ബന്ധുക്കളാരുമായും അത്ര വലിയ അടുപ്പത്തിലല്ല.

ശ്രീഹരി ചോദിച്ചു.

"എല്ലാം ഒന്നു നേരെ ആകാൻ കാത്തിരിക്കണോ? എന്താ വേണ്ടത്?"

പെട്ടെന്ന് വീണ നിശ്ശബ്ദയായി. എല്ലാം എങ്ങനെ ശരിയാകാനാണ്? ആരോടും പറയാതെ അജ്ഞാതനായ ഏതോ ബന്ധുവുമായി അച്ഛൻ തന്റെ വിവാഹം നടത്തും? നടത്തുമോ?

വീണ സ്വയം ശ്വാസിച്ചു. ഇല്ല താനും അമ്മയും അറിയാത്തൊരു ലോകം അച്ഛനില്ല. എന്നിട്ടും ഇപ്പോഴിങ്ങനെയൊരു മാറ്റം മനസ്സിലാകുന്നില്ല.

"എനിക്കൊന്നും അറിയില്ല ഞാൻ എന്താ വേണ്ടത്?" വീണ വിങ്ങിപ്പൊട്ടി.

"ഞാൻ പറയാം. ഈ നൃത്തക്കാരിയെ നഷ്ടപ്പെടുത്താൻ ഞാൻ തയ്യാറല്ല. ഇപ്പോഴായാലും എപ്പോഴായാലും." ശ്രീഹരി പറഞ്ഞു.

കണ്ണുനീരിനിടയിലും വീണയുടെ കണ്ണുകൾ പ്രകാശിച്ചു.

"എനിക്കും നഷ്ടപ്പെടുത്താനാവില്ല" വീണ പറഞ്ഞു.

പെട്ടെന്ന് ശ്രീഹരി പറഞ്ഞു.

"എന്നാൽ നമ്മൾ ഇപ്പോൾ ഒരു തീരുമാനമെടുക്കുന്നു."

വീണ ആകാംക്ഷയോടെ നോക്കി.

"നാളെ രാവിലെ നമ്മൾ വിവാഹിതരാകുന്നു. ഈ ക്ഷേത്രത്തിൽ വച്ച്. ശ്രീപാർവ്വതിയുടെ നടയ്ക്കു മുൻപിൽ."

ആരോ നൃത്തമണ്ഡപത്തിലേക്ക് നടന്നുവരുന്നതുകണ്ട് ശ്രീഹരി പെട്ടെന്ന് നിർത്തി. വന്നവർ ചിത്രത്തൂണുകളുടെ ഭംഗി നോക്കി നിന്നിട്ട് മടങ്ങുകയും ചെയ്തു. പിന്നേയും ആരോ നടന്നു വരുന്നു.

എഴുന്നേറ്റ് നടന്ന് ശിവഗംഗയുടെ ആദ്യപടവിൽനിന്നുകൊണ്ട് ശ്രീഹരി പറഞ്ഞു.

"പരസ്പരം മാലയിട്ട് നമ്മൾ വിവാഹിതരാകുന്നു. നാളെതന്നെ അച്ഛനെ കാണാം. ഏത് വാക്കും ലംഘിക്കപ്പെടേണ്ടതാണെന്ന് പറയാം."

"ഇപ്പോഴെന്ത് ചെയ്യണം?"

"ഇപ്പോൾ നമുക്ക് പിരിയാം. ഇന്ന് ക്ഷേത്രത്തിൽ തിരക്ക് കാണുന്നു. നാളെ രാവിലെ ഏഴുമണിക്ക് വരണം. ഞാൻ ഇവിടെ കാത്തു നിൽക്കും."

കൂടുതലൊന്നും പറയാതെയും ചോദിക്കാതെയും ശ്രീഹരി തിരിഞ്ഞു നടന്നു.

വീണ അവിടെ തന്നെ നിന്നു. നാളെ തന്റെ വിവാഹം! ശ്രീഹരി അങ്ങനെ പറയുന്നു.

ഇവിടെ ഗൗരി പാർവ്വതിദേവിയുടെ തിരുനടയിൽവച്ച് താൻ വിവാഹിതയാകുന്നു.

മനസ്സിലേക്ക് ഒരു മയിൽപ്പീലി എവിടെ നിന്നോ പറന്നുവീണു. സംഭ്രമവും സന്തോഷവും ഇടകലർന്ന മുഖത്തോടെ വീണ ചിത്രയെ തിരഞ്ഞു. ശിവഗംഗയുടെ ഏറ്റവും താഴത്തെ പടവിൽ ഇരുന്ന് ചിത്ര എന്തോ വായിക്കുന്നു. വീണ തനിയെ നിൽക്കുന്നതുകണ്ട് ചിത്ര അടുത്തു വന്നു ചോദിച്ചു.

"എന്താ പറഞ്ഞത്?"

"ഒന്നുമില്ല. നാളെ രാവിലെ ഇവിടെ വച്ച് വീണ്ടും കാണാമെന്ന് പറഞ്ഞു. എന്നിട്ട് വീട്ടിൽ വന്ന് അച്ഛനെ കാണും."

വീണ ഒറ്റശ്വസത്തിൽ പറഞ്ഞുനിർത്തി. എന്നിട്ട് കൂട്ടിച്ചേർത്തു.

"നാളെ ഞാൻ തനിയെ വന്നോളാം ചിത്രാ" ചിത്ര ചിരിച്ചു.

ഒളിച്ചു വയ്ക്കാനൊരു വർണ്ണപൂക്കാലം! വീണ ഓർത്തു. ചിതറിയ ചിന്തകളോടെയാണ് വീട്ടിലെത്തിയതും അമ്മയോടൊപ്പം ഇരുന്നതും. ഈയിടെയായി അമ്മയും നിശ്ശബ്ദയാണ്. അച്ഛന്റെ ഭാവമാറ്റം അമ്മയേയും ഒരുപക്ഷേ അമ്പരപ്പിക്കുന്നുണ്ടാകാം.

രാത്രിയിൽ ഉറക്കം വരാതെ കിടന്നപ്പോൾ മനസ്സിൽ അച്ഛന്റെ വാത്സല്യം നിറഞ്ഞ മുഖം തെളിഞ്ഞുനിന്നു. ഒരിക്കൽ പോലും മുഖം കറുപ്പിച്ചൊരു വാക്ക് പറഞ്ഞിട്ടില്ലാത്ത അച്ഛൻ. അച്ഛനറിയാത്ത ഒരു രഹസ്യവും തനിക്കുണ്ടായിരുന്നില്ല ഇതുവരെ. സ്കൂളിലേയും കോളേജിലേയും നുറുങ്ങു വിശേഷങ്ങൾപോലും അച്ഛനോട് പറഞ്ഞിരുന്നു. ഇപ്പോൾ ജീവിതത്തിലെ ഏറ്റവും വലിയ ഒരു കാര്യം അച്ഛനറിയാതെ നടക്കാൻ പോകുന്നു.

പരിഭ്രമം ഉണ്ട്. എന്നിട്ടും മനസ്സ് നൃത്തം വയ്ക്കുകയാണ്. അനിർവചനീയമായൊരു ഉന്മാദത്തിൽ പീലിവിടർത്തി ആടുന്ന മയിലിനെപ്പോലെ!

നാളെ തന്റെ വിവാഹം! മനസ്സിൽ പ്രതിഷ്ഠിച്ചുപോയ ആളിനെ ശ്രീപാർവ്വതിയുടെ മുൻപിൽ വച്ച് വിവാഹം കഴിക്കുന്നു. സുസ്മേരവദനയായി യക്ഷപുത്രി നോക്കി നിൽക്കെ താൻ ശ്രീഹരിയുടെ കഴുത്തിൽ മാല ചാർത്തും. അച്ഛന്റെ ഇഷ്ടത്തിനെതിരായി ശ്രീപരമേശ്വരനെ വരണമാല്യം ചാർത്തിയ ശൈലപുത്രിയുടെ അനുഗ്രഹം തേടണം. ഒരു ജന്മത്തിന്റെ എല്ലാ അനുഗ്രഹങ്ങളും!

അതിരാവിലെ എഴുന്നേറ്റ് കുളിച്ച് ചുവന്ന പട്ടുപാവാടയും മഞ്ഞ ബ്ലൗസും ധരിച്ചു. കഴിഞ്ഞ പിറന്നാളിന് അച്ഛൻ തന്ന ചുവന്ന കല്ല് നെക്ലേസ് കഴുത്തിലണിഞ്ഞു. കണ്ണാടിയിൽ സ്വന്തം ഭംഗി നോക്കി നിന്നു കുറച്ചു സമയം. മുറിയിൽ നിന്ന് ഇറങ്ങിയപ്പോൾ സുഭദ്ര ചോദിച്ചു.

"ഇത്ര രാവിലെ ക്ഷേത്രത്തിലേക്കോ വീണാ? കുറച്ചു സമയം കൂടി കഴിഞ്ഞാൽ ഞാനും വരാം. നമുക്കൊന്നിച്ച് പോകാം."

രാത്രിയിൽ ഓർത്തുണ്ടാക്കിയ കഥയ്ക്ക് അല്പം മേമ്പൊടി ചേർത്തു കൊണ്ട് പറഞ്ഞു.

"അമ്മയ്ക്ക് ഓർമ്മയില്ലേ, ഞാൻ രണ്ടു ദിവസം മുൻപ് പറഞ്ഞ കാര്യം? എന്റെ കൂട്ടുകാരി തിലകവും അവളുടെ അമ്മയും അച്ഛനും കൂടി അതിരാവിലെ കോവിലിൽ പൂജയ്ക്ക് വരും. അവരുടെ വകയായി ഇന്നു രാവിലെ പ്രത്യേകം അഭിഷേകം ഉണ്ട്. അവരിന്ന് പുതിയൊരു വീട് വാങ്ങാൻ പോകുന്നു. അഭിഷേകത്തിന് വരണമെന്ന് തിലകം നിർബ ന്ധിച്ചു പറഞ്ഞിരിക്കുന്നു. അമ്മ മറന്നുപോയോ?"

ഓർമ്മയിൽ ചികഞ്ഞുകൊണ്ട് സുഭദ്ര പറഞ്ഞു.

"ശരിയാണ്. നീ പറഞ്ഞതുപോലെ തോന്നുന്നു."

വീണയ്ക്ക് ആശ്വാസവും സങ്കടവും ഒരുപോലെ തോന്നി. പാവം അമ്മ! ഏതെങ്കിലും ഒരു കാര്യം തറപ്പിച്ചു പറഞ്ഞാൽ അമ്മ അതു വിശ്വസിക്കും. ഓർമ്മയില്ലെങ്കിലും പറയും.

"പറഞ്ഞതുപോലെ തോന്നുന്നു."

അമ്മയെ ഒന്നു കെട്ടിപ്പിടിച്ച് വീണ പെട്ടെന്ന് പുറത്തിറങ്ങി. ഭാഗ്യ ത്തിന് അല്പം ദൂരം നടന്നപ്പോൾ ഓട്ടോറിക്ഷ കിട്ടി. കിഴക്കേ ഗോപുര നടയിലൂടെ ക്ഷേത്രത്തിനകത്തേക്ക് കടന്നപ്പോൾ പ്രവേശന കവാടത്തി നരികെ കാത്തുനിൽക്കുന്ന ആളിനെ ദൂരെ നിന്നേ കണ്ടു. കസവുകര യുള്ള മുണ്ട് ധരിച്ച് വീതി കസവുള്ള മേൽമുണ്ട് പുതച്ച് വരന്റെ വേഷ ത്തിൽ ശ്രീഹരി നിൽക്കുന്നു. ആ വേഷത്തിൽ ശ്രീഹരിയെ കണ്ടപ്പോൾ താൻ പെട്ടെന്ന് ഒരു വധു ആയതുപോലെ വീണയ്ക്കു തോന്നി.

കൈയിൽ കരുതിയിരുന്ന ഇലയിൽ പൊതിഞ്ഞ ഒരു മുല്ലമാല ശ്രീഹരി വീണയ്ക്ക് നീട്ടി. വീണ അതു വാങ്ങി മുടിയിൽ അണിഞ്ഞു.

ക്ഷേത്രത്തിന്റെ ഇടനാഴിയിലൂടെ ശ്രീകോവിലിനടുത്തേക്ക് നടക്കു മ്പോൾ രണ്ടുപേരും ഒന്നും സംസാരിച്ചില്ല. വലിയ മണിയുടെ അടുത്തുള്ള മണ്ഡപത്തിലിരുന്ന് പൂമാല കെട്ടുന്നവരുടെ കൈയിൽനിന്നും ശ്രീഹരി രണ്ട് മാലകൾ വാങ്ങി. ശ്രീപാർവ്വതിയുടെ നടയിൽ അവ അർച്ചന യ്ക്കായി സമർപ്പിച്ചു. പൂജിച്ച മാലകൾ വാങ്ങി ഒന്നെടുത്ത് വീണയുടെ കഴുത്തിൽ അണിയിച്ചു. അടുത്ത മാല വീണയുടെ കൈയിൽ കൊടുത്ത്

തലകുനിച്ചുനിന്നു. വീണ ശ്രീഹരിയുടെ കഴുത്തിൽ അത് ചാർത്തി. നടയ്ക്കുനേരെനിന്ന് തൊഴുത് നമസ്കരിച്ചശേഷം ശ്രീഹരി വീണയുടെ കൈപിടിച്ചു. മൃദുവായ വിരലുകൾ ഒരു നിമിഷം സ്വന്തം കൈവെള്ള യിൽ അമർത്തി പിടിച്ചു. പിന്നെ ചുവന്ന കല്ലുവച്ച ചെറുമോതിരം മോതിര വിരലിൽ അണിയിച്ചു.

ക്ഷേത്രത്തിൽ തിരക്ക് നന്നേ കുറവുള്ള സമയം. രണ്ട് ആരതികൾക്ക് ഇടയിലുള്ള സമയത്ത് അധികം ഭക്തർ വരാറില്ല. എങ്കിലും ആരൊ ക്കെയോ എവിടെയൊക്കെയോ നിൽക്കുന്നുണ്ടായിരുന്നു. നോക്കുന്നു ണ്ടായിരുന്നു.

ഒന്നും ശ്രദ്ധിച്ചില്ല.

ഇടനാഴിയിലൂടെ പുറത്തേക്കിറങ്ങുമ്പോൾ കഴുത്തിലണിഞ്ഞിരുന്ന മാലകൾ ഇരുവരും ഊരി കൈയിൽ പിടിച്ചു. ദേവസഭയുടെ മുൻപിലുള്ള മണ്ഡപത്തിലിരുന്ന് പ്രസാദം വിതരണം ചെയ്യുന്ന ദീക്ഷിതരുടെ അടുത്ത് രണ്ടുപേരും ഇരുന്നു.

ശ്രീഹരി പറഞ്ഞു.

"വീണാ, നമുക്കിന്ന് പിച്ചാവരത്തിനു പോകാം. ഒരിക്കൽകൂടി കണ്ടൽ ക്കാടുകളുടെ നടുവിലൂടെ ഒരു യാത്ര. ഇവിടെ ഇരുന്ന് ഒന്നും സംസാരി ക്കാനാവില്ല. വരാൻ പറ്റില്ലേ?"

അച്ഛൻ നാളെ തിരുപ്പൂർക്ക് പോകുന്ന കാര്യം പെട്ടെന്ന് ഓർമ്മ വന്നു. ഇന്നലെ അമ്മ പറഞ്ഞിരുന്നു.

"അച്ഛൻ നാളെയും മറ്റെന്നാളും യാത്ര തന്നെ. രാവിലെ മുതൽ തിരക്കിലാണ്. മറ്റെന്നാൾ തിരുപ്പൂർക്ക് പോയി തുണിയുടെ ഇടപാടെല്ലാം ഒന്ന് ശരിയാക്കിയാൽ പിന്നെ കുറച്ച് ആശ്വാസമാകും."

കാറിലാണ് പോകുന്നത്. മടങ്ങിവരാൻ വൈകുമത്രെ. അമ്മയോട് അനുവാദം വാങ്ങാം.

വീണ പറഞ്ഞു.

"നാളെ വരാം. നാളെ അച്ഛൻ യാത്രയിലാണ്. നമുക്ക് പിച്ചാവരം ടൂറിസ്റ്റ് ബസ്സിൽ പോകാം."

"പിച്ചാവരത്തിന് ടൂറിസ്റ്റ് ട്രാൻസ്പോർട്ട് ഉണ്ടോ?"

"ഉണ്ട്. രാവിലെ 8.45ന് ചിദംബരം ബസ്സ്റ്റാൻഡിൽ എത്തും."

അന്ന് ശ്രീഹരിക്കൊപ്പം പിച്ചാവരത്തിനുപോയത് കാറിലായിരുന്നു. ഒപ്പം ഹേമന്തും ഉണ്ടായിരുന്നു. എങ്ങനെ അത്ര ധൈര്യം വന്നു എന്ന് ഇന്നുമറിയില്ല. ബോട്ടിങ്ങിന് ഹേമന്ത് മനഃപൂർവ്വം വന്നില്ല. തങ്ങളെ ഒറ്റ യ്ക്ക് വിടാനുള്ള സൂത്രം. കാരണം പറഞ്ഞത് മറ്റൊന്നാണ്. വെള്ളം കണ്ടാൽ പേടിയാകുമത്രെ!

ശ്രീഹരി പറഞ്ഞു.

“നാളെ രാവിലെ 8.30ന് ചിദംബരം ബസ്സ്റ്റാൻഡിൽ കാണാം. ഇന്ന് നമുക്കൊന്നിച്ച് ബ്രേക്ക് ഫാസ്റ്റ് കഴിക്കാം?”

വീണ ഭയത്തോടെ പറഞ്ഞു.

“വേണ്ട! ആരെങ്കിലും പരിചയക്കാർ കണ്ടാൽ, അച്ഛനറിഞ്ഞാൽ പിന്നെ ഒന്നും സംസാരിക്കാൻ കൂടി പറ്റില്ല.

“പക്ഷേ ഞാൻ എന്തായാലും അച്ഛനെ കാണുന്നുണ്ട്. അദ്ദേഹത്തിന്റെ തിരക്കു കഴിയട്ടെ. നാളെ രാവിലെ കാണാം. ഫോൺ ചെയ്യണം.” ശ്രീഹരി പറഞ്ഞു.

എന്നിട്ടും ഒപ്പം നടന്നുവന്ന് ഓട്ടോറിക്ഷയിൽ കയറുന്നതുവരെ ശ്രീഹരി കൂടെ നിന്നു.

വീട്ടിൽ അമ്മ ബ്രേയ്ക്ക് ഫാസ്റ്റ് കഴിക്കാതെ കാത്തിരിക്കുകയായിരുന്നു. വിരലിലെ തിളങ്ങുന്ന മോതിരം അമ്മ കാണാതിരിക്കാൻ പ്രത്യേകം ശ്രദ്ധിച്ചു. ശ്രീഹരിയുടെ സമ്മാനം!

കാപ്പികുടിച്ചുകൊണ്ടിരുന്നപ്പോൾ അമ്മ ചോദിക്കുന്നുണ്ടായിരുന്നു തിലകത്തിനെക്കുറിച്ച്. അവളുടെ പുതിയ വീടിനെക്കുറിച്ച്.

ഓരോന്നിനും മറുപടി പറഞ്ഞത് അശ്രദ്ധമായിട്ടാണ്. മനസ്സ് ഒരു സ്വപ്നലോകത്തിലാണ്.

വീണ മുറ്റത്തിറങ്ങിനിന്നു.

ഇതുവരെ ഇല്ലാത്ത ഭംഗി ഈ കനകാംബരത്തിന് ഇന്നെവിടെനിന്ന് വന്നു? അകത്തുനിന്നും അമ്മ പാടുന്ന കീർത്തനത്തിന്റെ നേരിയ ശബ്ദം ഒഴുകി എത്തി. ഇതുവരെ കേൾക്കാത്ത മനോഹരശബ്ദം.

ആലാപനത്തിന്റെ ആരോഹണാവരോഹണങ്ങൾക്ക് മുൻപില്ലാത്ത ശബ്ദമാധുരി. അറിയാതെ ചുവടുകൾ താളനിബദ്ധമാകുന്നു. അകത്തു പോയി ചിലങ്ക കാലിലണിഞ്ഞു. ടേപ്പ് റിക്കാർഡറിൽ സിഡി ഇട്ട് ഓൺ ചെയ്തു.

അലപായുതേ കണ്ണാ...

നൃത്തച്ചുവടുകൾക്കൊപ്പം കൈകളും ശരീരവും മാത്രമല്ല മനസ്സും ആടുകയാണ്. കൃഷ്ണന്റെ ഓർമ്മയിൽ തരളിതയായ ഗോപിക മെയ്യും മനസ്സും മറന്ന് നൃത്തം വയ്ക്കുന്നു. വൃന്ദാവനം ഒരുത്സവലഹരിയിൽ പൂത്തുലഞ്ഞുനിൽക്കുന്നു. ഓടക്കുഴലിന്റെ നാദം വിദൂരതയിൽനിന്നും അടുത്തേക്ക് വരുന്നു.

സ്വപ്നലോകത്തിൽനിന്നും ഉണർന്ന് നൃത്തം അവസാനിപ്പിച്ചപ്പോൾ പുറകിൽകൂടി രണ്ട് കൈകൾവന്ന് കെട്ടിപ്പിടിച്ചു.

അമ്മ!

അമ്മയുടെ തോളിൽ തല ചായ്ച്ചുനിന്നു. അമ്മ കരയുകയാണ്! വിതുമ്പലിനിടയിൽ അമ്മ പറയുന്നു.

"എനിക്കൊന്നിനും ആകുന്നില്ലല്ലോ ഈശ്വരാ... എന്റെ മോള്... ഞാൻ എന്താ വേണ്ടത്? എനിക്കൊരു വഴി പറഞ്ഞു തരൂ ഈശ്വരന്മാരെ..."

അമ്മയുടെ ഗദ്ഗദം പൊട്ടിക്കരച്ചിലായി മാറി.

വീണയ്ക്ക് അദ്ഭുതം തോന്നി. അമ്മയെ കെട്ടിപ്പിടിച്ചുകൊണ്ട് ചോദിച്ചു.

"അമ്മയ്ക്കെന്തുപറ്റി? എന്തിനാ ഇങ്ങനെ കരയുന്നത്?"

പെട്ടെന്ന് സുഭദ്ര നിശ്ശബ്ദയായി.

"ഇല്ല. ഒന്നുമില്ല മോളെ. ഞാൻ വെറുതെ... നിന്റെ നൃത്തം കണ്ടപ്പോൾ കരഞ്ഞുപോയതാണ്."

പക്ഷേ അമ്മയുടെ ശബ്ദം ഇടറുന്നുണ്ട്. അച്ഛന്റെ ഇപ്പോഴത്തെ ഭാവമാറ്റമാവാം അമ്മയെ വേദനിപ്പിക്കുന്നത്.

വീണ സുഭദ്രയെ ചേർത്തുപിടിച്ച് സോഫയിൽ ഇരുത്തി, ടിവി. ഓൺ ചെയ്തു. ചാനലിൽ മലയാളം സിനിമ. അമ്മയോട് ചേർന്നിരുന്നുകൊണ്ട് പറഞ്ഞു.

"നമുക്ക് ഈ സിനിമ കാണാം."

സുഭദ്ര വീണയെ മടിയിൽ കിടത്തി മുടിയിലൂടെ വിരലുകൾ ഓടിച്ചു. ടിവിയിൽ നോക്കുന്നു എന്നേയുള്ളൂ. രണ്ടുപേരുടെയും മനസ്സ് മറ്റെവിടെയോ ആണ്.

വീണ ഇടയ്ക്ക് ചോദിച്ചു. "അമ്മേ, കോളേജിലെ ഞങ്ങളുടെ ബാച്ച് കുട്ടികളെല്ലാവരും കൂടി നാളെ പിച്ചാവരത്തിന് പോകുന്നുണ്ട്. അച്ഛൻ അറിഞ്ഞാൽ എന്നെ അയയ്ക്കില്ല. എവിടെയും അയയ്ക്കില്ല. പ്ലീസ് ഞാൻ ഒന്നു പോയ്വരട്ടേ?"

വീണയുടെ മുഖത്ത് നോക്കിയപ്പോൾ സുഭദ്രയുടെ മനസ്സലിഞ്ഞു.

പാവം എന്റെ കുട്ടി!

ഒന്നൊന്നും അറിയാതെ വർഷങ്ങളായി സന്തോഷത്തോടെ ജീവിക്കുന്നു. മയിൽപേടയെപോലെ നൃത്തം ചെയ്യുന്നു. ഇപ്പോൾ ഇഷ്ടപ്പെട്ട ഒരാളിന്റെ മനസ്സിൽ അവൾ ചേക്കേറിയിരിക്കുന്നു. എല്ലാം കൊണ്ടും അവൾക്ക് യോജിച്ച ഒരാളിന്റെകൂടെ ജീവിക്കാൻ മോഹിക്കുന്നു.

എന്നിട്ടും സന്തോഷിക്കാനാകുന്നില്ലല്ലോ. താനൊരു രോഗിയാണെന്ന് എന്നെങ്കിലും അവളറിയില്ലേ? എങ്ങനെ ആ സത്യം അവൾക്ക് ഉൾക്കൊള്ളാനാകും? ഉത്തരം കിട്ടാത്ത ചോദ്യങ്ങളാണ് മുൻപിലുള്ളതെല്ലാം.

വെയിലുകൊണ്ടാൽ ക്ലോട്ട് ചെയ്യാനുള്ള നേരിയ ഒരു സ്വഭാവം വീണയുടെ രക്തത്തിനുണ്ടെന്നാണ് ധരിപ്പിച്ചിട്ടുള്ളത്. അച്ഛനും അതേ

അസുഖത്തിന് മരുന്ന് വളരെ നാളുകളായി കഴിച്ചുകൊണ്ടിരിക്കുന്നു എന്നവൾ വിശ്വസിക്കുന്നു. താൻ മരുന്ന് കഴിക്കുന്നത് ആരും അറിയാറില്ല. ചെറിയ ഡോസിലുള്ള മരുന്നാണെന്നും കഴിക്കുന്നതുകൊണ്ട് പാർശ്വഫലങ്ങളൊന്നുമില്ലെന്നും അച്ഛൻ പറഞ്ഞ് മനസ്സിലാക്കിയിട്ടുണ്ട്. അതുകൊണ്ടാവാം അവൾ അതെക്കുറിച്ച് ഒന്നും ചോദിക്കാറില്ല.

എന്നാലും എപ്പോഴും ഒരു ഗദ്ഗദം തന്റെ കണ്ഠത്തിൽ ഉടക്കി നിൽക്കാറുണ്ട്. ഒരു ചെറുനൊമ്പരം എപ്പോഴും നെഞ്ചിൽ ഒളിച്ചിരിക്കുന്നുണ്ട്.

പെയ്തിറങ്ങാൻ അനുവാദം കാത്തുനിൽക്കുന്ന രണ്ട് കണ്ണുനീർത്തുള്ളികൾ എന്നും എപ്പോഴും കണ്ണുകളിലുണ്ട്. പക്ഷേ മനസ്സ് ശാസിക്കും;

ഇല്ല. ഞാൻ അനുവാദം നൽകില്ല. ഞാൻ പിടിച്ചു നിൽക്കും. ഇതെന്റെ ജീവിതം!

ഇപ്പോൾ മതിമറന്ന് വീണ നൃത്തം ചെയ്യുന്നതുകണ്ടപ്പോൾ അവ ധാരധാരയായി കവിളിലൂടെ ഒഴുകി. അനുവാദത്തിന് കാത്തുനിൽക്കാതെ!

സുഭദ്ര വീണയെ ചേർത്തുപിടിച്ചുകൊണ്ട് പറഞ്ഞു.

"പൊയ്ക്കോളൂ! ഇടയ്ക്ക് വിളിക്കണം. വൈകുന്നേരം നാലുമണിക്കു മുൻപ് വീട്ടിൽ എത്താൻ കഴിയില്ലേ?"

"വരാം." വീണ പറഞ്ഞു.

നാളെ ശ്രീഹരിയോടൊത്ത് ഒരിക്കൽ കൂടി പിച്ചാവരത്തിന് പോകുന്നു. മനസ്സ് ആഗ്രഹിച്ചിരുന്നുവെങ്കിലും ആദ്യം പോയത് പരിഭ്രമത്തോടെയായിരുന്നു.

ഇപ്പോൾ എന്തുകൊണ്ടോ ഭയം തോന്നുന്നില്ല. താൻ പോകുന്നത് തന്റെ ഭർത്താവിന്റെ ഒപ്പമാണ്. എല്ലാവരും അറിഞ്ഞ് ആഘോഷിച്ചില്ലെങ്കിലും താൻ വിവാഹിതയാണ്. ഗൗരിപാർവ്വതിദേവിയുടെ മുൻപിൽ വച്ചാണ് തന്റെ വിവാഹം നടന്നത്. അതിലും വിലപ്പെട്ട എന്താഘോഷമാണ് ജീവിതത്തിലുണ്ടാകേണ്ടത്?

ശ്രീഹരി അച്ഛനെ കാണും. സംസാരിക്കും. സംസാരിച്ചു കഴിയുമ്പോൾ അച്ഛന്റെ എതിർപ്പുകൾ മഞ്ഞുരുകുന്നതുപോലെ ഇല്ലാതാകും. തനിക്കുറപ്പുണ്ട്.

രാത്രിയിൽ ഉറങ്ങാൻ കിടന്നപ്പോഴും അതുതന്നെയായിരുന്നു മനസ്സിൽ. പെട്ടെന്ന് ശ്രീഹരിയെ വിളിക്കണമെന്ന് തോന്നി. ഉടനെ വേണ്ടെന്ന് വയ്ക്കുകയും ചെയ്തു.

രാവിലെ എഴുന്നേൽക്കുന്നതിനുമുൻപ് അച്ഛൻ തിരുപ്പൂർക്ക് പുറപ്പെട്ടിരുന്നു. മുൻപായിരുന്നുവെങ്കിൽ തന്നെ വിളിച്ചുണർത്തി യാത്ര ചോദിക്കുമായിരുന്നു. ഇപ്പോൾ കഴിയുന്നതും സംസാരിക്കാതിരിക്കാൻ അച്ഛൻ ജാഗ്രതപ്പെടുന്നു.

പിച്ചാവരം ടൂറിസ്റ്റ് ബസ് കൃത്യം 8.40-ന് തന്നെ സ്റ്റാൻഡിൽ എത്തി. ബസ് നമ്പർ 8. അവധി ദിവസം അല്ലാത്തതുകൊണ്ടാവാം ബസിൽ തിരക്ക് കുറവാണ്. ചിദംബരം സ്റ്റാൻഡിൽ നിന്ന് പുറപ്പെടുന്ന ബസ് അണ്ണാമലൈ നഗറിലൂടെയാണ് പിച്ചാവരത്തിന് പോകുന്നത്. ബസ്സിലിരുന്നു നോക്കിയാൽ അത്ര ദൂരെയല്ലാതെ വീടുകാണാം. മനഃപൂർവ്വം അവിടേക്ക് നോക്കിയില്ല. ചെറിയ സ്ഥലമാണ്. അതുകൊണ്ട് എല്ലാവർക്കും എല്ലാവരേയും സുപരിചിതമാണ്.

ഹോട്ടൽ നന്ദിനിയുടെ മുൻപിലുള്ള സ്റ്റോപ്പിൽ ബസ് നിർത്തിയപ്പോൾ വീണ അല്പം പുറകിലേക്ക് ചാരിയിരുന്നു. ഹോട്ടലിനടുത്തുള്ള അരശ് ട്രാൻസ്പോർട്ട്സിന്റെ ഉടമയെ നന്നായി പരിചയമുണ്ട്. മില്ലിലെ ജോലിക്കാർ ഓഫീസ് ആവശ്യത്തിന് കോയമ്പത്തൂർക്ക് പോകുന്നത് ഇവരുടെ വണ്ടികളിലാണ്.

ബസ് പില്ലത്തൂരിലെത്താറായപ്പോൾ ശ്രീഹരി പറഞ്ഞു.

“ഇവിടെ റോയൽ പ്രൈമറി സ്കൂളിനടുത്താണ് അമ്മൂമ്മയുടെ തറവാടും കൃഷിസ്ഥലവും. തറവാടിനോട് ചേർന്ന് ദേവിക്ഷേത്രവും ഉണ്ട്. ഇന്നലെ അതിരാവിലെ ഞാൻ ഇവിടെ വന്ന് തൊഴുത് മടങ്ങി. എന്നിട്ടാണ് കല്യാണചെക്കനായത്.”

ശ്രീഹരി ചിരിച്ചു.

“അതെയോ? എനിക്കും വരണം ഒരു ദിവസം അവിടെ തൊഴാൻ.”

വീണ ഒന്നുകൂടി ശ്രീഹരിയോട് ചേർന്നിരുന്നുകൊണ്ട് പറഞ്ഞു.

“അതെന്റേകൂടി ക്ഷേത്രമല്ലേ?”

“എന്നാൽ ഇന്നുതന്നെ പോകാം. മടങ്ങുന്നവഴി പില്ലത്തൂരിൽ ഇറങ്ങാം.”

“ഇറങ്ങാം!”

വീണയ്ക്ക് സന്തോഷം തോന്നി. ശ്രീഹരിയോടൊപ്പം ദേവിയുടെ മുൻപിൽ ആരും കാണാതെ എത്രനേരം വേണമെങ്കിലും നിൽക്കാം. പ്രാർത്ഥിക്കാം. പാടാം. ആടാം.

പിച്ചാവരത്ത് തിരക്ക് നന്നേ കുറവ്. 75-ാം നമ്പർ ബോട്ടിന്റെ ഡ്രൈവർ ജയറാം കാത്തുനിൽക്കുന്നുണ്ടായിരുന്നു. കഴിഞ്ഞ പ്രാവശ്യം വന്നപ്പോൾ കണ്ടൽക്കാടുകൾ കാണാനിറങ്ങിയത് ജയറാമിന്റെ കൂടെ ആയിരുന്നു. ഇന്നലെ തന്നെ ഹേമന്ത് ജയറാമിന് ഫോൺ ചെയ്തിരുന്നു പോലും. ഇക്കുറി സുനാമിയിൽ തകർന്ന ഒരു വലിയ കോട്ടേജിന്റെ മുൻപിലൂടെയാണ് ജയറാം ബോട്ട് ഓടിച്ചത്.

ഏതോ നഷ്ടസ്വപ്നംപോലെ ഓർമ്മകളിൽ മുഖം പൂഴ്ത്തി നിൽക്കുന്ന കെട്ടിടാവശിഷ്ടങ്ങൾ. അവയെ വീണ്ടും വീണ്ടും നോക്കിക്കൊണ്ട് വീണ പറഞ്ഞു.

"തകർന്നടിഞ്ഞ ഇവ കാണുമ്പോൾ എനിക്കും ഒരു സങ്കടം."

വീണയുടെ വിരലിൽ അണിയിച്ച ചുവന്ന കല്ലുമോതിരത്തിൽ വിരലുകൾ അമർത്തിക്കൊണ്ട് ശ്രീഹരി പറഞ്ഞു.

"വീണാ, ഈ മോതിരം ഈ വിരലിൽ എത്ര ഭംഗിയായിരിക്കുന്നു എന്ന് നോക്കൂ! നഷ്ടസ്വപ്നങ്ങളെക്കുറിച്ചല്ല ഇപ്പോൾ ചിന്തിക്കേണ്ടത്."

"എനിക്കിപ്പോഴൊരു ധൈര്യമൊക്കെ തോന്നുന്നുണ്ട്. ധൈര്യം തന്നത് ഈ മോതിരമാണ്." വീണ ചിരിച്ചു.

ബോട്ടിങ്ങ് കഴിഞ്ഞ് ബോട്ട് ജട്ടിയിൽനിന്ന് പുറത്തേക്ക് ഇറങ്ങിയപ്പോൾ വീണ ചുറ്റും കണ്ണോടിച്ചു.

ആരെങ്കിലും പരിചയക്കാരുണ്ടോ?

ഇതേപോലെ ബോട്ടിങ് കഴിഞ്ഞ് വരുമ്പോഴായിരുന്നു രണ്ടുപേരേയും അച്ഛൻ കണ്ടത്.

പിച്ചാവരം ടൂറിസ്റ്റ് ബസ് കൃത്യം 12 മണിക്കുതന്നെ എത്തി. മടക്കയാത്രയിൽ ശ്രീഹരിയുടെ വീട്ടിൽ ഇറങ്ങണം. അവിടെ ആരെങ്കിലും ഉണ്ടാകുമോ? താൻ ആരാണെന്ന് ചോദിച്ചാൽ ശ്രീഹരി എന്തായിരിക്കും മറുപടി പറയുന്നത്?

പില്ലത്തൂർ ബസ്സ്റ്റോപ്പ് അടുക്കാറായപ്പോൾ ശ്രീഹരി പറഞ്ഞു.

"ഇവിടെ ഇറങ്ങാം."

റോഡിൽ പിങ്ക് യൂണിഫോം ധരിച്ച ധാരാളം കുട്ടികൾ നടക്കുന്നു. റോയൽ പ്രൈമറി സ്കൂളിന്റെ ഗെയിറ്റിറങ്ങി വരുന്നവരാണ്.

ബസ്സ്റ്റോപ്പിൽനിന്നും ഇടത്തോട്ട് തിരിയുന്ന ചെറിയ റോഡിലൂടെ അല്പദൂരം നടന്നാൽ ശ്രീഹരിയുടെ തറവാട്ടിന്റെ ഗെയിറ്റിലെത്താം. ധാരാളം മരങ്ങൾ ഇടതൂർന്ന് നിൽക്കുന്ന സ്ഥലം. വെറുതെ ചാരിയിട്ടിരുന്ന ഗെയിറ്റ് തുറന്നപ്പോൾതന്ന ഒരാൾ ഓടി എത്തി ഭവ്യതയോടെ ശ്രീഹരിയുടെ അടുത്തുനിന്നു. രണ്ടുപേരേയും മാറിമാറി നോക്കി.

ശ്രീഹരി പറഞ്ഞു.

"വീണാ, ഇത് കന്ദസ്വാമി. ഇവിടെ എപ്പോഴുമുണ്ടാകും. കന്ദസ്വാമി അറിയാതെ ഇവിടെ ഒരിലപോലും അനങ്ങില്ല."

പില്ലത്തൂരിലെ തറവാട് ക്ഷേത്രം കണ്ട് അതിശയിച്ചുപോയി. വളരെ ചെറിയ ഒരു ഒറ്റമുറിക്ഷേത്രമാണ് പ്രതീക്ഷിച്ചത്.

ഇത് മതിൽക്കെട്ടും അകത്തളവും കൽവിളക്കുമെല്ലാം ഉള്ള ഒരു ക്ഷേത്രം. ശ്രീകോവിലിനുള്ളിൽ ഭഗവതി വിഗ്രഹം.

"ഇവിടെ രാവിലെയും സന്ധ്യയ്ക്കും വിളക്ക് കൊളുത്തും. രാവിലെ എന്നും അർച്ചന ഉണ്ടാകും. വേറെ പൂജ ഒന്നുമില്ല. വർഷത്തിലൊരിക്കൽ

തിരുവാതിര മഹോത്സവം നടത്തും. അപ്പോൾ എല്ലാവരും ഇവിടെതന്നെയായിരിക്കും താമസിക്കുക." ശ്രീഹരി പറഞ്ഞു.

ക്ഷേത്രത്തിന്റെ പടിഞ്ഞാറ് ഭാഗത്തുകൂടി കല്പടവുകൾ കയറി ചെല്ലുന്നത് തറവാടിന്റെ മുറ്റത്താണ്.

വളരെ പഴക്കം തോന്നിക്കുന്ന വലിയൊരു വീട്!

കന്ദസ്വാമിയുടെ കൈയിൽനിന്നും താക്കോല് വാങ്ങി ശ്രീഹരി വാതിൽ തുറന്നു. വലിയ ശബ്ദത്തോടെ വാതിൽ തുറന്നത് വീണ കൗതുകത്തോടെ നോക്കിനിന്നു.

ശ്രീഹരി ചിരിച്ചുകൊണ്ട് പറഞ്ഞു

"വലതുകാൽ."

ആദ്യം അടുക്കളയിലേക്കാണ് വീണയെ കൂട്ടിക്കൊണ്ടുപോയത്. അടുക്കളയിലാണ് അമ്മൂമ്മ ആരാധിക്കുന്ന ഗണപതി വിഗ്രഹം വച്ചിരിക്കുന്നത്. ചെറിയ പീഠത്തിൽ അലങ്കരിച്ചുവച്ചിരിക്കുന്ന ഗണപതിയുടെ മുൻപിലുള്ള വിളക്ക് തിരിനീട്ടി ശ്രീഹരി കൊളുത്തി. അടുക്കളയിൽ നേരിയ വെളിച്ചം എത്തിനോക്കി. മറ്റു മുറികളിലെല്ലാം സന്ധ്യാസമയം പോലെ ഇരുട്ട്. നടുത്തളംപോലെ തോന്നിക്കുന്ന വലിയ മുറിയിൽ മാത്രമാണ് പ്രകാശമുള്ളത്.

മഹാദേവനും ശ്രീപാർവ്വതിയും ഒന്നിച്ച് നിൽക്കുന്ന വലിയ ഫോട്ടോയ്ക്കുമുൻപിൽ ശ്രീഹരി വീണയെ ചേർത്തുപിടിച്ചുനിർത്തി. ശ്രീഹരിയുടെ നെഞ്ചിൽ മുഖം അമർത്തിനിന്നപ്പോൾ വീണ അറിയാതെ തേങ്ങിപോയി. മുഖം പിടിച്ചുയർത്തി നിറഞ്ഞ കണ്ണുകളിൽ ചുംബിച്ചുകൊണ്ട് ശ്രീഹരി പറഞ്ഞു.

"എന്റെ ശ്രീപാർവ്വതി!"

പരിസരം മറന്ന് പരസ്പരം അലിഞ്ഞു ചേർന്ന നിമിഷങ്ങൾക്ക് എവിടെനിന്നോ എത്തിനോക്കിയ ഇത്തിരിവെട്ടവും ഒളിച്ചും പാത്തും പതുങ്ങിനിന്ന ഇളംകാറ്റും മാത്രം സാക്ഷികളായിരുന്നു!

ഇറങ്ങുന്ന സമയത്ത് വീണയെ ചേർത്ത് നിർത്തിക്കൊണ്ട് ശ്രീഹരി പറഞ്ഞു.

"നാളെ തന്നെ ഞാൻ വീട്ടിൽ വരും. അച്ഛനുമായി സംസാരിക്കും. എല്ലാ തടസ്സങ്ങളും നമുക്ക് മാറ്റി എടുക്കാം."

"വരണം. നാളെതന്നെ വരണം. ഞാൻ കാത്തിരിക്കും."

വീണ പറഞ്ഞു. വീണ്ടും കണ്ണുകൾ സജലങ്ങളായി.

ഈ കണ്ണുനീർ ഏത് ഓർമ്മകളുടേതാണ്? വീണ സ്വയം ചോദിച്ചു. എപ്പോഴും തുളുമ്പാൻ എന്തേ എന്റെ ഇമകൾ കാത്തുനിൽക്കുന്നത്?

ഇതുവരെ പാടിയിട്ടില്ലാത്ത രാഗവും ആടിയിട്ടില്ലാത്ത താളവും മിഴികളെ കൂട്ടുപിടിച്ചിട്ടുണ്ടാകും. മനസ്സിൽ പൂവിട്ട് നിൽക്കുന്ന വർണ്ണ

പുഷ്പങ്ങളിലെ ഹിമകണങ്ങൾ കണ്ണുകൾ കവർന്നെടുത്തിട്ടുണ്ടാകും. എന്നിട്ടും മനസ്സ് മധുരമായൊരു താളലയത്തിൽ സ്പന്ദിക്കുന്നു.

ചിദംബരത്ത് ബസ് എത്തിയപ്പോൾ ഒന്നും സംസാരിക്കാതെ വീണ ഇറങ്ങി. ബസ്സ്റ്റാൻഡിൽ നല്ല തിരക്കുള്ള സമയം. തിരിഞ്ഞു നോക്കി കണ്ണുകൾകൊണ്ട് യാത്ര പറഞ്ഞു.

വീട്ടിൽ സുഭദ്ര വരാന്തയിൽ കാത്തുനിൽക്കുന്നുണ്ടായിരുന്നു.

അമ്മയുടെ താടിയിൽ പിടിച്ചുകുലുക്കിക്കൊണ്ട് വീണ ചോദിച്ചു.

"അമ്മാ ഞാൻ വൈകിയില്ലല്ലോ."

"വൈകി. നാലുമണിയാണ് അനുവദിച്ച സമയം. ഇപ്പോൾ അഞ്ചായിരിക്കുന്നു....!" സുഭദ്ര ചിരിച്ചു.

"ഒരു മണിക്കൂർ ഗ്രെയ്സ് പീരിയഡ് എപ്പോഴും അനുവദനീയമാണ് മാഡം...!"

വീണയുടെ മറുപടികേട്ട് സുഭദ്ര പൊട്ടിച്ചിരിച്ചു. ഒപ്പം ഒരു നെടുവീർപ്പ് ഉയരുകയും ചെയ്തു. സ്ഫടികംപോലെ ക്ഷണികമായൊരു അത്താണി പലകയിലാണ് അവൾ നിൽക്കുന്നത്. ഏതു നിമിഷവും അത് പൊട്ടിച്ചിതറിയേക്കാം. അവൾ നിലംപതിച്ചേക്കാം.

അതിന് അനുവദിക്കരുത്. എങ്ങനെയാണ് മുന്നോട്ട് പോകേണ്ടതെന്ന് മാത്രം തീരുമാനിക്കാനാകുന്നില്ല.

പക്ഷേ തളരാതെ മുന്നോട്ടു പോകണം. വീണ വേദനിക്കാൻ പാടില്ല. ജീവിതത്തിന്റെ ആഘാതങ്ങളൊക്കെ ഏറ്റുവാങ്ങുമ്പോൾ മനസ്സിൽ വീണയുടെ നിഷ്കളങ്കമായ മുഖമുണ്ടായിരുന്നു. ധൈര്യമല്ല ആ മുഖമാണ് മുന്നോട്ട് നയിച്ചത്.

ആർക്കും ഒന്നും അറിയില്ല. ആരും ഒന്നും അറിയരുത്. ആരും!

ഏഴ്

അത്യാവശ്യ ഫയലുകൾ നോക്കി അക്കൗണ്ട്സ് കാര്യങ്ങൾ ചർച്ച ചെയ്തുകഴിഞ്ഞപ്പോഴേക്കും സമയം പതിനൊന്നര കഴിഞ്ഞു.

ഓഫീസിലെത്തിയാൽ സമയം പോകുന്നതറിയില്ലല്ലോ എന്ന് ശിവ ശങ്കരൻ ഓർത്തു.

കഴിഞ്ഞ ഒരാഴ്ച നല്ല തിരക്കിലായിരുന്നു. പുതിയ മെഷീനുകളുടെ പ്രവർത്തനവും അതിനോടനുബന്ധിച്ച പരിശീലന പരിപാടികളും എല്ലാം നടന്നത് കഴിഞ്ഞ ആഴ്ചയിലാണ്. ഒപ്പം ഔദ്യോഗികസന്ദർശകരും അവരോടൊത്തുള്ള യാത്രകളും.

ഇന്നലെ തിരുപ്പൂർ യാത്ര കൂടി കഴിഞ്ഞപ്പോഴാണ് തിരക്കുകൾക്ക് അല്പം ശമനം ഉണ്ടായത്. ശിവശങ്കരൻ വാച്ചിൽ നോക്കി.

ഇന്ന് ഉച്ചയ്ക്ക് നേരത്തെ വീട്ടിൽ പോകാം. ഒരാഴ്ചയായി സുഭദ്ര യോടുപോലും കാര്യമായിട്ടൊന്നും സംസാരിക്കാൻ കഴിഞ്ഞിട്ടില്ല.

വീണയുടെ ഓർമ്മ എപ്പോഴും മനസ്സിലുണ്ട്. എല്ലാം മറക്കാനുള്ള തയ്യാറെടുപ്പിലാണ് വീണ എന്നു തോന്നുന്നു. അത് നേരിയൊരു ആശ്വാസം നൽകുന്നുണ്ട്.

ഡ്രൈവർ ജഗന്നാഥൻ രണ്ടു പ്രാവശ്യം വന്നെത്തിനോക്കുന്നത് കാണാതിരുന്നില്ല. രാവിലെ വരുമ്പോൾ ഹോർലിക്സ് ഇട്ട പാൽ നിറച്ച ഫ്ളാസ്കും സ്നാക്സ് ബോക്സും കാറിൽ നിന്നെടുത്ത് ക്യാബിനിൽ വച്ചതുകൊണ്ടുമാത്രം ജഗന്നാഥന്റെ ഉത്തരവാദിത്വം തീരുന്നില്ല. അത് സമയത്ത് കഴിക്കാൻ തന്നെ ഓർമ്മപ്പെടുത്തുന്ന ജോലി കൂടി സുഭദ്ര അയാളെ ഏല്പിച്ചിട്ടുണ്ട്.

“വിശപ്പു തോന്നുമ്പോൾ മാത്രം ഭക്ഷണം കഴിക്കുക. അതാണ് എന്റെ പോളിസി” താൻ പറയാറുണ്ട്.

“ആയിക്കോട്ടേ! ബ്രേക്ക്ഫാസ്റ്റ് കഴിഞ്ഞാൽ രണ്ട് മണിക്കൂറിനു ശേഷം എന്തെങ്കിലും ലഘുവായിട്ട് കഴിക്കണം ഡയബറ്റീസ് രോഗികൾ! അതാണ് ഡോക്ടറുടെ പോളിസി!”

സുഭദ്രയുടെ മറുപടി പെട്ടെന്നായിരിക്കും. ഓർത്തപ്പോൾ ചിരിവന്നു. ജഗന്നാഥൻ വീണ്ടും വാതിലിനടുത്തുവന്ന് എത്തിനോക്കിയപ്പോൾ പറഞ്ഞു.

"ജഗന്നാഥൻ വിഷമിക്കേണ്ട. ഞാൻ ഹോർലിക്സ് കഴിച്ചു."

ജഗന്നാഥൻ അകത്തേക്ക് കയറി വന്നു പറഞ്ഞു.

"അത് മാത്രമല്ല സാർ, മൊബൈൽ കാറിൽ വച്ചിരിക്കുകയായിരുന്നു. മൂന്നുപ്രാവശ്യം അടിച്ചു."

ഫോൺ കാറിൽ നിന്നെടുക്കാൻ മറന്നതാണ്. പക്ഷേ അത് പഴ്സണൽ ഫോണാണ്. ഔദ്യോഗിക കോളുകളൊന്നും അതിൽ വരാറില്ല. വളരെ അടുപ്പമുള്ളവർക്ക് മാത്രം അറിയാവുന്ന നമ്പരാണത്. ശിവശങ്കരൻ ഫോണിൽ നോക്കി. ശരിയാണ്. മൂന്നു പ്രാവശ്യം ഒരേ നമ്പറിൽ നിന്നും കോൾ വന്നിരിക്കുന്നു. പരിചയമില്ലാത്ത നമ്പരാണ്. അതേ നമ്പരിലേക്ക് തിരിച്ചു വിളിച്ചു.

"ഹലോ ഞാൻ ശിവശങ്കരൻ. എന്റെ ഫോണിലേക്ക് നിങ്ങളുടെ മൂന്നു കോളുകൾ വന്നിരിക്കുന്നു. എനിക്ക് ആളെ മനസ്സിലായില്ല."

ഒരു നിമിഷം മറുവശത്ത് നിശ്ശബ്ദത പടർന്നു. പിന്നെ സംസാരിച്ചു.

"ഹലോ, ഗുഡ്മോണിങ്! യെസ്. ഞാൻ വിളിച്ചിരുന്നു. എന്റെ പേര് ശ്രീഹരി. ഡോക്ടർ ശ്രീഹരി. അഡ്വക്കേറ്റ് ലേറ്റ് പരമേശ്വരൻ നായരുടെ ഗ്രാൻഡ്സൺ ആണ്!"

പെട്ടെന്ന് ഒരു വൈദ്യുതിപ്രവാഹം ശരീരത്തിലൂടെ പാഞ്ഞുപോകുന്നതുപോലെ ശിവശങ്കരനു തോന്നി.

ഡോക്ടർ ശ്രീഹരി!

അതെ. അതുതന്നെ. വിസ്മൃതിയിലാകാൻ താൻ ആഗ്രഹിച്ച പേര് ഒരു മുന്നറിയിപ്പുമില്ലാതെ വീണ്ടും തന്നെ തേടി എത്തിയിരിക്കുന്നു.

വീണ്ടും മറുതലയ്ക്കൽനിന്നും ശബ്ദം.

"ഹലോ. എനിക്ക് അങ്ങയെ നേരിട്ട് ഒന്നു കാണണം. ഗൗരവമുള്ള ഒരു കാര്യം സംസാരിക്കാനുണ്ട്. എപ്പോഴാണ് വരേണ്ടതെന്ന് പറഞ്ഞാൽ ഞാൻ അവിടെ എത്താം."

"എന്താ കാര്യം?"

അത് ചോദിക്കുമ്പോൾ ശബ്ദം വിറച്ചിരുന്നു. അങ്ങനെ ചോദിക്കേണ്ടിയിരുന്നില്ലെന്ന് പെട്ടെന്ന് തോന്നുകയും ചെയ്തു.

"നേരിട്ടു പറയേണ്ട കാര്യമാണ്. ഞാൻ വരാം."

"ഞാൻ തിരിച്ചുവിളിക്കാം."

അങ്ങനെ പറഞ്ഞുകൊണ്ട് ശിവശങ്കരൻ ഫോൺ കട്ട് ചെയ്തു.

ഏ.സിയുടെ തണുപ്പിലും ശരീരം വിയർക്കുന്നു. പക്ഷേ തളർന്നിരുന്നിട്ട് കാര്യമില്ല. രക്ഷപ്പെട്ട് ഓടി ഒളിക്കാനും കഴിയില്ല. ഈ പ്രതിസന്ധി തരണം ചെയ്യേണ്ടിയിരിക്കുന്നു.

സത്യം വെളിപ്പെടുത്തണോ വേണ്ടയോ? ഇവിടെ തീരുമാനമെടുക്കേണ്ടത് മനസ്സാക്ഷിയാണ്.

താത്പര്യമില്ല എന്നു പറഞ്ഞ് ഈ വിവാഹം വേണ്ടെന്നുവയ്ക്കാം. പക്ഷേ എത്ര പ്രാവശ്യം ഈ മൂടുപടം അണിയാൻ കഴിയും

വീണയ്ക്ക് വീണ്ടും വിവാഹാലോചനകൾ വരും. അപ്പോഴൊക്കെ ഓടിയൊളിക്കാൻ കഴിഞ്ഞെന്നുവരില്ല. കൺമുൻപിലാണ് വീണ വളർന്നു വന്നത്. വീണയെ ചികിത്സിക്കുന്ന ഡോ. ഡേവിസ് പലപ്പോഴും നിർബ്ബന്ധിച്ച് പറയാറുണ്ട്.

"ശിവശങ്കരൻ, നിങ്ങൾ ഈ രോഗവിവരം വീണയോട് താമസിയാതെ പറയണം. കാരണം മരുന്ന് വേണ്ടെന്ന് വയ്ക്കാനോ നീട്ടി വയ്ക്കാനോ കഴിയാത്ത രോഗമാണ് ഇത്. തന്റെ രോഗം എന്താണെന്ന് പ്രായപൂർത്തിയായ ഒരു രോഗി അറിഞ്ഞിരിക്കേണ്ടത് അത്യാവശ്യമാണ്."

"സർ, വീണ ഇതെങ്ങനെ നേരിടും? ഇതുവരെ അവളെ ഒരു വിഷമവും ഞാനറിയിച്ചിട്ടില്ല. എനിക്ക് ഭയമുണ്ട്...."

അങ്ങനെ പറഞ്ഞാണ് താൻ എപ്പോഴും ഡോക്ടറെ നിരുത്സാഹപ്പെടുത്താറുള്ളത്. പക്ഷേ അദ്ദേഹം വീണ്ടും പറയും.

"നിങ്ങൾ ഇത്ര ഭയപ്പെടാതെ ശിവശങ്കരൻ. ഇന്നല്ലെങ്കിൽ നാളെ ആ കുട്ടി ഇതറിയണം. ഇവിടെ കൗൺസിലിങ് സെക്ഷൻ ഇല്ലേ? ഞങ്ങളെല്ലാവരുമില്ലേ..."

"എന്നാലും സർ, എനിക്കൊരല്പം സമയം കൂടി തരൂ പ്ലീസ്."

ഓരോ പ്രാവശ്യവും അങ്ങനെ കെഞ്ചിപറഞ്ഞാണ് താൻ സമയം നീട്ടി വാങ്ങാറുള്ളത്. കഴിഞ്ഞ പ്രാവശ്യം ഡോക്ടർ അല്പം കർക്കശമായിട്ടാണ് സംസാരിച്ചത്.

"നിങ്ങൾ റിയാലിറ്റി മനസ്സിലാക്കൂ! ഭയത്തിന്റെ കാര്യമൊക്കെ ഞങ്ങൾക്ക് വിട്ടുതരൂ!" അദ്ദേഹം പറഞ്ഞു.

പിച്ചാവരത്ത് വീണയോടൊപ്പം ഒരു ചെറുപ്പക്കാരനെ കണ്ടപ്പോൾ ആദ്യം ഓർത്തതും ഡോക്ടറുടെ വാക്കുകളാണ്. താൻ റിയാലിറ്റി മനസ്സിലാക്കുന്നില്ല!

വീണ വളർന്ന് യുവതി ആയിരിക്കുന്നു! ആരും രണ്ടാമതൊന്ന് നോക്കാൻ ആഗ്രഹിക്കുന്ന അത്ര സുന്ദരിയായിരിക്കുന്നു.

അതിമനോഹരമായി നൃത്തം ചെയ്യുന്നു!

ഇതൊന്നും താനറിഞ്ഞില്ലേ? ഇങ്ങനെയൊരു അവസ്ഥ നേരിടേണ്ടി വരുമെന്ന് ഓർത്തില്ലേ എന്ന സുഭദ്രയുടെ ചോദ്യത്തിനുമുൻപിൽ ചൂളി പ്പോയത് അതുകൊണ്ടാണ്.

മനസ്സ് ഒന്നിനും തയ്യാറെടുപ്പ് നടത്തിയിരുന്നില്ലെന്നുള്ളതാണ് സത്യം. ഒരു ഭീരുവിനെപ്പോലെ താൻ ജീവിക്കുകയായിരുന്നു.

ഇപ്പോൾ വീണയെ ഇഷ്ടപ്പെട്ട് ഒരാൾ വന്നിരിക്കുന്നു. അവൾക്കും സുഭദ്രയ്ക്കും ആഗ്രഹമുള്ള ബന്ധം. എല്ലാംകൊണ്ടും അനുയോജ്യനായ ചെറുപ്പക്കാരൻ.

ഒരു വലിയ കള്ളം പറഞ്ഞാണ് ഈ ബന്ധത്തിന് താത്പര്യമില്ലെന്ന് അവരുടെ ബന്ധുക്കളെ അറിയിച്ചത്. അതുകൊണ്ടുതന്നെയാണ് വീണയെ നേരിടാൻ ധൈര്യം ഇല്ലാത്തത്. അവളുടെ കണ്ണുകളിൽ ഒരു വലിയ ചോദ്യം ഉണ്ട്. താൻ അത് ഭയക്കുന്നു.

ഇനിയും കാത്തിരുന്നിട്ട് കാര്യമില്ല. എല്ലാ മൂടുപടങ്ങളും മാറ്റാനുള്ള സമയമായിരിക്കുന്നു.

ശ്രീഹരിയോട് സത്യം തുറന്നുപറയണം. സുഭദ്രയുടെ എതിർപ്പ് കാര്യമാക്കേണ്ടതില്ല.

ഒരു ഡോക്ടർക്ക് കാര്യങ്ങൾ പെട്ടെന്ന് മനസ്സിലാകും. വിവാഹം ചെയ്യാൻ ആഗ്രഹിക്കുന്ന പെൺകുട്ടി എച്ച്.ഐ.വി രോഗിയാണെന്ന് അറിയുമ്പോൾ തളർന്നുപോയേക്കാം. പിൻമാറുകതന്നെ ചെയ്യും. അതെ. അതുതന്നെയാണ് സംഭവിക്കാൻ പോകുന്നത്.

എല്ലാം അറിഞ്ഞിട്ടും ഒരുപക്ഷേ വീണയെ സ്വീകരിക്കാനാണ് തയ്യാറാകുന്നതെങ്കിൽ! എങ്കിൽ...,

മനസ്സിൽ വീണ്ടും നാഗസ്വരമേളം! മുല്ലപ്പന്തൽ!

കല്യാണപെണ്ണായി തന്റെ വീണ!

അറിയാതെ കണ്ണുകൾ നിറഞ്ഞു. ഓഫീസിലാണ് ഇരിക്കുന്നതെന്ന് ഓർക്കാതെ കൈകൂപ്പി പോയി.

"മഹാദേവാ രക്ഷിക്കണേ.......!"

ഓഫീസ് അസിസ്റ്റന്റിനെ വിളിച്ചു പറഞ്ഞു.

"അത്യാവശ്യം കുറച്ച് ജോലിയുണ്ട്. ആരേയും അകത്തേക്ക് അയ യ്ക്കേണ്ട. ഇന്ന് സന്ദർശകരാരും വേണ്ട."

ശ്രീഹരിയെ വിളിക്കണം. കാണാമെന്ന് പറയണം. ശ്രീഹരി മാത്ര മല്ല വീണയും എല്ലാം ഇന്നറിയണം.

മനസ്സാക്ഷിയുടെ ദിവസമാണ് ഇന്ന്!

ശിവശങ്കരൻ രാവിലെ കോൾ വന്ന നമ്പറിലേക്ക് വിളിച്ചു. കാത്തിരു ന്നതുപോലെ പെട്ടെന്ന് മറുതലയ്ക്കൽ ഫോൺ അറ്റൻഡ് ചെയ്തു.

"ഹലോ...."

"ഹലോ. സോറി. ഞാനല്പം തിരക്കിലായി. ഫ്രീ ആണെങ്കിൽ ഇന്നു വൈകുന്നേരം ആറു മണിക്ക് നമുക്ക് കാണാം."

"തീർച്ചയായും. എവിടെയാണ് വരേണ്ടത്?"

"വിരോധമില്ലെങ്കിൽ എന്റെ വീട്ടിലേക്ക് വരൂ. അണ്ണാമലൈ നഗറിൽ തേർഡ് സ്ട്രീറ്റിലാണ് വീട്. നടരാജാ അവന്യൂവിൽ. വീട്ടുപേര് വീണാ ലക്ഷ്മി."

"വരാം. വൈകുന്നേരം ആറു മണിക്ക് എത്താം. താങ്ക്യൂ."

ആ സ്വരത്തിലെ സന്തോഷം തിരിച്ചറിയാൻ കഴിഞ്ഞു.

തീരുമാനം എടുത്തു. ഇനിയും എങ്ങനെയാണ് പറയേണ്ടതെന്ന് ആലോചിക്കണം. ഉച്ചഭക്ഷണം കഴിക്കാൻ വീട്ടിലേക്ക് പോകാതിരിക്കാം. ആറുമണിക്ക് വീട്ടിലെത്തിയാൽ മതി.

സുഭദ്രയെ ഫോണിൽ വിളിച്ച് പറഞ്ഞു.

"ലഞ്ച് കൊടുത്തയച്ചോളൂ. കുറച്ച് തിരക്കുണ്ട്. ജഗന്നാഥനെ അയയ്ക്കാം."

മനസ്സിനൊരു ലാഘവത്വം കൈവന്നിരിക്കുന്നു. ശരിയായ തീരുമാനങ്ങളെടുക്കുമ്പോൾ മനസ്സ് ശക്തമാകുന്നു. എപ്പോഴും അങ്ങനെയാണ് തോന്നിയിട്ടുള്ളത്.

കുറുക്കുവഴികളല്ല നേർവഴികളാണ് സമാധാനത്തിന്റെ വെളിച്ചം പരത്തുന്നത്. സന്തോഷവും സാന്ത്വനവും തിരയേണ്ടത് മറ്റെവിടെയും അല്ല. സ്വന്തം മനസ്സിന്റെ ഉള്ളറകളിൽ തന്നെയാണ് എന്നു പറയുന്നത് എത്ര വാസ്തവം!

അഞ്ചുമണിക്കാണ് ഓഫീസിൽ നിന്നും ഇറങ്ങിയത്. മനസ്സും ചിന്തകളും വെള്ളിമേഘങ്ങൾ പോലെ ശുഭ്രമായിരിക്കുന്നു. എന്തിനേയും അഭിമുഖീകരിക്കുവാൻ സജ്ജമായ മനസ്സുമായാണ് വീട്ടിലെത്തിയത്.

ആറുമണിക്ക് ശ്രീഹരി വരും! സുഭദ്രയെ അറിയിക്കണോ? വേണ്ട. തൽക്കാലം വേണ്ട. അതിഥി വന്നു കഴിഞ്ഞ് പരിചയപ്പെടുത്താം.

പിച്ചാവരത്ത് വച്ച് ഒരു നോക്ക് കണ്ടതാണ്. നേരിയ ഓർമ്മ മാത്രമേയുള്ളൂ. അന്ന് ശ്രദ്ധിച്ചത് വീണയെ ആയിരുന്നു.

നിശ്ചലമായ ജലപ്പരപ്പിൽ വലിയ ഒരു കല്ല് താൻ ഇടാൻ പോകുകയാണ്. അതിന്റെ അലയൊലികളിൽ വൃക്ഷങ്ങൾ കടപുഴകി നിലംപതിച്ചേക്കാം. ജലം കലങ്ങി മറിഞ്ഞേക്കാം. തീരത്ത് വളർന്നു നിൽക്കുന്ന മനോഹരമായ സസ്യങ്ങൾ എന്നന്നേക്കുമായി മുങ്ങി ഒലിച്ചുപോയേക്കാം. എന്താണ് സംഭവിക്കുക എന്ന് പറയാൻ കഴിയില്ല. എന്തായാലും ഇനിയൊരു പുനർചിന്തനം ഇല്ല.

വീട് ഏതോ അതിഥിയെ സ്വീകരിക്കാൻ തയ്യാറായതുപോലെ ഒരുങ്ങിയിരിക്കുന്നതായി ശിവശങ്കരന് തോന്നി. സ്വീകരണ മുറിയിലെ സോഫാ കവറുകളും കർട്ടനും മാറ്റിയിരിക്കുന്നു. ഫ്ളവർവേസിൽ ഇപ്പോഴടർത്തിയെടുത്ത ചുവന്ന റോസാപുഷ്പങ്ങൾ അലങ്കരിച്ചു വച്ചിരിക്കുന്നു.

ഒന്നും അറിയില്ലെന്ന് ഭാവിച്ച് എന്നാൽ എല്ലാം അറിയുന്ന ഒരു നാട്യക്കാരിയുടെ ലാസ്യഭംഗിയോടെ തന്റെ വീട്! വീണയും ശ്രീഹരിയും സംസാരിച്ചിരുന്നുവോ? വിവരങ്ങൾ കൈമാറിയിരുന്നുവോ? സംശയിക്കേണ്ടിയിരിക്കുന്നു.

കുളിച്ച് ഡ്രസ് മാറിയപ്പോഴേക്കും കൈയിൽ കാപ്പിയുമായി വീണ മുറിയിലേക്കു കടന്നു വന്നു. പതിവിലും കൂടുതൽ പ്രസരിപ്പാർന്ന മുഖം. സാധാരണ ധരിക്കാറുള്ള ചുരിദാറിനുപകരം സാരി ധരിച്ചിരിക്കുന്നു. അസ്തമയസൂര്യന്റെ വർണ്ണപകിട്ടുള്ള പട്ടുസാരിയിൽ വീണ അതിസുന്ദരിയായിരിക്കുന്നു.

ശിവശങ്കരൻ ആദ്യം കാണുന്നതുപോലെ മകളെ നോക്കി.

“എവിടെ അമ്മ?”

വിടർന്ന മുഖത്തുനോക്കി ചോദിച്ചു. സാധാരണ ഓഫീസിൽ നിന്ന് വരുമ്പോൾ കാപ്പി കൊണ്ടു വരുന്നത് സുഭദ്രയാണ്.

“ഞാൻ ഇവിടെതന്നെയുണ്ട്.”

ഒരു തട്ടത്തിൽ തനിക്കിഷ്ടപ്പെട്ട ഇല അപ്പവുമായി സുഭദ്ര വാതിലിൽ നിൽക്കുന്നു. സുഭദ്രയുടെ മുഖത്തും ഒരു പ്രഭാതം എത്തി നോക്കുന്നുണ്ട്.

ഒന്നു തീർച്ചയാണ്. പ്രിയങ്കരനായ ഒരു അതിഥിയെ സുഭദ്രയും വീണയും പ്രതീക്ഷിക്കുന്നുണ്ട്.

അതിനർത്ഥം...?

ഒരു കാർ ഗെയിറ്റ് കടന്ന് മുറ്റത്ത് വന്ന് നിൽക്കുന്ന ശബ്ദം കേട്ടു.

മനസ്സ് ഒന്നു പതറി. വീണ്ടും പിടിയിലൊതുക്കി. എപ്പോഴും കടിഞ്ഞാണിൽ പിടിച്ച് നിയന്ത്രിച്ചു നിർത്തേണ്ട ഒരു അശ്വമാണ് മനസ്സ്. പതറേണ്ട ആവശ്യമില്ല. തന്റെ ഭാഗത്ത് ഇപ്പോൾ ശരികൾ മാത്രമാണ്.

കോളിംങ്ങ് ബെല്ലിന്റെ ശബ്ദം മുഴങ്ങി. പൂമുഖത്തെ വാതിൽ അടച്ചിരുന്നില്ല.

ഡോർ കർട്ടൻ വകഞ്ഞുമാറ്റി പൂമഖത്തെത്തിയപ്പോൾ ശ്രീഹരി വാതിലിൽ തന്നെ നിൽക്കുന്നു.

ഇരുകൈകളും പാന്റിന്റെ പോക്കറ്റിൽ തിരുകി പുഞ്ചിരിയോടെ നിൽക്കുന്ന സുമുഖനായ ചെറുപ്പക്കാരനെ ശിവശങ്കരൻ ഒരു നിമിഷം നോക്കി നിന്നു.

വളരെ ചെറുപ്പം. കുലീനത്വമുള്ള മുഖം.

എന്തുകൊണ്ടോ ഇതല്ല പ്രതീക്ഷിച്ചത്.

ടൈറ്റ് ജീൻസും ബനിയനും ധരിച്ച ഒരു മോഡേൺ പയ്യനായിരുന്നു മനസ്സിൽ ഉണ്ടായിരുന്നത്. ചെറുപ്പത്തിന്റെ അവിവേകവുമായി ലോകത്തിനെതന്നെ ഒരു നേരമ്പോക്കായി കാണുന്ന പ്രായത്തിലുള്ള ഒരു പയ്യൻ!

ബന്ധുക്കൾ വിവാഹക്കാര്യം സംസാരിക്കുവാൻ എത്തിയപ്പോൾ കൂടുതൽ വിവരങ്ങൾ അറിയാനല്ല ഒഴിവാക്കാനായിരുന്നു വ്യഗ്രത കാണിച്ചത്. അതാവാം അങ്ങനെ ഒരു ചിത്രം മനസ്സിൽ വരച്ചത്. ഇപ്പോൾ മുൻപിൽ നിൽക്കുന്നത് തന്റെ പ്രതീക്ഷകൾക്കപ്പുറം പക്വതവന്ന ഒരു ചെറുപ്പക്കാരനാണ്.

ശിവശങ്കരൻ ശ്രീഹരിയെ നോക്കി സൗഹൃദപൂർവ്വം ചിരിച്ചു. അകത്തേക്ക് ക്ഷണിച്ചപ്പോൾ അറിയാതെ കൈകൾ സ്നേഹപൂർവ്വം തോളത്ത് വച്ചു പോയി.

"വരൂ! ഇരിക്കൂ!"

ശ്രീഹരി ഇരുന്ന സോഫയുടെ എതിർവശത്തിട്ടിരിക്കുന്ന ഇരിപ്പടത്തിൽ ശിവശങ്കരൻ ഇരുന്നു. വാതിൽ കർട്ടനപ്പുറം കാൽ പെരുമാറ്റം കേട്ട് തിരിഞ്ഞുനോക്കി. വീണയും സുഭദ്രയും പ്രതീക്ഷിച്ചു കൊണ്ടിരുന്നത് ഈ അതിഥിയെ തന്നെയാണെന്ന് മനസ്സിലുറപ്പിക്കുകയും ചെയ്തു.

"ഡോക്ടറുടെ വീട് തില്ലൈ കോവിലിനടുത്താണോ?" ശിവശങ്കരനാണ് സംഭാഷണം ആരംഭിച്ചത്.

"കീഴേ വീഥിയുടെ അടുത്താണ്. അമ്മൂമ്മയുടെ വീടാണ്. ഞാൻ ട്രിവാൻഡ്രത്താണ് താമസിക്കുന്നത്. അച്ഛനും അമ്മയ്ക്കും ഒപ്പം."

വീണ്ടും നിശ്ശബ്ദത.

"സാറ് ഇവിടെ സെറ്റിൽ ചെയ്തിട്ട് എത്ര വർഷങ്ങളായി?" ശ്രീഹരി ചോദിച്ചു.

"ഏകദേശം പതിനെട്ട് വർഷങ്ങൾ. ബോംബെയിലായിരുന്നു. ഓട്ടോമൊബൈലും ടെക്സ്റ്റയിലും ബിസിനസ്സുമായി... ഇവിടെ വന്ന് യാൺ മില്ല് തുടങ്ങി."

"ഞാൻ വരുന്ന വഴിയിൽ മില്ല് കണ്ടു."

"ഉവ്വോ? എങ്ങനെ മനസ്സിലായി?" ശ്രീഹരി പെട്ടെന്ന് നിശ്ശബ്ദനായി.

ശിവശങ്കരൻ ചിരിച്ചു.

പിന്നിൽ ഡോർ കർട്ടൻ വീണ്ടും ഇളകുന്നു. ഒരു ട്രേയിൽ കാപ്പിയും പലഹാരങ്ങളുമായി സുഭദ്ര!

ട്രേ മുൻപിലേക്ക് നീട്ടിയപ്പോൾ ശ്രീഹരി ഉപചാരപൂർവ്വം എഴുന്നേറ്റുനിന്ന് കാപ്പി കപ്പെടുത്തു. സുഭദ്രയെ നോക്കി ചിരിച്ചു കൊണ്ട് പറഞ്ഞു.

"താങ്ക്യൂ."

ശിവശങ്കരനുനേരെ ട്രേ നീട്ടിയപ്പോൾ പറഞ്ഞു.

"വേണ്ട, ഞാൻ ഇപ്പോൾ കാപ്പി കുടിച്ചതല്ലേയുള്ളൂ."

"അതു സാരമില്ല. ഒന്നു കൂടി കുടിക്കാം." പ്രസരിപ്പോടെയാണ് സുഭദ്ര അതു പറഞ്ഞത്.

കാപ്പി കുടിച്ചുകൊണ്ടിരുന്നപ്പോൾ രണ്ടു പേരും ഒന്നും സംസാരിച്ചില്ല. നിശ്ശബ്ദനായി കാപ്പി കുടിച്ചു കൊണ്ടിരിക്കുന്ന ശ്രീഹരിയെ നോക്കിയിരുന്നപ്പോൾ മനസ്സ് മന്ത്രിച്ചു.

വീണയ്ക്ക് അസുഖമൊന്നും ഇല്ലായിരുന്നെങ്കിൽ!

എങ്കിൽ താനിന്ന് എത്ര സന്തോഷവാനാകുമായിരുന്നു! പെട്ടെന്ന് നിശ്ശബ്ദത ഭഞ്ജിച്ചുകൊണ്ട് ശ്രീഹരി പറഞ്ഞു.

"ഞാൻ വന്നത് ഒരു കാര്യം പറയാനാണ്."

"പറയൂ" പ്രതീക്ഷിച്ചിരുന്ന നിമിഷം.

"എനിക്ക്..... ഞാൻ സാറിന്റെ മകൾ വീണയെ വിവാഹം ചെയ്യാൻ ആഗ്രഹിക്കുന്നു. നാട്യാഞ്ജലി പോഗ്രാമിൽ വച്ചാണ് ഞങ്ങൾ പരിചയപ്പെടുന്നത്." ഒന്നു നിർത്തിയിട്ട് ശ്രീഹരി വീണ്ടും പറഞ്ഞു.

"എന്നെപ്പറ്റിയുള്ള ഡീറ്റെയിൽസ് ഒക്കെ ചോദിക്കാം. അന്വേഷിക്കാം..."

"ആ വിഷയം നേരത്തെ സംസാരിച്ചതാണല്ലോ. മാത്രമല്ല എന്റെ താത്പര്യക്കുറവ് ഞാൻ അറിയിക്കുകയും ചെയ്തിരുന്നു."

ആലോചിച്ച് മനഃപാഠമാക്കിയിരുന്ന മറുപടി പറയുവാൻ സമയം ഒട്ടും എടുത്തില്ല.

"അതെ. അതുകൊണ്ടുതന്നെയാണ് ഞാൻ നേരിട്ടുവന്നത്. സാറിന്റെ താത്പര്യക്കുറവിന്റെ കാരണം അറിയാൻ എനിക്ക് ആഗ്രഹമുണ്ട്."

ശ്രീഹരിയുടെ ശബ്ദത്തിന്റെ ദൃഢതയിൽ അറിയാതെ ഒരു നിമിഷം പതറിപ്പോയി.

"അത്.... അവൾക്ക് മറ്റൊരു വിവാഹം പറഞ്ഞുവച്ചിട്ടുണ്ട്..."

പറയാനാഗ്രഹിച്ചതല്ല പറഞ്ഞത്. ശിവശങ്കരൻ വാക്കുകൾക്ക് പരതി.

"സോറി, ഞാനത് വിശ്വസിക്കുന്നില്ല. മറ്റെന്തോ ഉണ്ട് അങ്ങയുടെ മനസ്സിൽ. അതറിയാനാണ് ഞാൻ വന്നത്."

ശ്രീഹരിയുടെ വാക്കുകൾ ഉറച്ചതായിരുന്നു.

ശിവശങ്കരൻ എഴുന്നേറ്റ് ജനാലയുടെ അടുത്തേക്ക് നടന്നു.

സന്ധ്യ എത്തിനോക്കുന്നതേയുള്ളൂ. അടുത്തുള്ള ക്ഷേത്രത്തിൽ നിന്ന് നേരിയ ശബ്ദത്തിൽ വാദ്യം കേൾക്കുന്നുണ്ട്.

കരുതി വച്ച വാക്കുകൾ പെട്ടെന്ന് മറന്നു പോയതുപോലെ തോന്നുന്നു. ചിന്തകൾക്കപ്പുറം ഈ സന്ദർഭത്തിൽ മനസ്സ് പ്രക്ഷുബ്ധ മാകാൻ പാടില്ല. ഒരു മഹാസമുദ്രത്തിന്റെ ശാന്തതയാണ് തനിക്കി പ്പോൾ ആവശ്യം. ഉപരിതലത്തിൽ തിരമാലകൾ നിരന്തരമായി ഉയർന്നും താണും ഓളങ്ങൾ സൃഷ്ടിക്കുമ്പോഴും ആഴങ്ങളിൽ സമുദ്രം ശാന്ത മാണ്. ഒന്നിനും ഇളക്കം തട്ടിക്കാനാവാത്ത മനോബലം.

"സർ."

തൊട്ടുപുറകിൽ ശ്രീഹരിയുടെ ശബ്ദം.

തിരിഞ്ഞുനോക്കി. ആകാംക്ഷഭരിതമായ മുഖത്തോടെ ശ്രീഹരി നിൽക്കുന്നു. ഇതാണ് തന്റെ സമയം. ശിവശങ്കരൻ ഓർത്തു.

"ശരിയാണ്. ഞാൻ പറഞ്ഞത് ഒരു എക്സ്ക്യൂസ് മാത്രമാണ്. കാര്യം മറ്റൊന്നാണ്."

"പറയൂ, എനിക്കതറിയണം."

"പറയാം. പക്ഷേ അത് ഡോക്ടർ ശ്രീഹരി കരുതുന്നതുപോലെ അത്ര നിസ്സാരമായി തള്ളാവുന്ന ഒന്നല്ല. ഒരു ജീവിതം മുഴുവൻ നിങ്ങൾക്ക് ദുഃഖിക്കേണ്ടി വരുന്ന വിപത്താണ്. അതറിഞ്ഞു കഴിയുമ്പോൾ നിങ്ങ ളുടെ തീരുമാനം മാറ്റാനാണ് സാദ്ധ്യതയുള്ളത്. അത് അറിയിക്കേണ്ടത് എന്റെ കടമയാണെന്ന് ഞാൻ കരുതുന്നു."

പെട്ടെന്ന് സുഭദ്ര ഓടി വന്ന് മുൻപിൽ നിന്നു. നേർത്ത തേങ്ങലുകൾ ക്കിടയിൽ അരുത് എന്ന ദയനീയഭാവം. അതവഗണിച്ചുകൊണ്ട് ശ്രീഹരി യുടെ മുഖത്തേക്ക് നോക്കി.

"സർ, പ്ലീസ് പറയൂ."

"വീണ ഒരു രോഗിയാണ്. ഒരിക്കലും രക്ഷപ്പെടാനാവാത്ത മഹാ രോഗത്തിന്റെ അണുക്കൾ അവളുടെ രക്തത്തിലുണ്ട്."

"എന്തു രോഗം?"

ഒരു നിമിഷം അതിനുത്തരം നൽകാതെ വെളിയിലേക്ക് നോക്കി നിന്നു.

"പറയൂ. ഞാനൊരു ഡോക്ടറാണ്. എന്താണ് വീണയുടെ രോഗം?" ശ്രീഹരി അക്ഷമനായി ചോദിച്ചു.

"വീണ ഒരു എച്ച്.ഐ.വി രോഗിയാണ്." നിസ്സംഗതയോടെ ആണത് പറഞ്ഞത്.

"നോ! സാർ കള്ളം പറയുന്നു. എന്നെ ഒഴിവാക്കാൻ ഇതിലും നല്ല ഒരു കഥ ഇല്ലെന്ന് താങ്കൾ കരുതുന്നു." ശ്രീഹരി പറഞ്ഞു.

"കള്ളം പറയാൻ പറ്റിയ കാര്യമാണ് ഇതെന്ന് നിങ്ങൾ കരുതുന്നുണ്ടോ? അതും സ്വന്തം മകളുടെ കാര്യം."

ശിവശങ്കരന്റെ ശബ്ദം ഉയർന്നു. നെഞ്ചിലെ കിതപ്പ് ക്രമാതീതമായി. ഒരു കൈ നെഞ്ചോടമർത്തി പിടിച്ചു.

പെട്ടെന്ന് ശ്രീഹരി ചോദിച്ചു.

"സാർ പറഞ്ഞുവരുന്നത്...."

"അതെ. നിഷേധിക്കാനാവാത്ത സത്യം. അവൾ എച്ച്.ഐ.വി ബാധിതയാണ്. നിഷ്കളങ്കയായ എന്റെ മകൾക്ക് ഞാൻ കൊടുത്ത സമ്മാനം."

ശിവശങ്കരന്റെ രണ്ട് ചുമലുകളിലും ശക്തിയായി പിടിച്ച് കുലുക്കിക്കൊണ്ട് കിതപ്പോടെ ശ്രീഹരി പറഞ്ഞു.

"നിങ്ങൾ...? നിങ്ങൾ?"

വാക്കുകൾ പുറത്തേക്കുവരാതെ ഉള്ളിൽ അമർന്നിരുന്നു. ശ്രീഹരിയുടെ കൈകൾ പിടിച്ച് വിടുവിച്ചുകൊണ്ട് ശിവശങ്കരൻ പറഞ്ഞു.

"അതെ. ഞാൻ തന്നെ അതിന്റെ കാരണം. നിങ്ങൾ ക്ഷോഭിക്കാതെ കേൾക്കൂ. മനസ്സിലാക്കൂ പ്ലീസ്."

"ഇരുപത്തിരണ്ട് വർഷങ്ങൾക്ക് മുൻപുള്ള എന്റെ ബോംബെ ജീവിതം എനിക്കു സമ്മാനിച്ചതാണ് ഈ രോഗം. വിവാഹം കഴിക്കുമ്പോൾ ഞാനതറിഞ്ഞിരുന്നില്ല. വീണ ജനിക്കാൻ രണ്ട് മാസങ്ങൾ മാത്രമുള്ളപ്പോഴാണ് ഞാനതറിയുന്നത്. ഒന്നും ചെയ്യാൻ കഴിയുമായിരുന്നില്ല. ഇന്നാണെങ്കിൽ രോഗികൾക്ക് ജനിക്കുന്ന കുട്ടികൾക്ക് രോഗബാധ ഉണ്ടാകാതിരിക്കാനുള്ള മരുന്നുകളുണ്ടെന്ന് പറയുന്നു. അന്ന് അതുണ്ടായിരുന്നോ എന്നെനിക്കറിയില്ല. ഉണ്ടായിരുന്നെങ്കിൽപോലും പ്രയോജനമുണ്ടാവില്ല. എന്റെ രോഗം ഞാനറിഞ്ഞത് വളരെ വൈകിയായിരുന്നു."

"വീണ എന്നോട് ഒന്നും പറഞ്ഞിരുന്നില്ല." ശ്രീഹരിയുടെ വാക്കുകൾ പതറിയിരുന്നു.

"എന്റെ മകൾക്ക് ഒന്നുമറിയില്ല ശ്രീഹരീ. ഒരു ചെറിയ ഹോർമോൺ പ്രോബ്ലം ഉണ്ടെന്നാണ് ഞാനും എന്റെ ഭാര്യയും അവളോട് പറഞ്ഞിരുന്നത്. അവളെ ചികിത്സിക്കുന്ന ഡോക്ടറോട് നിങ്ങൾക്ക് അന്വേഷിക്കാം. ഐ.ആം ഓപ്പൺ."

വിറയ്ക്കുന്ന ശരീരം താഴെ വീഴാതിരിക്കാൻ ശ്രീഹരി ചുമരോട് ചേർന്നുനിന്നു.

ശിവശങ്കരൻ ചൂണ്ടുവിരൽ സ്വന്തം നെഞ്ചിൽ അമർത്തിക്കൊണ്ട് ശ്രീഹരിയോട് ചോദിച്ചു.

"ഇനിയും പറയൂ. വേണോ, നിങ്ങൾക്കെന്റെ മകളെ? പറയൂ."

ശിവശങ്കരന്റെ ശബ്ദം പൊട്ടിക്കരച്ചിലായിമാറി. കൈകൾ രണ്ടും കൊണ്ട് മുഖംഅമർത്തി തേങ്ങിക്കരഞ്ഞുകൊണ്ട് ശിവശങ്കരൻ സോഫ യിൽ ഇരുന്നു.

ശ്രീഹരി പറഞ്ഞു.

"പോട്ടെ? ഞാനിപ്പോൾ പോകട്ടെ?"

പെട്ടെന്ന് വീണ അകത്തു നിന്നും ഓടി ഇറങ്ങിവന്നു. വാതിലോളം നടന്ന ശ്രീഹരിയുടെ കൈയിൽ ശക്തിയായി പിടിച്ചു.

ഇതുവരെ കണ്ടിട്ടില്ലാത്ത ഒരു ഭാവമായിരുന്നു ആ മുഖത്ത്.

വീണയോട് ഒന്നും പറയാനാകുന്നില്ല. കൊടുംകാറ്റിൽ തട്ടി തകർന്നു പോയിരിക്കുന്നു മനസ്സ്.

സ്വന്തം കൈയിൽനിന്നും വീണയുടെ കൈ ബലമായി പിടിച്ചു മാറ്റി ക്കൊണ്ട് കാറിനടുത്തേക്ക് ധൃതിയിൽ നടന്നു. കാറ് സ്റ്റാർട്ട് ചെയ്ത് മുന്നോട്ടെടുക്കുമ്പോൾ പുറകെ വീണ ഓടി വരുന്നുണ്ടായിരുന്നു. ഒപ്പം കരഞ്ഞുകൊണ്ട് സുഭദ്രയും.

കാർ നിർത്തിയില്ല. തിരിഞ്ഞു നോക്കിയില്ല.

ഒന്നിനും ആകുമായിരുന്നില്ല.

എട്ട്

ഉറങ്ങുന്നില്ല. ഉണർന്നിരിക്കുകയാണോ, അതും അല്ല. ഇതൊന്നും അല്ലാതെ ബോധത്തിനും അബോധത്തിനും ഇടയിലുള്ള ഒരവസ്ഥ യായിരുന്നു ഇന്നലെ രാത്രി മുഴുവനും.

മനസ്സിന്റെ പ്രക്ഷുബ്ധതയ്ക്ക് പരിധികളില്ല. അഗ്നിപർവ്വതത്തിന്റെ പാർശ്വങ്ങൾ പൊട്ടിത്തെറിക്കുമ്പോൾ വമിക്കുന്ന ലാവ എവിടേക്ക് ഒഴുകണമെന്ന് ആർക്ക് തീരുമാനിക്കാനാവും? ആർക്കുമാവില്ല. അഗ്നി പർവ്വതംപോലും നിസ്സഹായതയോടെ നോക്കിനിൽക്കുന്ന സമയ മാണത്.

ഇന്നലെ വീണയുടെ വീട്ടിൽ നിന്ന് ഇറങ്ങിവരുമ്പോൾ മാനസിക സംഘർഷം അതിന്റെ പാരമ്യതയിലായിരുന്നു. ഒരിക്കലും പ്രതീക്ഷി ക്കാത്ത ഒരു വാർത്ത കേട്ടപ്പോൾ മനസ്സ് കൈപ്പിടിയിൽ നിന്നില്ലെന്നുള്ള താണ് സത്യം.

നിദ്രയില്ലാത്ത രാവിന്റെ അവസാന നിമിഷങ്ങളിലെപ്പോഴോ മനസ്സി ലിരുന്ന് ഒരു കിളി ചിലച്ചു. ഒന്നല്ല. പലപ്രാവശ്യം. അത് ചോദിച്ചു.

“വീണയെ എന്തിന് ഉപേക്ഷിക്കണം?”

ഇപ്പോഴും മനസ്സിലെ തീ അടങ്ങിയിട്ടില്ല. ഇത്ര വലിയൊരു കൊടും കാറ്റിൽ വേരറ്റുപോകാതെ പിടിച്ചുനിൽക്കാൻ തനിക്കാകുമോ? ഒരു വേനലിലോ ഒരു ശൈത്യത്തിലോ അല്ല, കാലത്തെ അതിജീവിച്ച് തല ഉയർത്തിനിൽക്കേണ്ടത് ഒരു നീണ്ട ജീവിതകാലയളവ് മുഴുവനുമാണ്. പക്ഷേ വീണയെ മറക്കാനാകുമോ? അങ്ങനെ ഓരോർമ്മപോലും മന സ്സിനെ നടുക്കുന്നു. ഏത് ജന്മത്തിലൂടെ കടന്നുപോയാലും വീണയെ മറക്കാനാവില്ല.

അവളൊരു രോഗിയായത് അവളുടെ കുറ്റം കൊണ്ടല്ലല്ലോ! ഏത് മാറാരോഗത്തിനും വീണയെ വിട്ടുകൊടുക്കാനാവില്ല.

മരുന്ന് കഴിക്കണം. കുറെ കരുതലുകളെടുക്കണം. ഒരു നിയോഗ മാവാം അത്.

തനിക്കതിനു കഴിയും. ഒരു ഡോക്ടർക്കതിനു കഴിഞ്ഞില്ലെങ്കിൽ പിന്നെ ആർക്കാണ് അതിനു കഴിയുക? രോഗത്തെക്കുറിച്ച് കൂടുതൽ പഠിക്കണം.

ഹൗസ് സർജൻസി ചെയ്തുകൊണ്ടിരിക്കുമ്പോൾ മെഡിക്കൽ കോളേജിൽ നടന്ന അന്തർദേശീയ സെമിനാറിൽ മദ്ധ്യപ്രദേശുകാരനായ ഒരു ഡോക്ടർ എച്ച്.ഐ.വിയെക്കുറിച്ച് ഒരു പ്രബന്ധം അവതരിപ്പിച്ചത് ഓർമ്മ വരുന്നു. എല്ലാവരുടെയും ശ്രദ്ധപിടിച്ചുപറ്റിയ ഒരു പ്രസന്റേഷ നായിരുന്നു അത്.

കൂടുതൽ വിവരങ്ങൾ തേടണം.

ട്രെയിനിൽ നിന്നിറങ്ങി വീട്ടിലേക്ക് മടങ്ങുമ്പോൾ മനസ്സിലെ തിരകൾ ഒട്ടൊന്ന് അടങ്ങിയിരുന്നു. വീട്ടിൽ എത്തിയപ്പോൾ ആദ്യം കണ്ടത് മുറ്റത്ത് നിൽക്കുന്ന അമ്പഴമാണ്. ശിശിരത്തിന്റെ ആഗമനം വിളിച്ചറിയിച്ചുകൊണ്ട് ഇലകളെല്ലാം ചുവപ്പണിഞ്ഞിരിക്കുന്നു. അത് നോക്കിനിന്നതുകൊണ്ട് അമ്മ അടുത്തേക്ക് വന്നത് അറിഞ്ഞില്ല.

“എന്താ ഇവിടെ നിൽക്കുന്നത് ശ്രീഹരീ? നീ ഇന്നലെ വിളിച്ചില്ലല്ലോ. ഇന്നു രാവിലെ അങ്ങോട്ട് വിളിച്ചപ്പോഴാ ഇന്നലെ നീ പുറപ്പെട്ട വിവരം അറിയുന്നത്.”

അമ്മയുടെ ചോദ്യത്തിൽ ആകാംക്ഷയുണ്ടായിരുന്നു. ചിദംബര ത്തേക്ക് പുറപ്പെട്ടപ്പോൾ കൂടുതൽ വിവരങ്ങളൊന്നും അമ്മയോട് പറ ഞ്ഞിരുന്നില്ല.

ചിദംബരം മെഡിക്കൽ കോളേജിൽ ഒരു കോൺഫറൻസ് നടക്കുന്നു. പങ്കെടുക്കണം. അമ്മൂമ്മയെ കാണാം. കൂട്ടത്തിൽ വീണയുടെ അച്ഛന്റെ എതിർപ്പിന്റെ വിവരങ്ങൾ തിരക്കണം. അവ്യക്തതയുടെ മേലങ്കി അണി ഞ്ഞാണ് പോകുമ്പോൾ സംസാരിച്ചത്.

ഇനിയും എല്ലാം പറയണം. തീരുമാനം അറിയിക്കണം. അതിന് തയ്യാറെടുപ്പ് വേണം. എല്ലാം പറയണോ?

കുളി കഴിഞ്ഞ് കാപ്പികുടിച്ചുകൊണ്ടിരുന്നപ്പോൾ അച്ഛനും ചോദ്യം ആവർത്തിച്ചു.

“എന്താ ശ്രീഹരി വിളിച്ചില്ലല്ലോ! എന്തുപറ്റി.”

“കോൺഫറൻസിന്റെ ലാസ്റ്റ് ദിവസം വളരെ തിരക്കായിരുന്നു. ഒപ്പം പഠിച്ചിരുന്ന മൂന്നാലു ഡോക്ടർമാരും വന്നിരുന്നു...”

അച്ഛൻ പിന്നെ ഒന്നും ചോദിച്ചില്ല. വീണയുടെ അച്ഛനുമായി സംസാ രിക്കാൻ തരപ്പെട്ടോ എന്ന ചോദ്യം അമ്മയും അച്ഛനും മനഃപൂർവ്വം ചോദിക്കാതിരിക്കുകയാണെന്ന് തോന്നി. എല്ലാ കാര്യങ്ങളും അറിയു മ്പോൾ അവർക്ക് അംഗീകരിക്കാനാകുമോ? അത്ര വലിയ ഒരു ത്യാഗ ത്തിന് അവർ തയ്യാറാകുന്നില്ലെങ്കിൽ അതിനവരെ കുറ്റം പറയാനാവില്ല.

ഒരേയൊരു മകൻ ഒരു എച്ച്.ഐ.വി പോസിറ്റീവ് രോഗിയെ വിവാഹം കഴിക്കാൻ ഒരു കാരണവശാലും അനുവദിക്കില്ല. ധാരാളം ചോദ്യങ്ങളുണ്ടാകും. അവയുടെ ഉത്തരങ്ങൾ വ്യക്തമായി തയ്യാറാക്കിയിട്ടുവേണം അവതരിപ്പിക്കേണ്ടത്. തനിക്കുപോലും അവ്യക്തത മാറിയിട്ടില്ല.

ഒന്നുമാത്രം അറിയാം!

വീണയെ വേദനിപ്പിക്കാനാവില്ല. ആ ചുവടുകൾ തെറ്റുന്നത് കണ്ടുനിൽക്കാനാവില്ല.

ആദ്യം സംസാരിക്കേണ്ടത് വീണയോടാണ്. ഒരച്ഛന്റെ വേവലാതി പൂണ്ട വെളിപ്പെടുത്തലിന്റെ മുൻപിൽ പകച്ചുനിന്നുപോയ നിമിഷങ്ങളിലൊന്നിൽ വീണ അകത്തുനിന്ന് ഒരു തേങ്ങലോടെ ഓടിവന്ന് തന്റെ കൈയിൽ മുറുകെ പിടിച്ചിരുന്നു. ആ കൈകൾ ബലമായി പിടിച്ചുമാറ്റിയാണ് ഒരു ഉന്മാദിയെപോലെ മനസ്സിന്റെ നിയന്ത്രണം നഷ്ടപ്പെട്ട് താൻ പുറത്തേക്ക് ഇറങ്ങിയത്. കാറിൽ കയറിയിരുന്ന് ഒന്നേ തിരിഞ്ഞുനോക്കിയുള്ളൂ. വീണ കരഞ്ഞുകൊണ്ട് മുറ്റത്തേക്ക് ഓടിവരുന്നുണ്ടായിരുന്നു.

കാത്തുനിന്നില്ല. തിരിഞ്ഞുനോക്കിയില്ല.

ഓർക്കുമ്പോൾ കുറ്റബോധം തോന്നുന്നു. ഒരു നിമിഷം ചേർത്തുനിർത്തി ഞാനുണ്ട് കൂടെയെന്ന് പറയാമായിരുന്നു.

ഒരു ദിവസം മുഴുവനും അതുതന്നെയാണ് ആലോചിച്ചത്. വീണയെ നഷ്ടപ്പെടുത്താനാവില്ല. ഒരു രോഗത്തിനും വിട്ടുകൊടുക്കാനാവില്ല. ഒരു തണൽമരംപോലെ എന്നും ഒപ്പം ഉണ്ടാകണം. നാളെ വീണയെ വിളിക്കണം. അച്ഛനേയും. എന്നിട്ട് പറയണം.

നിങ്ങൾ പറഞ്ഞ ആ മാറാരോഗിയെ ഒരു തുളസിക്കതിരിന്റെ നൈർമല്യത്തോടെ ഞാനേറ്റെടുക്കുന്നു.

ഓർക്കുമ്പോൾതന്നെ മനസ്സിൽ ആശ്വാസത്തിന്റെ കണികകൾ നിറയുകയാണ്. അറിയാതെ മയങ്ങിപ്പോയപ്പോഴും ആ സ്വപ്നം ചേർന്നുനിൽക്കുന്നുണ്ടായിരുന്നു.

നിർത്താതെ അടിക്കുന്ന ഫോൺ ശബ്ദം കേട്ടാണ് ഉണർന്നത്. കിടന്നുകൊണ്ടുതന്നെ കൈനീട്ടി ഫോണെടുത്തു. മൊബൈലിൽ ഏഴ് മിസ്സ്ഡ് കോൾസ്. എല്ലാം വിളിച്ചിരിക്കുന്നത് ചിദംബരത്തുനിന്ന് ഹേമന്ത്.

എന്താണിത്ര അത്യാവശ്യം? ഉദ്വേഗത്തോടെയാണ് തിരിച്ചുവിളിച്ചത്.

"ശ്രീയേട്ടാ, വീണ... വീണ ഒരു അബദ്ധം ചെയ്തു."

ഹേമന്തിന്റെ ചിതറിയ വാക്കുകൾ. ഹേമന്ത് പറഞ്ഞതൊന്നും വ്യക്തമായി കേട്ടില്ല. കേട്ടത് വിശ്വസിക്കാനും കഴിഞ്ഞില്ല.

"ഇല്ലാ. ഞാനിത് വിശ്വസിക്കില്ല. നീ വെറുതെ പറയുന്നു...."

കട്ടിലിൽനിന്ന് ചാടി എഴുന്നേറ്റുകൊണ്ടാണത് പറഞ്ഞത്. കൈയിൽ നിന്ന് വഴുതിപ്പോയ മൊബൈൽ ചെവിയോട് ചേർത്തുപിടിച്ചു.

വീണ്ടും ഹേമന്തിന്റെ ചിലമ്പിയ ശബ്ദം.

"അല്ല. അല്ല ശ്രീയേട്ടാ, സത്യം. ഞാനിപ്പോൾ പോയിട്ടു വന്നതാണ്. എവിടേക്കാ പോയതെന്ന് ആർക്കും അറിയില്ല. പിന്നേ ശ്രീയേട്ടാ, ഒരു വർത്തമാനം കേട്ടു."

"എന്താണത്?"

അത് ചോദിച്ചപ്പോൾ നെഞ്ചിടിപ്പ് നിയന്ത്രണാതീതമായിരുന്നു.

വെളുപ്പിനെ ആരോ വീണയെ കടൽതീരത്ത് കണ്ടിരുന്നുപോലും. ആ പേടിപ്പിക്കുന്ന മുനമ്പിന്റെ അടുത്ത്

നോ..... നോ.....

ശ്രീഹരിയുടെ ശബ്ദം ഒരു ഭ്രാന്തന്റെ അലർച്ചയുടേതായിരുന്നു.

ഒമ്പത്

ചിന്നപ്പന്റെ ടീഷോപ്പിനു മുൻപിൽ കാറ് നിർത്തിയിട്ട് ശ്രീനിവാസൻ വാച്ചിലേക്ക് നോക്കി. സമയം 5.30. നേരം വെളുക്കാൻ ഇനിയും സമയമുണ്ട്.

നാലുമണിക്കൂർ തുടർച്ചയായി കാറ് ഓടിച്ചുകൊണ്ടിരിക്കുകയാണ്. ചെന്നെയിലേക്കുള്ള പതിവ് യാത്രയും മടക്കവും മാസത്തിൽ ഒന്നോ രണ്ടോ പ്രാവശ്യം ഉണ്ടാകും. ചിന്നപ്പന്റെ കൈയിൽനിന്ന് വാങ്ങിക്കുടിക്കുന്ന ചായയും തെറ്റാത്ത പതിവാണ്.

കാറ് നിർത്തിയപ്പോൾതന്നെ ചിന്നപ്പൻ ചിരിച്ചുകൊണ്ട് അടുത്തേക്കു വന്നു.

"ടീ എടുക്കട്ടുമാ അയ്യാ?"

കാറിൽ ചാരിനിന്നുകൊണ്ട് ചിന്നപ്പൻ തന്ന ചൂട് ചായ ആദ്യത്തെ കവിൾ ഇറക്കിയപ്പോൾ പറഞ്ഞു.

"നല്ല ചായ. ഏലക്കാസ്വാദ്!"

അത് കേട്ട് ചിന്നപ്പൻ വായ് തുറന്ന് ചിരിച്ചു. മുൻഭാഗത്തെ രണ്ട് പല്ലില്ലെങ്കിലും മനസ്സ് തുറന്ന ചിരിയുടെ വെളുപ്പ് മുഖം മുഴുവനും നിറഞ്ഞു നിന്നു.

കടൽത്തീരത്തോട് ചേർന്ന് ഇരിക്കുന്ന കടയാണ് ചിന്നപ്പന്റേത്. എത്ര വർഷമായി കട തുടങ്ങിയതെന്ന് ചോദിച്ചാൽ ചിന്നപ്പനുപോലും അറിയില്ല. കടലിനോട് ഇത്ര അടുത്ത് കിടക്കുന്ന റോഡും കടയും യാത്രയിൽ മറ്റെവിടെയും കാണാൻ കഴിയില്ല.

മുൻപിൽ നീണ്ട് പരന്ന് കിടക്കുന്ന കടൽ. അങ്ങ് വളരെ ദൂരെ പൊട്ടുപോലെ എന്തോ കാണാം. മീൻ പിടിക്കുന്ന ബോട്ടാകും. അതോ കപ്പലോ?

ഇനിയും അൻപത് കിലോമീറ്ററോളം യാത്രയുണ്ട്. ചിന്നപ്പനോട് യാത്ര പറഞ്ഞ് കാറിൽ കയറാൻ തുടങ്ങിയപ്പോഴാണ് അത് കണ്ടത്.

കടൽത്തീരത്തുകൂടി കടലിന്റെ വളരെ അടുത്തായിട്ട് ഒരു പെൺകുട്ടി

നടക്കുന്നു. ഒറ്റയ്ക്ക്! ഈ സമയം ഇവിടെ ഒറ്റയ്ക്ക്! അവൾ കടലിലേക്ക് നടന്ന് ഇറങ്ങുകയാണ്.

വീണ്ടും വീണ്ടും നോക്കി.

അതെ, അവൾ കടലിലേക്ക് അപകടകരമാംവണ്ണം നടക്കുകയാണ്.

ചിന്നപ്പൻ ചോദിച്ചു.

“അന്ത പെണ്ണ് ഏൻ അപ്പടി നടക്കത് തമ്പീ?” ഒന്നും ആലോചിച്ചില്ല. മുന്നിൽ നിന്ന ചിന്നപ്പനെ തള്ളിമാറ്റി ഓടുകയായിരുന്നില്ല ചിറകുകളില്ലാതെ പറക്കുകയായിരുന്നു.

തൊട്ടു പുറകിൽ എത്തിയിട്ടും അവൾ അറിഞ്ഞില്ല. തിരകളിൽ വീഴാതെ കൈകൾ കൂപ്പിക്കൊണ്ട് നെഞ്ചിനടുത്തോളം വെള്ളത്തിലാണെന്ന് അറിയാതെ മുന്നോട്ട് നടക്കുകയാണ്. ഒരു ചെറിയ തിര ഉയർന്നു വന്നു. മുന്നോട്ട് വീഴാൻ തുടങ്ങിയ അവളെ പിന്നിൽ നിന്ന് കൈയെടുത്ത് ചുറ്റിപിടിച്ചു. പെട്ടെന്ന് തിരിഞ്ഞുനോക്കി അവൾ ശക്തിയായി മുന്നോട്ട് ആഞ്ഞ് കുതറാൻ ശ്രമിച്ചു. സർവ്വശക്തിയും എടുത്ത് പിടിച്ച്വലിച്ച് അവളെ കരയിലേത്തിക്കുമ്പോൾ ഒപ്പം ചിന്നപ്പനും നിൽക്കുന്നു. അവൾ വീണ്ടും കുതറി കടലിലേക്ക് ഓടാൻ തുടങ്ങിയപ്പോൾ ദേഷ്യവും വിഷമവും തോന്നി. കോപത്തോടെ കൈ നിവർത്തിയപ്പോൾ ചിന്നപ്പൻ തടഞ്ഞു.

“വേണാ തമ്പി. പാവമായിരിക്ക്...”

പിടിച്ച് കാറിൽ കൊണ്ടിരുത്തിയപ്പോൾ അവൾ കണ്ണുകൾ പൊത്തി ഏങ്ങലടിച്ചുകരഞ്ഞു. കാറിന്റെ ഡോറിനടുത്ത് നിന്നത് സത്യത്തിൽ ഭയത്തോടെയാണ്. ഇവൾ വീണ്ടും ഇറങ്ങി ഓടുമോ? ചിന്നപ്പൻ ഒരു ഗ്ലാസ്സിൽ ചൂട് ചായ പകർന്ന് അവളുടെ നേരെ നീട്ടിക്കൊണ്ട് പറഞ്ഞു.

“കൊഞ്ചം ടീ കുടിച്ചിട് പാപ്പാ. അഴാതെ...”

അവൾ ചായ വാങ്ങിയില്ല. കണ്ണുപൊത്തി ഏങ്ങലടിച്ചുകൊണ്ടിരുന്നു. ചിന്നപ്പൻ തന്റെ നേരെ നോക്കി.

അവളുടെ കൈകൾ പിടിച്ചുമാറ്റി മുടി ഒതുക്കിക്കൊണ്ട് പറഞ്ഞു.

“ചായ”

അവൾ ദയനീയമായി നോക്കി. പെട്ടെന്ന് ശാന്തിയെ ഓർമ്മവന്നു. വേദനിക്കുന്ന ഓർമ്മകൾ മാത്രം അവശേഷിപ്പിച്ചുകൊണ്ട് വിട്ടുപിരിഞ്ഞ അനുജത്തി. അതേ കണ്ണുകൾ! അതേ ദയനീയ ഭാവം! നിഷ്കളങ്കമായ മുഖം! അവൾ ചായ സാവധാനം കുടിച്ചുകൊണ്ടിരിക്കുന്നത് കണ്ടപ്പോൾ ഓർത്തു.

ഇവളെ എവിടെയാണ് ഏല്പിക്കേണ്ടത്? ആരുടെ കൈയിൽ? ചിന്നപ്പനെ ഏല്പിച്ചാലോ? അതോ പൊലീസിലോ?

ദയനീയമായ ആ ഇരിപ്പ് കണ്ടിട്ട് ഒന്നും തീരുമാനിക്കാതെ വഴിയിൽ ഉപേക്ഷിച്ച് പോകാൻ മനസ്സ് അനുവദിക്കുന്നില്ല. നാടും വീടും ചോദിച്ചു മനസ്സിലാക്കിയാൽ സുരക്ഷിതമായി അവിടെ എത്തിക്കാമായിരുന്നു.

അവളോട് ചോദിച്ചു.

"പേര് എന്താ?"

അവൾ തല ഉയർത്തി നോക്കിയിട്ട് വീണ്ടും താഴേക്ക് നോക്കിയിരുന്നു. ഒന്നുകൂടി ചോദിച്ചു.

"ഊര് എങ്കെ? ഏൻ ഇന്ത തപ്പ് പണ്ണിത്? ഊര് വീട് ചൊന്നാൽ അങ്കെ വിടലാം."

അവൾ പെട്ടെന്ന് പൊട്ടിക്കരയാൻ തുടങ്ങി. നിർത്താതെയുള്ള കരച്ചിൽ കണ്ട് ചിന്നപ്പനോട് ചോദിച്ചു.

"ചിന്നപ്പാ.. ഉങ്കെ വീട്ടില്.....?"

"എനക്ക് ആര് ഇരിക്ക അയ്യാ? ഇന്ത കടയിൽതാ ഇരിക്കെ തെരിയാതാ?"

ചിന്നപ്പൻ തന്റെ നിസ്സഹായാവസ്ഥ വെളിപ്പെടുത്തി. അറിയാം. ചിന്നപ്പൻ താമസിക്കുന്നത് ഈ ചെറിയ കടയുടെ പിന്നാലെയുള്ള ഇത്തിരിപോന്ന ഓല ഷെഡ്ഡിലാണ്. അതുപോലും സ്വന്തമല്ല.

വീണ്ടും മനസ്സിലേക്ക് ശാന്തിയുടെ ഓർമ്മ എത്തി. ഇത് ശാന്തി ആയിരുന്നെങ്കിൽ താനെന്തുചെയ്യുമായിരുന്നു?

ഒരു മണിക്കൂർ ഡ്രൈവ് ചെയ്താൽ വീട്ടിലെത്താം. സാവധാനം കാര്യങ്ങൾ ചോദിച്ചു മനസ്സിലാക്കാം. എന്നിട്ട് തീരുമാനമെടുക്കാം. ഈ പാവം പെണ്ണിനെ കടൽത്തീരത്ത് ഉപേക്ഷിച്ച് മരണത്തിന് വിട്ടുകൊടുക്കാനാവില്ല. മനസ്സ് അനുവദിക്കുന്നില്ല.

ചിന്നപ്പനോട് കാര്യം പറഞ്ഞിട്ട് പുറകുവശത്തെ ഡോർ അടച്ച് ചൈൽസ് ലോക്ക് ചെയ്ത് കാറ് സ്റ്റാർട്ട് ചെയ്തു. അവൾ ചോദ്യഭാവത്തിൽ നോക്കിയിട്ട് ഡോർ തുറക്കാൻ ശ്രമിച്ചു.

"നോ..." ഉറക്കെയാണത് പറഞ്ഞത്. താഴ്ത്തിയ വിൻഡോ ഗ്ലാസിലൂടെ തല കടത്തിക്കൊണ്ട് ചിന്നപ്പൻ പറഞ്ഞു

"നീ ഇന്ത അയ്യാ വീട്ടിലെ ഇപ്പോ പോയിട്. അങ്കെ എല്ലാരുമേ ഇരിക്ക്. അപ്പാ അമ്മാ എല്ലാം. അപ്രം ഊരുക്ക് പോകലാം. ഇങ്കെ ഇപ്പടി ഇരിക്ക മുടിയാതെ..."

പെട്ടെന്ന് അവൾ നിശ്ശബ്ദയായി.

സ്പീഡിലാണ് കാറോടിച്ചത്. എത്രയും വേഗം വീട്ടിലെത്തണം. ആത്മഹത്യയ്ക്ക് ഒരുങ്ങിയ ഒരു പെണ്ണാണ് ഒപ്പം ഇരിക്കുന്നത്. വീടും

നാടും ഒന്നും അറിയാത്ത പെണ്ണിനെയാണ് ഒപ്പം കൂടെ കൊണ്ടു പോകുന്നത്.

ചിലപ്പോൾ പ്രശ്നക്കാരിയാവാം. പക്ഷേ നിഷ്കളങ്കമായ ആ മുഖം കണ്ടിട്ട് അങ്ങനെയൊന്നും തോന്നുന്നില്ല. പെട്ടെന്നുള്ള എടുത്തുചാട്ട ത്തിൽ വീട് വിട്ട് ഇറങ്ങിയതാവാം.

റിയർമിററിലൂടെ നോക്കി. അവൾ കണ്ണുകളടച്ച് ചാരി ഇരിക്കുക യാണ്. കൈകൾ പിണച്ച് നെഞ്ചിൽ വച്ചിരിക്കുന്നു. മുഖത്തെ ദയനീയ ഭാവം അങ്ങനെ തന്നെയുണ്ട്.

അൻപത് കിലോമീറ്റർ ഡ്രൈവ് ചെയ്യാൻ വളരെ കുറച്ച് സമയ മാണ് എടുത്തത്. കാറ് കണ്ടപ്പോൾതന്നെ പതിവുപോലെ ശ്രീദേവി വന്ന് ഗെയിറ്റ് തുറന്നു. കാറ് ഷെഡിൽ നിർത്തിയിട്ട് അവളോട് പറഞ്ഞു.

"ഇറങ്ങ്."

കൂടെ വന്ന അതിഥിയെകണ്ട് ചോദ്യഭാവത്തിൽ നോക്കിയ ശ്രീദേവി യോട് പറഞ്ഞു.

"പറയാം. ആദ്യം ഇവൾക്ക് ഒരു മുറി കാണിച്ചുകൊടുക്കൂ. മാറാൻ ഏതെങ്കിലും ഡ്രസും. എന്നിട്ട് പറയാം."

നടന്ന കാര്യങ്ങളെല്ലാം കേട്ട് ശ്രീദേവി പറഞ്ഞു.

"ഞാൻ എല്ലാം ചോദിച്ചു മനസ്സിലാക്കാം. സാധിച്ചാൽ ഇന്നുതന്നെ വീട്ടുകാരെ വിവരം അറിയിക്കാം."

കുറെയധികം സമയം കഴിഞ്ഞാണ് ശ്രീദേവി അവളുടെ അടുത്തു നിന്നും വന്നത്. ഒപ്പം വന്നിരുന്ന് ശബ്ദം താഴ്ത്തി ശ്രീദേവി പറഞ്ഞു.

"പാവമാ. വല്ലാതെ കരയുന്നു. എല്ലാം പറയാമെന്ന്! ഒരു ദിവസം ഇവിടെ താമസിച്ചോട്ടെയെന്ന് ചോദിക്കുന്നു."

"അതിനു കുഴപ്പമില്ല. പക്ഷേ ശ്രദ്ധിക്കണം. എന്താ അവളുടെ പേര്?"

"വീണ! അങ്ങനെയാ പറഞ്ഞത്!"

പത്ത്

പിറ്റേ ദിവസം രാവിലെ ഉറക്കം ഉണർന്നപ്പോൾ ആദ്യം ഓർത്തത് അവളുടെ കാര്യമാണ്. വീടും നാടും ചോദിച്ചറിയണം. വീട്ടുകാരെ അറിയിച്ച് കൂടെ പറഞ്ഞയയ്ക്കണം.

രാവിലെ ഡിസ്ട്രിബ്യൂഷൻ ഏജൻസിയിൽനിന്ന് രണ്ട് പേർ കാണാൻ വന്നിരുന്നു. പ്രഭാതഭക്ഷണം കഴിച്ചത് വൈകിയാണ്. ശ്രീദേവി പതിവില്ലാതെ മൂകയായിരുന്നു. ഗൗരവമേറിയ എന്തോ കാര്യം ആലോചിക്കുന്ന ഭാവം. അങ്ങോട്ട് ചോദിക്കുന്നതിന് മുൻപ് ശ്രീദേവി പറഞ്ഞു.

"വിചാരിക്കുന്നതുപോലെയൊന്നുമല്ല കാര്യങ്ങൾ. ആ കുട്ടി ആരും ഇല്ലാത്ത അനാഥയൊന്നുമല്ല. സൗകര്യമുള്ള വീട്ടിലെ കുട്ടിയാണ്. ഒറ്റ മകൾ. വലിയ കഥയാണത്. ഏതായാലും കാര്യങ്ങൾ വ്യക്തമായി ചോദിച്ചറിയണം."

"പറയുന്നതൊക്കെ സത്യമാണോ?"

അതിനു ശ്രീദേവി പെട്ടെന്നുതന്നെ ഉത്തരം പറഞ്ഞു.

"പറയുന്നതൊക്കെ സത്യംതന്നെയാണ്. പാവം കുട്ടിയാണ്. കണ്ടാലറിയാം."

ശ്രീദേവിയോടൊപ്പം അവളെ കാണുമ്പോൾ ഇന്നലെ കണ്ട ദയനീയ ഭാവത്തിന് ഒട്ടൊരു അയവ് വന്നിരുന്നു. പക്ഷേ കണ്ണുകളിൽ ഏത് നിമിഷവും അടർന്നുവീഴാൻ പാകത്തിൽ ഒരു നീർതുള്ളി തുളുമ്പി നിൽക്കുന്നുണ്ട്. അവളുടെ അടുത്ത് ചേർന്നിരുന്നുകൊണ്ട് ശ്രീദേവി പറഞ്ഞു.

"വീണാ, വീട്ടിൽനിന്ന് ഇറങ്ങിവന്നതൊക്കെ ആവട്ടെ. പക്ഷേ നിന്നെപോലെ ഒരു നല്ല പെൺകുട്ടി ഇങ്ങനെ അലഞ്ഞുനടക്കുന്നത് സുരക്ഷിതമല്ല. അതുകൊണ്ട് എത്രയും വേഗം വീട്ടിലറിയിക്കണം. അല്ലെങ്കിൽ ഞങ്ങൾ കൊണ്ടുവിടാം".

വീണയുടെ മുഖത്ത് മിന്നിമറഞ്ഞ ഭാവം വായിക്കാൻ കഴിഞ്ഞില്ല. ഒരു നിമിഷം തന്നേയും ശ്രീദേവിയേയും മാറിമാറി നോക്കിയിട്ട് വീണ പറഞ്ഞു.

"എന്റെ കഥ ഞാൻ പറയാം. അതറിഞ്ഞുകഴിയുമ്പോൾ നിങ്ങൾ എന്നെ ഉടൻ ഇറക്കി വിടും. അതിനുമുൻപ് ഞാൻ പൊയ്ക്കോളാം."

വീണ പറഞ്ഞ കഥ ഒരു യക്ഷികഥ കേൾക്കുന്നതുപോലെ ശ്രീനിവാസനും ശ്രീദേവിയും കേട്ടിരുന്നു. രണ്ടുപേരും പരിസരം മറന്ന് ഒട്ടുനേരം മൂകരായി. നിശ്ശബ്ദതയ്ക്ക് വിരാമമിട്ടുകൊണ്ട് വീണ പറഞ്ഞു.

"ഞാൻ എവിടെ എങ്കിലും പൊയ്ക്കോളാം." പൊട്ടിക്കരഞ്ഞുകൊണ്ട് വീണ പിന്നെയും പറഞ്ഞു.

"ഒരു മരുന്നിനും രക്ഷപ്പെടുത്താൻ കഴിയാത്ത രോഗിയാണ് ഞാൻ. മരണം മാത്രമാണ് എന്റെ വഴി. എന്നെ അതിനും ആരും അനുവദിക്കുന്നില്ലല്ലോ!"

പെട്ടെന്ന് ഓർമ്മയിൽ തെളിഞ്ഞുവന്നത് കൃഷ്ണരാജിന്റെ മുഖമാണ്. രണ്ട് വർഷങ്ങൾക്ക് മുൻപ് ഇതുപോലെ തന്റെ മുൻപിൽ ഇരുന്ന് പൊട്ടിക്കരഞ്ഞ ചെറുപ്പക്കാരൻ! അന്ന് കൃഷ്ണരാജ് പറഞ്ഞു.

"ഞാനൊരു എച്ച്.ഐ.വി രോഗിയായി. വിധിയാണെന്നെ രോഗിയാക്കിയത്. അന്നത്തെ ആക്സിഡന്റിന്റെ ചികിത്സയിൽ ഏതോ രക്തം ശരീരത്തിലുണ്ടാക്കിയ തീരാവ്യഥ. ഞാനെന്തിന് ജീവിക്കണം. മരണം മാത്രമാണ് എന്റെ രക്ഷ!"

അന്ന് കൃഷ്ണരാജിനെ ആശ്വസിപ്പിക്കാൻ വാക്കുകൾ ഉണ്ടായിരുന്നില്ല. സത്യത്തിൽ അയാളെപോലെ ഒരു ചെറുപ്പക്കാരൻ മരിക്കുകയാണ് നല്ലതെന്നുകൂടി ഒരു നിമിഷം തോന്നിപ്പോയി.

ട്രാവൽ ഏജൻസിയും സൂപ്പർമാർക്കറ്റും ഒക്കെയായി നല്ല നിലയിൽ ബിസിനസ് നടത്തിക്കൊണ്ടു പോകുന്ന ചെറുപ്പക്കാരൻ. നല്ല ഒരു പാട്ടുകാരൻ. മലയാളി അസോസിയേഷന്റെ ജീവനാഡി. അയാൾ തകർന്ന് നിലംപതിച്ച് ഒന്നുമല്ലാതാകുന്നത് കണ്ടുനിൽക്കാൻ കഴിയില്ലെന്ന് തോന്നി.

പക്ഷേ തന്റെ വഴി അതല്ല എന്ന് കൃഷ്ണരാജ് കാണിച്ചുതന്നു. ഏതാണ്ട് ഒരു വർഷത്തോളം പിന്നെ കൃഷ്ണരാജിനെ കണ്ടില്ല. എന്തിനും ഏതിനും വിളിക്കുകയും കാണുകയും ചെയ്തിരുന്ന അയാൾ ഒന്ന് ഫോൺ ചെയ്യുകപോലും ചെയ്തില്ല. ജീവിതത്തിന്റെ തിരക്കുകളിൽ ഒഴുകിനടന്ന താനും കൃഷ്ണരാജിനെ വിസ്മൃതിയിലേക്ക് വലിച്ചെറിയുകയും ചെയ്തു.

പെട്ടെന്നൊരു ദിവസം രാവിലെ വരാന്തയിൽ ന്യൂസ് പേപ്പർ വായിച്ചുകൊണ്ടിരുന്നപ്പോൾ ഒരു കാറ് മുറ്റത്ത് വന്നുനിന്നു. ഡ്രൈവിങ് സീറ്റിൽ നിന്ന് ചിരിച്ചുകൊണ്ടിറങ്ങിവന്ന ചെറുപ്പക്കാരനെ കണ്ട് അദ്ഭുതപ്പെട്ടു കൃഷ്ണരാജ്!

പണ്ട് കണ്ടതിലും ആരോഗ്യവാനായിട്ട്! ഊർജ്ജസ്വലനായിട്ട്!

പരസ്പരം കെട്ടിപ്പിടിച്ചുകൊണ്ട് ചോദിച്ചു;

"താനെവിടെ ആയിരുന്നെടോ? ഒന്നു ഫോൺപോലും ചെയ്യാതെ?"

അന്ന് കൃഷ്ണരാജ് പറഞ്ഞ കഥയും കേട്ടിരുന്നത് ഇതേ ഉദ്വേഗത്തോടെ ആയിരുന്നു. അയാളുടെ അനുഭവങ്ങളുടെ വിവരണം കേട്ടറിഞ്ഞിട്ട് മനസ്സിൽ സന്തോഷമായിരുന്നു.

"ഏട്ടാ." വീണ വിളിച്ചു.

ഞെട്ടിപ്പോയി. ശാന്തിയുടെ ശബ്ദം! ന്യൂമോണിയ ബാധിച്ച് ജീവൻ ത്രാസിൽ തൂങ്ങി ആടിക്കൊണ്ടിരുന്നപ്പോഴും ശാന്തി പറഞ്ഞിരുന്നു.

"ഏട്ടാ, പേടിയാകുന്നു. ഞാൻ മരിച്ചുപോകും."

അന്നവളെ ചേർത്ത് പിടിച്ച് മരണത്തിന് വിട്ടുകൊടുക്കില്ലെന്ന് വാശി പിടിച്ചിട്ടും താൻ പരാജയപ്പെട്ടുപോയി.

"ഏട്ടാ. എന്റെ വീട്ടിലേക്ക് ഉടനെ പോകാൻ വയ്യാ. എനിക്കൊരു ജോലി വാങ്ങിതരുമോ എവിടെയെങ്കിലും ചെറിയ ഒരു ജോലി മതി."

വീണ വിതുമ്പിക്കൊണ്ട് പറഞ്ഞു.

"ഒന്നാലോചിക്കട്ടെ. സമാധാനമായിരിക്കൂ. ഒരു വഴി കാണാം."

അത് പറഞ്ഞ് മുറിയിൽ നിന്നിറങ്ങുമ്പോൾ മനസ്സിൽ കൃഷ്ണരാജായിരുന്നു. തന്റെ മനസ്സ് വായിച്ചിട്ടെന്നവണ്ണം ശ്രീദേവി പറഞ്ഞു.

"വീട്ടിൽ പോകേണ്ട എന്നു പറഞ്ഞാലും അറിയിക്കുകയല്ലേ നമ്മൾ ചെയ്യേണ്ടത്? ഈ പ്രായത്തിലൊരു പെൺകുട്ടിയെ ഇവിടെ നിർത്തണോ? നാളെ അതൊരു പ്രശ്നമാകില്ലേ?"

"ആലോചിക്കാം. തൽക്കാലം ഒന്നുരണ്ടു ദിവസം ഇങ്ങനെ പോകട്ടെ. അതിനുള്ളിൽ തീരുമാനിക്കാം."

കൃഷ്ണരാജിന്റെ നമ്പർ ഡയൽ ചെയ്തത് ഒരു തീരുമാനമെടുക്കാനുള്ള സാദ്ധ്യത ആലോചിച്ചുകൊണ്ടാണ്.

പെട്ടെന്ന് കൃഷ്ണരാജ് ഫോണെടുത്തു.

"ഹലോ നമസ്കാരം."

"താനെവിടെയാണ് കൃഷ്ണരാജ്? ഒന്നു കാണണമല്ലോ!"

"ഞാൻ നാഗർകോവിലിലാണ്. ഇന്ന് വൈകുന്നരം അവിടെ എത്തും. നാളെ രാവിലെ വീട്ടിലെത്താം. മതിയല്ലോ?"

"മതി. നാളെ കാണാം!"

കൃഷ്ണരാജ് ബിസിനസ് ആവശ്യത്തിനായിരിക്കണം നാഗർകോവിലിൽ പോയിരിക്കുന്നത്. സൂപ്പർമാർക്കറ്റിന്റെ ഒരു ശൃംഖല

തുടങ്ങുന്നതിനെകുറിച്ച് കഴിഞ്ഞ പ്രാവശ്യം കണ്ടപ്പോൾ സംസാരിച്ചിരുന്നു. അതോ "സുസ്വാന്തന"ത്തിന്റെ കാര്യത്തിനോ?

കൃഷ്ണരാജും കൂട്ടരും കൂടിയാണ് സുസ്വാന്തനം എന്ന പേരിൽ എച്ച്.ഐ.വി രോഗികളുടെ ഒരു സംഘടന രൂപീകരിച്ചത്.

അന്ന് കൃഷ്ണരാജ് പറഞ്ഞത് ഓർമ്മയുണ്ട്.

"മരണമല്ലാതെ മറ്റൊരു പോംവഴിയും ഇല്ലെന്ന് കരുതിയിരുന്നപ്പോഴാണ് ഞാൻ സന്തോഷിനെ കണ്ടുമുട്ടിയത്. അവന്റെ കഥ കേട്ടപ്പോഴെനിക്ക് തോന്നി മരിക്കാതെയും എച്ച്.ഐ.വി രോഗികൾക്ക് ഒരു ജീവിതമാകാമെന്ന്."

പിന്നെ അതുപോലെ പലരേയും കണ്ടുമുട്ടി. കഷ്ടപ്പെടുന്നവർ; മരുന്നുവാങ്ങാൻ പോകാനോ ആഹാരം കഴിക്കാനോ കഴിയാത്തവർ; പുറന്തള്ളപ്പെട്ടവർ; ഒരു കൈത്താങ്ങ് കൊടുക്കണമെന്ന് തോന്നിയത് അങ്ങനെയാണ്. ഇന്നിപ്പോ ഈ സംഘടന എന്തെല്ലാം ചെയ്യുന്നുണ്ട്!"

ഒരുപ്രാവശ്യം കൃഷ്ണരാജ് ക്ഷണിച്ചിട്ട് സുസ്വാന്തനത്തിന്റെ ഒരു പരിപാടിക്ക് പോയിരുന്നു. വലിയ പ്രവർത്തനങ്ങളാണ് അന്നവിടെ കണ്ടത്. എച്ച്.ഐ.വി ബാധിതരുടെ കുട്ടികൾക്ക് ക്ലാസുകൾ സംഘടിപ്പിക്കുന്നു. സ്ത്രീകൾക്ക് തുന്നൽ പരിശീലനം നൽകുന്നു. മരുന്നുകൾ നൽകുന്നു. സാമ്പത്തിക സഹായം കൊടുക്കുന്നു.

കൃഷ്ണരാജിനെ മനസ്സ് നിറഞ്ഞ് അഭിനന്ദിക്കാതിരിക്കാൻ കഴിഞ്ഞില്ല. ജീവിതത്തെ എത്ര പെട്ടെന്നാണ് അയാൾ മാറ്റി എടുത്തത്!

വൈകുന്നേരം വീണയോട് പറഞ്ഞു.

"എച്ച്.ഐ.വി ബാധിതരുടെ സംഘടനയാണ് സുസ്വാന്തനം. മലയാളികളും തമിഴരും ഒക്കെ ഉണ്ട് അതിൽ. അതിന്റെ തലപ്പത്തിരിക്കുന്ന ആള് നാളെ ഇവിടെ വരും. സംസാരിച്ച് തീരുമാനമെടുക്കാം."

വീണ തലയാട്ടി. അത്രയ്ക്ക് താത്പര്യമില്ലാത്ത മട്ടിലാണ് തലയാട്ടലെന്ന് തോന്നി. വീണ്ടും പറഞ്ഞു

"സഹകരിക്കണം. ഇവിടെ താമസിക്കുന്നതിന് പരിമിതികളുണ്ട്."

വീണ ഒന്നും പറഞ്ഞില്ല. വെറുതെ തന്റെ മുഖത്തേക്ക് നോക്കി. ആകാംക്ഷയോ ഭയമോ എന്താണാ കണ്ണുകളിലെന്ന് മനസ്സിലായില്ല.

രാവിലെ ഒൻപത് മണിക്കുതന്നെ കൃഷ്ണരാജ് എത്തി. നെറ്റിയിലെ പതിവ് ചന്ദനക്കുറിയും മുഖം നിറഞ്ഞ ചിരിയുടെ പ്രസാദവുമായി.

വീണയെപറ്റി അവൾ പറഞ്ഞതൊക്കെ അറിയിച്ചപ്പോൾ കൃഷ്ണരാജ് പറഞ്ഞു.

"ഞങ്ങളുടെ കൂടെയുള്ളവരൊക്കെ വലിയ ആൾക്കാരൊന്നുമല്ല. കൂടുതലും സാധാരണക്കാരും പാവങ്ങളുമാണ്. അവരുടെ ഇടയിൽ ഈ കുട്ടി?"

“അതൊന്നുമല്ല കൃഷ്ണരാജ് ഇപ്പോൾ ആലോചിക്കുന്നത്. ഒന്ന് സംസാരിക്കൂ. അവളുടെ വീട്ടിലേക്കുതന്നെ അയയ്ക്കണമെന്നാണ് സത്യത്തിൽ ഇപ്പോഴും എന്റെ മനസ്സിലുള്ളത്.”

മനസ്സിലുള്ള ആശങ്കതന്നെയാണ് കൃഷ്ണരാജുമായി പങ്കുവച്ചത്. വീണയുമായി ദീർഘനേരം സംസാരിച്ചുകഴിഞ്ഞ് കൃഷ്ണരാജ് പറഞ്ഞു.

“സുസ്വാന്തനത്തിന് ചെറിയ ഒരു കെട്ടിടമുണ്ട്. പക്ഷേ അവിടെ നിങ്ങളെപോലെ ഉള്ളവർക്ക് താമസിക്കാനുള്ള സൗകര്യമില്ല. എന്തെങ്കിലും ജോലിയാണെങ്കിൽ എന്റെ ഓഫീസിൽതന്നെ ഒരു ഓഫീസ് അസിസ്റ്റന്റിന്റെ ഒഴിവുണ്ട്. പക്ഷേ ഇതൊന്നുമല്ല പ്രശ്നം. വീട്ടുകാരെ അറിയിക്കാതെ രഹസ്യമായി ഞങ്ങളാരേയും താമസിപ്പിക്കുകയോ ജോലി കൊടുക്കുകയോ ചെയ്യില്ല. വീട്ടിൽ അറിയിക്കണം. പ്രത്യേകിച്ചും ഇങ്ങനെ ആരും അറിയാതെ ഇറങ്ങിവന്ന സാഹചര്യത്തിൽ അത് അത്യാവശ്യമാണ്.

വീട്ടിൽ പോകാനിഷ്ടമില്ലെന്നുള്ളത് രണ്ടാമത് ആലോചിക്കേണ്ട കാര്യമാണ്.”

വീണ വീണ്ടും തന്റെ നേരെ നോക്കി. എന്നിട്ട് കൃഷ്ണരാജിനോട് പറഞ്ഞു.

“എനിക്കൊരു ജോലി വേണം. എന്നിട്ട് വീട്ടിൽ അറിയിക്കാം. പക്ഷേ ഞാൻ പോവില്ല.”

“അടുത്ത ദിവസം രാവിലെ കൃഷ്ണരാജ് വീട്ടിൽ വന്നു. സൂപ്പർ മാർക്കറ്റിൽ വീണയ്ക്ക് നാളെതന്നെ ജോലിയിൽ പ്രവേശിക്കാം. കെട്ടിടത്തിനുമുകളിൽ ഒരു മുറിയുണ്ട്. അവിടെ താമസിക്കാം. ഒന്നും പേടിക്കേണ്ട!”

വലിയ ആശ്വാസമാണ് തോന്നിയത്. പേടിക്കേണ്ട ആവശ്യമില്ല. കൃഷ്ണരാജിനൊപ്പം എവിടെയും ആ കുട്ടിയെ വിശ്വസിച്ച് അയയ്ക്കാം. സുരക്ഷിതത്വത്തിന്റെയും കരുണയുടേയും വൻമതിലാണ് അയാൾ.

ഇറങ്ങുന്ന സമയം കൃഷ്ണരാജ് പറഞ്ഞു.

“വീട്ടുകാരെ അറിയിക്കുന്നതുവരെ താനെപ്പോഴും എന്റെ കടുത്ത നിരീക്ഷണത്തിലായിരിക്കും. വളരെ വളരെ സ്ട്രിക്റ്റ്!”

വീണ ചിരിച്ചു. ആദ്യമായി ഒരു മന്ദാരപൂവ് വിടരുന്ന നിഷ്കളങ്കതയോടെ.

പതിനൊന്ന്

പൊഴിഞ്ഞ ഇല മരത്തിന്റെ കാതിൽ യാത്രാമൊഴിചൊല്ലി താഴെ മണ്ണിൽ പതിച്ചു. വേപഥുപൂണ്ട് ഇല മരത്തിനുചുറ്റും പാറിപ്പറന്നുകൊണ്ട് ചോദിച്ചു.

ഇനി എന്നാണ് എന്നെ സ്വീകരിക്കുക? നീ ഇല്ലാതെ എനിക്ക് ജീവനില്ല. എന്റെ പ്രാണനും ശ്വാസവും ഉജ്ജ്വലമാകുന്നത് നിന്റെ ചില്ലകളിൽ ചേർന്നിരിക്കുമ്പോഴാണ്.

ഇനിയും ഒരിക്കലും എനിക്കതിന് കഴിയില്ലേ?

എന്തായിരിക്കും മരം പറഞ്ഞിട്ടുണ്ടാകുക? മരം പറഞ്ഞിരിക്കും.

ഈ മണ്ണിലലിഞ്ഞ് നീ ഇല്ലാതാകുന്നില്ല. കാലചക്രത്തിന്റെ ഭ്രമണത്തിൽ സൂര്യരശ്മികളേറ്റ് ജലകണങ്ങളിൽ ഉറഞ്ഞ് കുളിരണിഞ്ഞ് തളിരായി എന്റെ മാറത്ത് ഒട്ടി നിൽക്കാൻ നീ വരും.

ഞാൻ നിന്നെ കാത്തിരിക്കും.

ഇരുളാൻ തുടങ്ങുന്ന മരചില്ലകളിൽ നിന്ന് കൊഴിഞ്ഞകലുന്ന ഇലകളെ നോക്കി ശ്രീഹരി ചോദിച്ചു.

തിരിഞ്ഞുനോക്കാതെ ഇറങ്ങിവന്നപ്പോൾ വീണയും ചോദിച്ചിട്ടുണ്ടാകുമോ? എന്റെ ജീവനും ശ്വാസവും നിന്നോടൊപ്പമാണ്. നീ എന്നെ ഇനിയും സ്വീകരിക്കില്ലേ?

സ്വീകരിക്കും എന്ന് നൂറുവട്ടം പറയാൻ തനിക്കായില്ലല്ലോ.

ദുഷ്ടനാണ് താൻ! സ്വാർത്ഥിയാണ്. ഈ ലോകത്ത് ജീവിക്കാൻ തനിക്കർഹതയില്ല. ഓർക്കുന്തോറും ആത്മനിന്ദ ഏറിവരികയാണ്.

വീണ പിരിഞ്ഞുപോയിട്ട് ഒരു മാസത്തിലേറെയായെന്ന് വിശ്വസിക്കാനാകുന്നില്ല. മൊബൈലിൽ ഓരോ റിങ്ങ് വരുമ്പോഴും അറിയാതെ മനസ്സ് തുടിക്കും.

വീണയായിരിക്കും. ഇപ്പോൾ കേൾക്കാം ആ പതിവ് ചോദ്യങ്ങൾ.

"ഹലോ? എവിടെയാ? തിരക്കാണോ?"

ഒരിക്കലും കേൾക്കാനാവാത്ത ആ ശബ്ദം പ്രതീക്ഷിക്കുമ്പോഴൊക്കെ ഭ്രാന്തമായ ആവേശത്തോടെ ഫോൺ ചെവിയോട് ചേർത്ത് പിടിക്കും.

ഏറെ സമയം. നിരാശയോടെ വീണ്ടും യാഥാർത്ഥ്യത്തിലേക്ക് വരുമ്പോൾ വല്ലാതെ കിതയ്ക്കുന്നുണ്ടാകും. ശ്വാസോച്ഛ്വാസം നിലച്ചുപോകുന്നതു പോലെയുള്ള തോന്നൽ

മനസ്സമാധാനം അതിവിദൂരത്തിലായ അവസ്ഥയിലാണിപ്പോഴും. കുറ്റ ബോധം ശരീരത്തിന്റെ ഓരോ അണുവിലും നാൾക്കുനാൾ പെരുകുക യാണ്.

വീണ എവിടെയെങ്കിലും അലഞ്ഞുനടക്കുന്നുണ്ടാകുമോ? എങ്കിൽ ഒരു പ്രാവശ്യമെങ്കിലും വിളിക്കാമായിരുന്നില്ലേ? അല്ലെങ്കിൽ ദാരുണ മായൊരു അവസ്ഥയിൽ കൈവിട്ടുകളഞ്ഞ ആളിനെ ഇനി ഒരിക്കലും കാണേണ്ടെന്ന് കരുതുന്നുണ്ടാകുമോ?

അതോ ആരോ പറഞ്ഞതുപോലെ കടലിന്റെ ആഴങ്ങളിൽ...?

അത്രയും ആലോചിക്കുമ്പോൾ മനസ്സ് ഭ്രാന്തിന്റെ വക്കിലെത്തുക യാണ്. തലച്ചോറാകെ ചൂട് പിടിക്കുന്നു. ഒരായിരം അഗ്നിശകലങ്ങൾ തലയ്ക്കുള്ളിൽ കുത്തിനിറയ്ക്കപ്പെടുകയാണ്.

ഞാനുണ്ട് ഒപ്പം എന്നൊരു വാക്ക് അന്ന് പറഞ്ഞിരുന്നെങ്കിൽ! ബല മായി തന്റെ കൈയിൽ പിടിച്ചിരുന്ന ആ വിരലുകൾ കൂട്ടിപിടിച്ചിരുന്നു വെങ്കിൽ!

കാറിലേക്ക് കയറുന്ന തന്റെ പിന്നാലെ ഓടി വന്നപ്പോൾ ഒന്ന് തിരിഞ്ഞ് നിന്നിരുന്നുവെങ്കിൽ!

എങ്കിൽ! ഇരു കൈകളും കൊണ്ട് മുഖം പൊത്തി ശ്രീഹരി സ്വയം ചോദിച്ചു. എങ്കിൽ...!

തോളിൽ ഒരു കൈ മൃദുവായി ആരോ വച്ചു. പിന്നെ ആ കൈ കഴുത്തിലൂടെ ചുറ്റി ചേർത്തു പിടിച്ചു.

അമ്മ!

"ശ്രീഹരീ, എത്ര നേരമായി ഇവിടെ ഇങ്ങനെ ഇരിക്കാൻ തുടങ്ങി യിട്ട്? എഴുന്നേറ്റ് വരൂ. ഇരുണ്ടിരിക്കുന്നത് കണ്ടില്ലേ?" അമ്മ മുടിയിൽ തലോടിക്കൊണ്ട് പറഞ്ഞു.

ഒന്നും പറയാതെ അമ്മയുടെ പുറകേ നടന്നു. വരാന്തയിൽ വലിയ ഇലകളുമായി പടർന്നു കിടക്കുന്ന മണിപ്ലാന്റിന്റെ അടുത്തിട്ടിരിക്കുന്ന കസേരകൾ ചൂണ്ടിക്കാണിച്ചുകൊണ്ട് അമ്മ പറഞ്ഞു.

"നമുക്കിവിടെ ഇരിക്കാം."

കസേരകൾ അടുപ്പിച്ചിട്ട് ഇരുന്നുകൊണ്ട് അമ്മ പറഞ്ഞു.

"ശ്രീക്കുട്ടാ... ഞാനൊരു കാര്യം പറയട്ടെ."

ആകാംക്ഷയോടെ അമ്മയെ നോക്കി. കൈകൾ എടുത്ത് മടിയിൽ വച്ചുകൊണ്ട് അമ്മ പറഞ്ഞു.

"ശ്രീഹരീ, നീ പഠിച്ചവനാണ്. ഒരു ഡോക്ടർ. നമ്മൾ മുന്നോട്ടാണ് നടക്കേണ്ടത്. ഒന്നിനും നമ്മളെ പുറകോട്ട് കൊണ്ടുപോകാൻ കഴിയരുത്. ദൈവത്തിന്റെ ഇച്ഛയില്ലാതെ ഒന്നും നടക്കില്ല എന്ന് ഉറച്ച് വിശ്വസിക്കണം. നമുക്കതിനേ കഴിയൂ."

"ഒന്നിനും കഴിയുന്നില്ല അമ്മേ." നിരാശയോടെയാണ് പറഞ്ഞത്.

"കഴിയണം. കഴിഞ്ഞേ തീരൂ. ഒന്നും ഒന്നിന്റേയും അവസാനവാക്കല്ല. ഒരു ജീവിതം മുഴുവനും നിന്റെ മുൻപിൽ നീണ്ട് നിവർന്ന് കിടക്കുന്നുണ്ട്. അത് ഓർക്കണം."

അമ്മയുടെ കണ്ണുകൾ നിറയുന്നത് നിസ്സഹായതയോടെ നോക്കിയിരുന്നു.

അമ്മയോട് ഒന്നും വ്യക്തമായി പറഞ്ഞിരുന്നില്ല. അതിനുള്ള അവസരം ഉണ്ടായില്ല. ഹേമന്തിന്റെ ഫോൺ വന്നപ്പോഴുള്ള പതനത്തിൽ ഭ്രാന്തനെപ്പോലെ എന്തൊക്കയോ താൻ പുലമ്പുകയായിരുന്നു എല്ലാം. വീണയോട് സംസാരിച്ചതിനുശേഷം തീരുമാനം അമ്മയെ അറിയിക്കാമെന്നാണ് കരുതിയിരുന്നത്. ഒന്നിനും സമയം കിട്ടിയില്ല.

ആദ്യം തീരുമാനമെടുത്തത് വീണയാണ്. ഒരു വാക്കുപോലും പറയാതെ പിറ്റേ ദിവസംതന്നെ ചിദംബരത്തുനിന്ന് ഹേമന്ത് വന്നിരുന്നു. ഹേമന്തിൽ നിന്നാണ് അമ്മ വിവരങ്ങളൊക്കെ മനസ്സിലാക്കിയത്.

എന്നിട്ടും തന്നോട് ഇതുവരെ ഒന്നും ചോദിച്ചില്ല. വേദനിപ്പിക്കേണ്ട എന്ന് കരുതിയിട്ടാകണം.

വാതിലിനരികെ കാൽപെരുമാറ്റം കേട്ട് തിരിഞ്ഞുനോക്കി. തന്നെത്തന്നെ നോക്കിക്കൊണ്ട് അച്ഛൻ വാതിലിൽ ചാരിനിൽക്കുന്നു. ചിരിക്കാൻ ശ്രമിച്ചുകൊണ്ട് ചോദിച്ചു.

"അച്ഛൻ ഇവിടെ ഉണ്ടായിരുന്നോ?"

അച്ഛൻ സംസാരിക്കാൻ വാക്കുകൾ തേടുകയാണെന്ന് തോന്നി. തെല്ലിട മൗനമായി നിന്നിട്ട് പറഞ്ഞു.

"ശ്രീഹരീ, അമ്മ പറഞ്ഞത് ഞാൻ കേട്ടു. എനിക്കും അതുതന്നെയാണ് പറയാനുള്ളത്. നീ ഇങ്ങനെ ഇരിക്കാൻ തുടങ്ങിയിട്ട് ഒരു മാസത്തിലധികമായി."

"അച്ഛാ, പ്ലീസ് എന്നെ മനസ്സിലാക്കൂ..."

"മനസ്സിലാക്കുന്നതുകൊണ്ടുതന്നെയാണ് ഇത്രയും ദിവസങ്ങൾ ഒന്നും പറയാതിരുന്നത്. ഇനിയും പറയാതെ വയ്യ. യു ആർ എ ഡോക്ടർ. അതു മറക്കരുത്. നിന്നെ കാത്തിരിക്കുന്നത് പുസ്തകങ്ങളോ മെഷീനുകളോ അല്ല. മനുഷ്യരാണ്. രോഗികളായ മനുഷ്യർ. ഏത് സാഹചര്യത്തിലും സ്വന്തം കടമ മറക്കാതിരിക്കാൻ ശ്രദ്ധിക്കണം."

അച്ഛൻ അകത്തേക്ക് നടന്നു. പിന്നാലെ അമ്മയും.

ആരെയും കുറ്റപ്പെടുത്താനാവില്ലല്ലോ എന്നോർത്തു. പുറംലോകം കാണാതെ, ആരോടും ഒന്നും സംസാരിക്കാതെ ഇങ്ങനെ ഇരിക്കാൻ തുടങ്ങിയിട്ട് ദിവസങ്ങളായി. അച്ഛനും അമ്മയും ഒന്നിനും നിർബന്ധിച്ചില്ല. ഒന്നും ചോദിച്ചില്ല. കടമകളെപ്പറ്റി ഓർമ്മിപ്പിച്ചില്ല.

ഇന്ന് ഇപ്പോൾ ജീവിതത്തിലേക്ക് മടങ്ങിവരാൻ അവർ പറയുന്നു. അങ്ങനെ ഓർമ്മപ്പെടുത്തേണ്ടത് അവരുടെ കടമയാണ്. സ്നേഹമാണ് അവരെകൊണ്ട് അത് പറയിപ്പിക്കുന്നതെന്ന് അറിയായ്കയല്ല.

എഴുന്നേറ്റ് ബെഡ്റൂമിൽ പോയി കിടന്നു. എങ്ങനെയാണ് മുന്നോട്ട് പോകേണ്ടത്? ഓർമ്മകൾക്കൊപ്പമോ അതോ അവയെ ഒരു മണിചെപ്പിനുള്ളിൽ ഒളിപ്പിച്ചുവച്ചിട്ടോ? മറക്കാനാവാത്തത് മറക്കണമെന്ന് വാശിപിടിക്കുമ്പോഴാണ് മനസ്സ് പ്രക്ഷുബ്ധമാകുന്നത്. അവ മറക്കപ്പെടേണ്ടവയല്ലെന്ന തിരിച്ചറിവിലൂടെ ജീവിക്കാം.

ജീവന്റെ ഓരോ തന്മാത്രയിലും ഇഴുകിചേർന്നുപോയ തുടിപ്പാണ് വീണ. മറക്കാനാവാത്ത ഒരു സംഗീതം. തന്നിൽനിന്ന് വേർപിരിഞ്ഞുപോയി എന്ന തോന്നലുണ്ടാവുമ്പോഴല്ലേ അസഹനീയമായി തോന്നുന്നത്.

പെട്ടെന്ന് ചിദംബരത്ത് അപ്പൂപ്പന്റെ മുറി ഒരുക്കിവയ്ക്കാറുള്ളത് ഓർത്തു. ഏത് നിമിഷവും അപ്പൂപ്പൻ കയറി വന്നേക്കാം. കണ്ണട എടുത്ത് ഉപയോഗിച്ചേക്കാം. കസേരയിൽ ചാരി ഇരുന്നേക്കാം. അത്തരമൊരു ചിന്തയാണ് അമ്മൂമ്മയെ സന്തോഷത്തോടെ ജീവിക്കാൻ പ്രേരിപ്പിക്കുന്നത്. എന്തുകൊണ്ട് തനിക്ക് അങ്ങനെയൊരു കാത്തിരിപ്പ് പാടില്ല? കഴിയണം.

ഉണർവിന്റെ നേരിയ ഒരു കിരണം മനസ്സിലേക്ക് എത്തിനോക്കി. ഇന്ന് ശനിയാഴ്ച.

നാളെയൊരു മുന്നൊരുക്കം!

തിങ്കളാഴ്ച മുതൽ ഹോസ്പിറ്റലിൽ പോകണം.

എഴുന്നേറ്റ് ജനാല തുറന്നിട്ട് പുറത്തേക്ക് നോക്കി. അച്ഛന്റെ ഓഫീസിൽ കക്ഷികളുടെ തിരക്കുണ്ട്. രണ്ട് കാറുകൾ ഓഫീസ് മുറ്റത്ത് കിടക്കുന്നു.

വീടിന്റെ മുൻഭാഗത്ത് പൂച്ചെടികളുടെ ഇടയിലൂടെ അരണ്ടവെളിച്ചത്തിൽ അമ്മ അങ്ങോട്ടും ഇങ്ങോട്ടും നടക്കുന്നു. അമ്മയുടെ മനസ്സ് സ്വസ്ഥമല്ല. അതിന്റെ കാരണവും അറിയാം.

സാവധാനം നടന്ന് മുറ്റത്തെത്തി അടുത്തു ചെന്നു പറഞ്ഞു.

“അമ്മേ ഞാൻ തിങ്കളാഴ്ച്ച ഹോസ്പിറ്റലിൽ ജോയിൻ ചെയ്യുന്നു.”

അമ്മയുടെ മുഖം വിടരുന്നത് നേരിയ വെളിച്ചത്തിലും കണ്ടു. സന്തോഷത്തോടെ പറഞ്ഞു.

“അതു നന്നായി. നമുക്ക് നാളെ രാവിലെ ക്ഷേത്രത്തിൽ പോകാം.”

“പോകാം. പിന്നെ പുറത്തുപോയി കുറച്ചു സാധനങ്ങളും വാങ്ങാനുണ്ട്. അമ്മയും വരണം.”

“പിന്നെന്താ...” അമ്മയുടെ സ്വരത്തിലെ ഉത്സാഹം ശ്രദ്ധിച്ചു.

ഞായറാഴ്ചയുടെ തിരക്കുകൾ കഴിഞ്ഞ് തിങ്കളാഴ്ച രാവിലെ ഹോസ്പിറ്റലിൽ പോകാൻ ഇറങ്ങിയപ്പോൾ മനസ്സ് ഒരു തയ്യാറെടുപ്പ് നടത്തിയിരുന്നു. കാറിൽ കയറാൻ തുടങ്ങിയപ്പോൾ ഒരു നുള്ള് കുങ്കുമം നെറ്റിയിൽ വരച്ചുകൊണ്ട് അമ്മ പറഞ്ഞു.

“ഇത് നെറ്റിയിൽ തന്നെ ഇരിക്കട്ടെ. മായ്ക്കരുത്. ഡോക്ടർക്ക് കുങ്കുമം അണിയാൻ പാടില്ല എന്നൊന്നും ഇല്ലല്ലോ.”

‘ഇല്ലാ... ഇല്ലല്ലോ...”

ചിരിച്ചുകൊണ്ടാണ് പറഞ്ഞത്. അമ്മയുടെ മുഖത്തും ചിരി പടർന്നു.

ഒന്നും സംഭവിച്ചിട്ടില്ല. ഒരു മാറ്റവും ഉണ്ടായിട്ടില്ല.

ഒരു മാസത്തെ അജ്ഞാതവാസത്തിനുശേഷം ഹോസ്പിറ്റലിൽ എത്തിയപ്പോൾ ആദ്യം തോന്നിയത് അതാണ്. ഹോസ്പിറ്റലിന്റെ മുറ്റത്തെ മാവിലുണ്ടായിരുന്ന കണ്ണിമാങ്ങകൾ വലുതായിരിക്കുന്നു. ആകെ കാണുന്ന ഒരു വ്യത്യാസം അതു മാത്രമാണ്.

തിങ്കളാഴ്ച രോഗികളുടെ എണ്ണം വളരെ കുറവ്.

ഡോക്ടർ ശർമ്മിളയുടെ മുറിയുടെ മുൻപിൽ നീണ്ട ക്യൂ തന്നെ കണ്ടു. തനിക്കായിരുന്നു കൂടുതൽ രോഗികൾ കാണാൻ വരുന്നതും തിരക്കും. അന്ന് തന്റെ മുൻപിലെ രോഗികളുടെ നീണ്ട നിര കാണുമ്പോൾ ഡോക്ടർ ശർമ്മിള പറയാറുണ്ടായിരുന്നു.

“ഡോക്ടർ ശ്രീഹരീ. നിങ്ങളുടെ പേഷ്യൻസ് റിലേഷൻഷിപ്പ് എനിക്കില്ല. പെട്ടെന്ന് ചൂടാകുന്ന സ്വഭാവമാണ് എന്റേത്. അതാണെനിക്ക് രോഗികൾ കുറയുന്നത്.”

ഇപ്പോൾ ഡോക്ടർ ശർമ്മിളയ്ക്ക് സന്തോഷമായിട്ടുണ്ടാകും.

അടുത്ത ദിവസവും അതിനടുത്ത ദിവസവും രോഗികളുടെ നിര കൂടി വന്നുകൊണ്ടിരുന്നു.

തിരക്കുകളിലൂടെ ദിവസങ്ങൾ കടന്നുപോകുന്നത് അനുഗ്രഹമായി തോന്നി. ഓർമ്മകൾ അവസാനിക്കുന്നില്ല. പക്ഷേ അവ ഒരു ദുരന്തമായി ജീവിതത്തെ കടന്നാക്രമിക്കുന്നില്ല ഇപ്പോൾ. യാന്ത്രികമായിട്ടാണെങ്കിലും ദിനരാത്രങ്ങൾ മുന്നോട്ട് കിതച്ചുപോയികൊണ്ടിരിക്കുന്നു.

പതിവില്ലാതെ വളരെ ദിവസങ്ങൾക്കുശേഷം ശനിയാഴ്ച രാവിലെ യോഗേഷിന്റെ ഫോൺ വന്നു.

"ശ്രീഹരി. എപ്പോഴാ ഫ്രീ ആകുന്നത്? എനിക്ക് തന്നെ ഒന്നു കാണണം. പറ്റിയാൽ ഇന്നുതന്നെ..."

"എന്താ യോഗേഷ് അത്യാവശ്യം?"

"ചില കാര്യങ്ങൾ സംസാരിക്കാനുണ്ട്. നേരിട്ടു കാണണം."

"ഇന്ന് ഉച്ചകഴിഞ്ഞ് ഞാൻ ഫ്രീ ആണ്. ഒരു മണിക്ക് ഒ.പി. ക്ലോസ് ചെയ്യണമെന്ന് വിചാരിക്കുന്നു."

"എന്നാൽ ഒരു മണിക്ക് ഞാനെത്താം."

"ഒ.കെ. ഞാൻ വെയിറ്റ് ചെയ്യാം."

യോഗേഷിന്റെ വിവാഹം കഴിഞ്ഞിട്ട് ഒരു വർഷത്തിലധികം ആയിട്ടില്ല. പക്ഷേ അവിടെയും ഇവിടെയും ചെറിയതായി പൊട്ടിമുളച്ച അപസ്വരങ്ങൾ വലുതായിക്കൊണ്ടിരിക്കുന്നു എന്ന് എപ്പോഴോ യോഗേഷ് സൂചിപ്പിച്ചിരുന്നു. അതെകുറിച്ച് എന്തെങ്കിലും പറയാനുണ്ടാവും. എല്ലാവരോടും മനസ്സ് തുറക്കാനാവില്ലല്ലോ.

വീണയോട് ഇഷ്ടം തോന്നിയപ്പോൾ ആദ്യം പറഞ്ഞത് യോഗേഷിനോടാണ്. രാത്രി ചിദംബരത്ത് നിന്ന് യോഗേഷിന് ഫോൺ ചെയ്തപ്പോൾ അർച്ചന കുങ്കുമം തട്ടിയെടുത്ത നൃത്തക്കാരിയെക്കുറിച്ച് വാചാലമായാണ് സംസാരിച്ചത്. പിന്നെ കണ്ടപ്പോൾ വീണയുടെ നൃത്തത്തിന്റെ വീഡിയോ കാണിച്ചിരുന്നു. അത് കണ്ടപ്പോൾ ഒപ്പം യോഗേഷും പാടി.

"അലൈ പായുതേ കണ്ണാ..."

പിറ്റേ ദിവസം രാവിലെ ആറുമണിക്ക് യോഗേഷ് വിളിച്ചു. എന്തോ അത്യാവശ്യമായിരിക്കുമെന്നാണ് കരുതിയത്. ആദ്യം ഒരു പൊട്ടിച്ചിരിയായിരുന്നു. പിന്നെ ചോദിച്ചു.

"അപ്പൊ രാഗതാളമയം ഡോക്ടറുടെ ജീവിതം! ഏതാ രാഗം? കല്യാണിയോ നീലാംബരിയോ?"

ചിരിച്ചുപോയി. പക്ഷേ അത് കേട്ടപ്പോൾ ഉള്ളിൽ രാഗവും താളവും ഒന്നിച്ച് അലയടിച്ചിരുന്നു.

താളം നിലച്ചത് പെട്ടെന്നാണ്! നിലയ്ക്കാത്തത് ഒന്നേയുള്ളു. വീണയുടെ ഓർമ്മകൾ!

കൃത്യം ഒരു മണിക്ക് യോഗേഷിന്റെ ചുവന്ന ഹോണ്ടസിറ്റി കാർ ഹോസ്പിറ്റലിന്റെ ഗെയിറ്റ് കടന്നു വരുന്നതു ജനാലയിലൂടെ കണ്ടു.

മരത്തണലിൽ കാറ് പാർക്ക് ചെയ്തിട്ട് യോഗേഷ് റൂമിലേക്ക് വന്നു. അത്യാവശ്യകാര്യങ്ങൾ ഡ്യൂട്ടി സിസ്റ്ററിനെ പറഞ്ഞേൽപ്പിച്ചിട്ട് എഴുന്നേറ്റു.

“യോഗേഷ് നമുക്ക് പുറത്തേക്ക് പോകാം. റൂമിലിരുന്ന് സംസാരിക്കുന്നത് അസൗകര്യമാണ്. നമുക്കും മറ്റുള്ളവർക്കും.”

“ആയിക്കോട്ടെ.” യോഗേഷ് പറഞ്ഞു.

“ശ്രീഹരി. നമുക്ക് പുറത്തുപോയി ഊണു കഴിക്കാം. എന്റെ കാറിൽ പോകാം. തിരിച്ച് ഞാൻ ഇവിടെ തന്നെ ഡ്രോപ്പ് ചെയ്യാം.”

“അതുവേണ്ട.”

“വൈ?”

“ഇന്ന് ഞാൻ കാറ് എടുത്തിട്ടില്ല. സർവ്വീസിങ്ങിന് കൊടുത്തിരിക്കുന്നു. രാവിലെ അച്ഛന്റെ ഡ്രൈവർ ഡ്രോപ്പ് ചെയ്തു.”

“അതു നന്നായി. എന്നാൽ ഞാൻ വീട്ടിൽ ഡ്രോപ് ചെയ്യാം.”

“ഒ.കെ. അതാവാം.”

യോഗേഷ് നേരെ കാറ് ഓടിച്ചത് ഹോട്ടൽ സ്വാതിയിലേക്കാണ്. സ്വാദിഷ്ഠമായ വെജിറ്റേറിയൻ ഭക്ഷണത്തിന് പ്രശസ്തിയാർജിച്ചതാണ് സ്വാതി. മുപ്പത്തിരണ്ട് കറികളടങ്ങുന്ന വെജിറ്റേറിയൻ ഊണ് കഴിക്കാൻ നീണ്ടനിര തന്നെയുണ്ടാകും എല്ലാ ദിവസവും.

സ്വാതിയുടെ മാനേജർ യോഗേഷിന്റെ അടുത്ത ബന്ധുവാണെന്ന് അറിയാം. മാനേജരുടെ മുറിയിലാണ് ഊണിന് സൗകര്യമൊരുക്കിയിരുന്നത്. യോഗേഷ് നേരത്തെ വിളിച്ച് പറഞ്ഞിരുന്നു.

ഊണിന് ഓർഡർ ചെയ്തിട്ട് യോഗേഷ് തെല്ലിട ഒന്നും സംസാരിക്കാതെ മേശപ്പുറത്ത് കാറിന്റെ താക്കോൽകൊണ്ട് താളം കൊട്ടിക്കൊണ്ടിരുന്നു. പിന്നെ പറഞ്ഞു.

“ചില ചില പ്രോബ്ലംസ്. ചെറിയ പ്രശ്നങ്ങൾ വലുതായിക്കൊണ്ടിരിക്കുന്നു. ഞങ്ങളുടെ പ്രശ്നങ്ങൾ പേരൻസ് ഏറ്റെടുത്തിരിക്കുന്നു. വാസ്തവത്തിൽ ഞങ്ങളുടെ പ്രോബ്ലംസ് ഞങ്ങൾക്ക് വിട്ടു തന്നിരുന്നുവെങ്കിൽ...”

ഒരു നിമിഷത്തെ നിശബ്ദതയ്ക്കുശേഷം യോഗേഷ് വീണ്ടും പറഞ്ഞു.

“ശ്രീഹരി. ഞാനൊരു കാര്യം സീരിയസ്സായി ആലോചിച്ചുക്കൊണ്ടിരിക്കുന്നു. അത് ഡിസ്കസ് ചെയ്യാനാണ് ഞാൻ വന്നത്.”

“എന്താ? എന്തു കാര്യം?”

ഭക്ഷണം മേശപ്പുറത്ത് നിരത്തിവയ്ക്കുന്ന പയ്യന്റെ കാതിലെ ഒറ്റക്കമ്മൽ നോക്കികൊണ്ട് ശ്രീഹരി ചോദിച്ചു.

“കാര്യമായിട്ട് പി.ജിക്ക് ഒന്ന് ശ്രമിച്ചാലോ? ഫുൾ കോൺസെൻട്രേഷനിലൊരു പ്രിപ്പറേഷൻ. അനാവശ്യകാര്യങ്ങളിൽനിന്ന് ശ്രദ്ധ ഒന്ന്

മാറുകയും ചെയ്യും. കവിതയ്ക്ക് കുറച്ചുനാൾ അവളുടെ വീട്ടിൽ പോയി നിൽക്കാം. എനിക്ക് പഠനത്തിൽ ശ്രദ്ധിക്കുകയും ആകാം. എന്തു പറയുന്നു?"

യോഗേഷ് ആകാംക്ഷയോടെ ശ്രീഹരിയുടെ മുഖത്തേക്ക് നോക്കി.

"നല്ല കാര്യമാണ്. എന്നായാലും പി.ജി ഇല്ലാതെ മുന്നോട്ട് പോകാനാവില്ല."

യോഗേഷ് വീണ്ടും പറഞ്ഞു.

"ഒന്നു മാറി നിന്നാൽ പ്രശ്നങ്ങൾ തീരുമെന്ന് തോന്നുന്നു. അതു മാത്രമല്ല പി.ജി. ചെയ്യണം. വീണ്ടും പഠനത്തിന്റെ വഴിയിലൂടെ ഒന്ന് നടന്നു നോക്കാം. കൂട്ടിന് താനും ഉണ്ടാകും."

കണ്ണ് ഒന്ന് ചിമ്മി അടച്ചുകൊണ്ട് യോഗേഷ് ചിരിച്ചു. എല്ലാം തീരുമാനിച്ചുറച്ച മട്ടിലായിരുന്നു യോഗേഷിന്റെ സംസാരം.

"ഞാനോ? എനിക്കിപ്പോഴതിനൊന്നും ഒരു മൂഡ് ഇല്ല. തനിക്ക് എല്ലാം അറിയാമല്ലോ യോഗൂ."

"എനിക്കെല്ലാം അറിയാം. കൂടുതലൊന്നും അറിയുകയും വേണ്ട. താൻ കൂടെ ഉണ്ടാകുക തന്നെ വേണം. ഞാൻ നിർബന്ധിക്കുകയാണെന്ന് തന്നെ കരുതിക്കോളൂ."

"എനിക്കതിന് കഴിയുമെന്ന് തോന്നുന്നില്ല. മനസ്സാകെ അസ്വസ്ഥമാണ്. എല്ലാം ഒന്നു നേരെയാകണം."

ശ്രീഹരി നിസ്സഹായനായി പറഞ്ഞു.

പക്ഷേ യോഗേഷ് വിട്ടുകൊടുക്കാൻ ഭാവമുണ്ടായിരുന്നില്ല.

"തനിക്ക് കഴിയും. നമ്മളൊന്നിച്ച് രാത്രി പന്ത്രണ്ട് മണിക്ക് നടക്കാൻ പോകുന്നതും കട്ടൻ കാപ്പികുടിക്കുന്നതുമൊക്കെ ഓർമയില്ലേ?"

ആ കാലം വീണ്ടും വരുന്നു. ഒരു ചെയ്ഞ്ച് എനിക്ക് അതാവശ്യമാണ്. എ ചെയ്ഞ്ച് ഫോർ ബെറ്റർ ലൈഫ്!"

"നമ്മുടെയൊക്കെ ദൈനംദിന ജീവിതത്തിൽ മറ്റുള്ളവരുണ്ടാക്കുന്ന പ്രശ്നങ്ങളിൽപെട്ട് നമ്മുടെ സ്വസ്ഥത ഇല്ലാതാകുകയാണ്. നമ്മുടെ ജീവിതം ഇത്ര വിരസമാക്കാൻ അവരെ അനുവദിക്കാമോ?"

യോഗേഷ്, പറഞ്ഞത് അക്ഷരംപ്രതി ശരിയാണെന്ന് തോന്നിയെങ്കിലും കുസൃതിയോടെ ശ്രീഹരി പറഞ്ഞു.

"യോഗേഷ് തനിക്കിപ്പോൾ ഒരു ഫിലോസഫറുടെ കെട്ടും മട്ടും ഉണ്ട്."

"ഉണ്ടാവാം. പക്വത വരാത്ത പ്രായത്തിൽ കല്യാണം കഴിച്ചാൽ ആരും ഫിലോസഫറായി പോകും."

യോഗേഷ് പെട്ടെന്ന് പറഞ്ഞു. രണ്ടുപേരും പൊട്ടിച്ചിരിച്ചു.

എത്ര നാളുകൾകൂടിയാണ് മനസ്സ് തുറന്ന് ഒന്ന് ചിരിക്കുന്നതെന്ന് ശ്രീഹരി ഓർത്തു. യാന്ത്രികമായ ലോകത്തിലാണ് ഓരോ ദിവസവും നീങ്ങിക്കൊണ്ടിരിക്കുന്നത്.

തനിക്കും ഒരു മാറ്റം ആവശ്യമാണോ?

എല്ലാം മറന്ന് അല്ലെങ്കിൽ മറന്നെന്ന് ഭാവിച്ച് മറ്റൊരു യാത്രചെയ്യാൻ കഴിയുമോ?

ഫുൾടൈം പ്രിപ്പറേഷൻ! പരീക്ഷ. പിന്നെ മൂന്നു വർഷങ്ങൾ വീണ്ടും പുതിയ അറിവുകളുടെ ലോകം.

മൂന്നാലു വർഷങ്ങളുടെ നീണ്ട യാത്രയാണ്. എന്തുകൊണ്ട് ഒന്നാലോചിച്ചുകൂടാ?

മൂകനായി ഇരുന്ന് ആലോചിക്കുന്ന ശ്രീഹരിയെ തട്ടി ഉണർത്തി യോഗേഷ് പറഞ്ഞു.

"നമ്മൾ അപ്പോൾ അതങ്ങ് തീരുമാനിക്കുന്നു."

"ഏത്?"

"ഒരു കമ്പൈൻഡ് പി.ജി. തയ്യാറെടുപ്പ്."

"യെസ്! നമ്മൾ തീരുമാനിച്ചു." ശ്രീഹരി പറഞ്ഞു.

അവിശ്വസനീയമായ സന്തോഷത്തോടെ യോഗേഷ് ശ്രീഹരിയെ സൂക്ഷിച്ചുനോക്കി. രണ്ടുപേരും പരസ്പരം ഹസ്തദാനം ചെയ്തു. ഊണു കഴിഞ്ഞ് ശ്രീഹരിയെ വീട്ടിൽ കൊണ്ട് വിടുമ്പോൾ രണ്ടുപേരും ഉത്സാഹത്തിലായിരുന്നു.

ശ്രീഹരിയേയും യോഗേഷിനേയും ഒന്നിച്ചു കണ്ടപ്പോൾ മാതംഗിക്ക് സന്തോഷം തോന്നി.

മകൻ ജീവിതത്തിലേക്ക് മടങ്ങുകയാണ്!

വീണ്ടും പി.ജി ചർച്ച തുടങ്ങിയപ്പോൾ മാതംഗി ചോദിച്ചു.

"രണ്ടു പേരും കൂടി എവിടേക്കോ യാത്ര പ്ലാൻ ചെയ്തതുപോലെയുണ്ടല്ലോ. എവിടേക്കാ?"

"അതെ. മൂന്നാലു വർഷത്തെ ഒരു നീണ്ട യാത്ര. അതാണിപ്പോൾ ആലോചിക്കുന്നത്."

"മൂന്നാലു വർഷങ്ങളോ?"

മാതംഗി മകനെ നോക്കി. ശ്രീഹരി ചിരിച്ചുകൊണ്ട് പറഞ്ഞു.

"അമ്മേ, ഞങ്ങൾ ഒന്നിച്ച് പി.ജിക്ക് തയ്യാറെടുപ്പ് നടത്താൻ ആലോചിക്കുന്നു. ഒരു കമ്പൈൻഡ് എഫർട്ട്! എല്ലാ ശ്രദ്ധയും പഠനത്തിന്."

"ഒരു വർഷത്തെ തയ്യാറെടുപ്പ്. ശ്രമിച്ചാൽ എഴുതിയെടുക്കാവുന്നതേയുള്ളൂ.

"പിന്നെ മൂന്നു വർഷങ്ങൾ പി.ജി." യോഗേഷ് കൂട്ടിച്ചേർത്തു.

സന്തോഷങ്ങൾ മടങ്ങിവരുന്നത് എത്ര പെട്ടെന്നാണെന്ന് മാതംഗി ഓർത്തു. വെളിച്ചത്തിന്റെ പൊൻകിരണങ്ങൾ എത്തി നോക്കുമ്പോൾ ആർക്കാണ് തടഞ്ഞു നിർത്താനാവുക? എല്ലാം ഒരു നിമിത്തംപോലെ സംഭവിക്കുന്നു.

സംഭവിച്ചതും അങ്ങനെതന്നെ ആയിരുന്നു. ശ്രീഹരി പെട്ടന്നാണ് ഒരു പെൺകുട്ടിയുമായി ഇഷ്ടമായത്. ഡാൻസ് ചെയ്യുന്ന വീഡിയോ കണ്ട പ്പോൾ ആരും ഇഷ്ടപ്പെട്ടു പോകുന്ന കുട്ടിയാണല്ലോ എന്ന് തനിക്കും തോന്നി. സന്തോഷത്തോടെയാണ് മകന്റെ ഇഷ്ടത്തിനൊപ്പം നിന്നത്.

പിന്നെ കേട്ടു അവളുടെ അച്ഛന് താത്പര്യമില്ലെന്ന്. അയാൾ മറ്റാർക്കോ വാക്ക് കൊടുത്തുപോലും.

അത് കേട്ടപ്പോൾ നേരിയ വിഷമം തോന്നാതിരുന്നില്ല. ശ്രീഹരിയേ ക്കാൾ യോഗ്യനായിരിക്കുമോ അയാൾ കണ്ടുപിടിച്ച പയ്യൻ? ആയിരിക്കും.

പക്ഷേ ശ്രീഹരി വല്ലാതെ വിഷമത്തിലായിരുന്നു. സാവധാനം മാറു മെന്നാണ് വിചാരിച്ചത്. പിന്നെ എന്തൊക്കെയാണ് നടന്നതെന്ന് ഇപ്പോഴും വ്യക്തമായി അറിയില്ല.

പെട്ടെന്നാണ് ശ്രീഹരി ചിദംബരത്തേക്ക് പോയത്. മെഡിക്കൽ കോളേജിൽ കോൺഫറൻസ് ഉണ്ടെന്നാണ് ആദ്യം പറഞ്ഞത്. വീണ യുടെ അച്ഛനെ കണ്ട് നേരിട്ട് സംസാരിക്കുമെന്നും പറഞ്ഞിരുന്നു.

പിന്നെ ഹേമന്താണ് വിവരങ്ങളൊക്കെ പറഞ്ഞത്. ആ കുട്ടിക്ക് ഏതോ മാറാരോഗം ഉണ്ട് പോലും. അതാണ് അയാൾ കല്യാണത്തിന് വിസമ്മ തിച്ചത്. അതറിഞ്ഞാണത്രെ ആ കുട്ടി എവിടെയോ ഇറങ്ങിപ്പോയത്. കേട്ടപ്പോൾ വല്ലാതെ വിഷമം തോന്നി.

ശ്രീഹരിയോട് കൂടുതലൊന്നും ചോദിച്ചില്ല. അറിയണമെന്നുണ്ടായി രുന്നു. ഇനിയും ഒന്നും വേണ്ട.

മകന്റെ അവസ്ഥ സഹിക്കാവുന്നതിലും അപ്പുറമായിരുന്നു. എന്നിട്ടും സംയമനം പാലിച്ചു.

ഇപ്പോഴെല്ലാം ഒരു പാഴ്ക്കിനാവുപോലെ മറയാൻ പോകുന്നു!

അടുത്ത മുറിയിൽ ശ്രീഹരിയും യോഗേഷും ഉറക്കെ സംസാരിക്കുന്നു. പൊട്ടിച്ചിരിക്കുന്നു. പഠിക്കുന്ന കാലത്ത് ക്ലാസ്സിൽ കയറാതെ സിനിമ കാണാൻ പോയപ്പോൾ പ്രൊഫസർ തിയേറ്ററിൽ തൊട്ടടുത്തിരിക്കുന്നു. അന്നത്തെ ചമ്മലിന്റെ കാര്യം ഓർത്താണ് രണ്ടുപേരും ചിരിക്കുന്നത്.

അറിയാതൊരു ചിരി മാതംഗിയുടെ മുഖത്തും വിരിഞ്ഞു.

പന്ത്രണ്ട്

അച്ഛന്റെ കാറ് ഒരു പൊട്ടുപോലെ ദൂരെ മറയുന്നത് വീണ നോക്കി നിന്നു. ഇതെത്രാമത്തെ പ്രാവശ്യമാണ് അച്ഛൻ തന്നെ കൂട്ടികൊണ്ടു പോകാൻ വരുന്നതെന്ന് തനിക്കു തന്നെ ഓർമ്മയില്ല. എന്നും ഒരേ മറു പടിതന്നെ പറഞ്ഞു.

"ഇല്ല. ഞാൻ വരില്ല. എനിക്കിവിടെ സുഖമാണ്."

തന്റെ വിവരം അറിയിക്കുവാൻ അച്ഛന്റെ പേരും ഫോൺ നമ്പറും കൊടുക്കുമ്പോൾ കൃഷ്ണരാജിനോട് അപേക്ഷിച്ചിരുന്നു.

"എന്നെ നിർബന്ധിക്കരുത്. ഇനിയും ഒരു തിരിച്ചുപോക്കില്ല."

രണ്ടു വർഷങ്ങൾ കഴിഞ്ഞിരിക്കുന്നു. ഹൃദയം പിളർന്നാണ് അന്ന് കടലിലേക്ക് നടന്നിറങ്ങിയത്.

അച്ഛനും ശ്രീഹരിയും! രണ്ടുപേരും തന്നെ വേദനിപ്പിച്ചു. തന്റെ മനസ്സ് രണ്ടുപേരും കാണാൻ കൂട്ടാക്കിയില്ല.

അച്ഛൻ എത്ര സമർത്ഥമായാണ് തന്റെ രോഗവിവരം രഹസ്യമാക്കി വച്ചിരുന്നത്! എന്നും കഴിച്ചുകൊണ്ടിരുന്ന മരുന്നിനെക്കുറിച്ച് എത്ര പ്രാവശ്യം ചോദിച്ചിട്ടുണ്ട്. ഒരേ മറുപടി ആയിരുന്നു എപ്പോഴും. ഹോർമോൺ പ്രോബ്ലം!

അവസാനം ജീവിതത്തിലെ ഏറ്റവും നിർണ്ണായകനിമിഷത്തിൽ നിർദ്ദയനായി അച്ഛൻ വിളിച്ചുപറയുന്നു.

എന്റെ മകൾ ഒരു മാറാരോഗിയാണ്.

താനൊരാളെ സ്നേഹിക്കുന്നുവെന്ന് അറിഞ്ഞപ്പോഴെങ്കിലും അച്ഛന് തുറന്നുപറയാമായിരുന്നു. എല്ലാം ഒളിപ്പിച്ചുവച്ചു! അവസാനം തന്റെ മുൻപിൽ വച്ച് നാടകീയമായി ശ്രീഹരിയെ അറിയിക്കുന്നു!

ഇല്ലാ! അച്ഛനോട് ക്ഷമിക്കാനാവില്ല. ഒരു ജന്മത്തിന്റെ മുഴുവനും വേദനയാണത്.

ശ്രീഹരിയെ കുറ്റം പറയാനാവില്ല. ഒരു മാറാരോഗിയെ ജീവിതം

മുഴുവനും ചുമക്കാനും സ്വയം ക്രൂശിക്കപ്പെടാനും ആര് തയ്യാറാകും? ഏത് സ്നേഹത്തിനാണ് അത്രയ്ക്ക് തീവ്രതയുള്ളത്?

എന്നാലും തന്റെ കൈപിടിച്ചുമാറ്റി വേഗത്തിൽ ഇറങ്ങി ഓടിയപ്പോൾ ഒരു ഭ്രാന്തിയെപോലെ പുറകേ ഓടിയിരുന്നു. ഒന്ന് തിരിഞ്ഞുനോക്കാമായിരുന്നില്ലേ? വേണ്ട. ഒന്നു ഫോൺ ചെയ്യാമായിരുന്നില്ലേ? ഒരു യാത്രാമൊഴി. അതെങ്കിലും ആകാമായിരുന്നില്ലേ?

രാത്രി മുഴുവനും ഉറങ്ങാതെ ഒരു വിളിക്ക് കാത്തിരുന്നിരുന്നു. പല പ്രാവശ്യം വിളിച്ചുനോക്കി. ഫോൺ സ്വിച്ച് ഓഫ്! അടുത്ത ദിവസവും കാത്തിരുന്നു. വിളിച്ചില്ല. തകർന്നുപോയി.

ഇതാണോ സ്നേഹം. ഇതാണോ പ്രാണൻ പറിച്ചുനൽകിയ പ്രണയം.

എല്ലാം വെറുതെ! ജീവിതം മുന്നോട്ട് നീക്കാനാവില്ലെന്ന തോന്നലിലാണ് ആ തീരുമാനം എടുത്തത്. ഇപ്പോൾ മനസ്സിലാകുന്നു. എത്ര വികലമായ ഒരു തീരുമാനമായിരുന്നു അത്!

താനിന്ന് ഒറ്റയ്ക്കല്ല. സുസ്വാന്തനത്തിലെ ഓരോ വ്യക്തിയുടേയും വേദന തന്റെ വേദനയായി മാറുന്നു. ഇവിടെയാണ് ജീവിതം തളിർത്തു നിൽക്കുന്നത്.

ഓഫീസ് തിരക്കുകളിലും സുസ്വാന്തനത്തിന്റെ പ്രവർത്തനങ്ങളിലും മുഴുകി എത്ര വേഗമാണ് സമയം കടന്നുപോകുന്നത്. താനൊരു രോഗിയാണെന്ന കാര്യം ഓർമ്മയിൽ എത്തുന്നില്ല. താൻ മാത്രമല്ല കൃഷ്ണരാജും സന്തോഷും മനോഹരനും പ്രസന്നയും മറ്റനേകം ആളുകളും തങ്ങളുടെ രോഗം മറക്കുന്നു.

കൃഷ്ണരാജ് എപ്പോഴും പറയാറുണ്ട്.

"നമ്മളാരും മാറാരോഗികളല്ല. നമ്മുടെ ഉള്ളിലെ ശക്തി വർദ്ധിക്കുവാൻ നമുക്ക് ഓടാൻ ജോലി ചെയ്യാൻ മുടങ്ങാതെ മരുന്ന് കഴിക്കുന്നു. മരുന്ന് മുടക്കിയാൽ നമ്മൾ തളരും. അതിനനുവദിക്കരുത്. മരുന്നിനും ആഹാരത്തിനും പ്രത്യേകം ശ്രദ്ധകൊടുക്കണം."

ഡോക്ടറെ കാണാൻ സമയാസമയങ്ങളിൽ എല്ലാവരും പോകുന്നുവെന്ന് കൃഷ്ണരാജ് പ്രത്യേകം ശ്രദ്ധിക്കുന്നു. സൂപ്പർ ബസാറിന്റെ വാൻ അവർക്കായി വിട്ടുകൊടുക്കുന്നു. എല്ലാത്തിനും ഒരു ചിട്ടയുണ്ട് കൃഷ്ണരാജിന്. താൻ ഡോക്ടറെ കാണാൻ പോകുന്നത് കൃഷ്ണരാജിന്റെ കൂടെയാണ്. തന്റെ കാര്യം പ്രത്യേകം ശ്രദ്ധിക്കുന്നു.

മൂന്ന് സൂപ്പർമാർക്കറ്റുകൾ തുടങ്ങിയിട്ടുണ്ട്. സുസ്വാന്തനത്തിലെ അംഗങ്ങൾക്കാണ് ജോലിക്ക് മുൻഗണന കൊടുക്കുന്നത്. എല്ലാത്തിന്റേയും നടത്തിപ്പ് ചുമതല തനിക്കാണ്. നാലാമതൊന്ന് കന്യാകുമാരിയിൽ തുടങ്ങുന്നു. ഇന്നലെ അതിന്റെ ചർച്ച കഴിഞ്ഞു. എല്ലാത്തിലും തന്നേയും ഉൾപ്പെടുത്തുന്നു. തന്റെ അഭിപ്രായത്തിന് പ്രാധാന്യം കൊടുക്കുന്നു. എത്ര വേഗമാണ് താൻ ഉത്തരവാദിത്വങ്ങൾ ഏറ്റെടുക്കാൻ തുടങ്ങിയത്!

സുസ്വാന്തനത്തിന്റെ വാർഷികത്തിന് നൃത്തം ചെയ്തിരുന്നു. പിറ്റേ ദിവസം കൃഷ്ണരാജ് പറഞ്ഞു.

“ഇയാളൊരു വലിയ നൃത്തക്കാരിയാണല്ലോ. നമ്മുടെ ആൾക്കാരുടെ കുട്ടികൾക്ക് ഡാൻസ് പഠിപ്പിച്ചുകൊടുത്തുകൂടെ? തനിക്കും നൃത്തം മറക്കാതിരിക്കാം.”

സന്തോഷത്തോടെയാണ് ആ നിർദ്ദേശം സ്വീകരിച്ചത്. ഇന്ന് സുസ്വാന്തനം നൃത്തവിദ്യാലയം പ്രശസ്തമായികൊണ്ടിരിക്കുന്നു. ഒരിക്കൽ കൃഷ്ണരാജ് പറഞ്ഞു.

“നമുക്ക് നാട്യാഞ്ജലിയിൽ പങ്കെടുക്കണം.”

“വേണ്ട!” പെട്ടെന്ന് ഓർമ്മകളിലേക്ക് ഊളിയിട്ടിറങ്ങിപോയി. നൃത്തക്കാരിയെ മോഹിച്ച ഒരാൾ അവിടെ എവിടെയെങ്കിലും ഉണ്ടാകുമോ?

ഇല്ല. ഉണ്ടാവില്ല.

രണ്ട് വർഷങ്ങൾ കഴിഞ്ഞിട്ടും തന്നെ അന്വേഷിച്ചിട്ടില്ല. ചിദംബരത്ത് അച്ഛനുണ്ട്. തന്റെ വീടുണ്ട്. ഹേമന്ത് ഉണ്ട്. എന്നിട്ടും! എല്ലാം വെറുതെ ആയിരുന്നു. വെറുതെ!

ഓർമ്മകളേ വിട.

നാളെ കന്യാകുമാരിക്ക് പോകണം. ഒപ്പം കൃഷ്ണരാജും ഉണ്ടാകും. സൂപ്പർമാർക്കറ്റ് തുടങ്ങുകയാണ്. ധാരാളം കാര്യങ്ങൾ ചെയ്യാനുണ്ട്. ഇന്ന് തിരക്കുകളുടെ ദിവസമാണ്.

യാത്രയ്ക്കിടയിൽ കൃഷ്ണരാജ് പറഞ്ഞു.

“കന്യാകുമാരിയിൽവച്ച് തന്നോട് എനിക്കൊരു കാര്യം പറയണം.”

ഇത് സ്ഥിരം പതിവാണല്ലോ എന്നോർത്തു. ഓരോ പുതിയ സംരംഭം തുടങ്ങുന്നതും ഇത്തരം മുഖവുരയോടെയാണ്. അതുകൊണ്ട് ചോദിച്ചു.

“അടുത്ത സ്റ്റോറ് എവിടെയാണ് പ്ലാൻ?” കൃഷ്ണരാജ് ചിരിച്ചു. ലാപ്ടോപ്പ് എടുത്ത് ഓൺ ചെയ്ത് വീണ്ടും ഏതോ കണക്കുകളിൽ മുഴുകി.

കന്യാകുമാരിയിൽവെച്ച് ക്ഷേത്രത്തിൽ പോയി മടങ്ങിവരുന്നതും നോക്കി കൃഷ്ണരാജ് കാത്തുനിൽക്കുന്നുണ്ടായിരുന്നു. കണ്ടയുടനെ പറഞ്ഞു.

“താൻ ഇവിടെ വരൂ!” എന്നിട്ട് ചിരിച്ചുകൊണ്ട് ചോദിച്ചു.

“വീണ എന്താ ദേവിയോട് പ്രാർത്ഥിച്ചത്?” പതിവില്ലാത്ത കുസൃതി ചോദ്യം. ചിരിച്ചതല്ലാതെ മറുപടി ഒന്നും പറഞ്ഞില്ല. കണ്ണുകളിലേക്ക് ഉറ്റുനോക്കിക്കൊണ്ട് കൃഷ്ണരാജ് പറഞ്ഞു.

“താൻ വന്നതിൽ പിന്നെ ലൈഫ് ഒന്നുമാറി. എല്ലാത്തിനും ഒപ്പം ഒരാൾ ഉണ്ടെന്നൊരു തോന്നൽ. അതും ഒരേ വഴിയിൽകൂടി നടക്കാൻ

വിധിക്കപ്പെട്ടവർ. വിധിക്കെതിരെ പോരാടുന്നവർ. എന്നാൽ പിന്നെ ജീവിതത്തിലും നമുക്കങ്ങ് ഒന്നിച്ച് നടന്നാലോ?"

ഒരു ഉത്തരം! അതെന്താ പറയേണ്ടത്?

ശ്രീഹരി ഇങ്ങനെ ഒരു ചോദ്യം ചോദിച്ചിരുന്നില്ല. അങ്ങോട്ടും ചോദിച്ചിട്ടില്ല. പരസ്പരം അറിഞ്ഞ് അങ്ങ് അലിഞ്ഞുചേരുകയായിരുന്നു.

കൃഷ്ണരാജിന്റെ ഈ ചോദ്യം എപ്പോഴോ ഏതോ നിശ്ശബ്ദതയിൽ കേട്ടിരുന്നോ? ഉവ്വെന്ന് തോന്നുന്നു. തന്നെപ്പറ്റി എല്ലാം അറിയുന്ന ആളാണ് ഒന്നിച്ച് നടക്കാൻ ക്ഷണിക്കുന്നത്. ശ്രീഹരിയുമായുള്ള ബന്ധം ഒന്നും മറച്ചുവയ്ക്കാതെ പറഞ്ഞിട്ടുണ്ട്. ഒന്നും മോഹിക്കാതെ ആരാരും ഇല്ലാത്ത തന്നെ കൈപിടിച്ച് നടത്തിയ ആളാണ്. ആ കൈകളിൽ താൻ സുരക്ഷിതയായിരിക്കും.

ഓർമ്മകളിൽ മുങ്ങിത്തപ്പുന്നത് കണ്ടിട്ടാകാം കൃഷ്ണരാജ് പറഞ്ഞു.

"താൻ പേടിക്കേണ്ട. ഇയാള് നോ പറഞ്ഞാൽ ഞാൻ സൂയിസൈഡ് ഒന്നും ചെയ്യില്ല. ഞാൻ ആരേയും പ്രണയിച്ചിട്ടില്ല. ആദർശം കൊണ്ടൊന്നുമല്ല. പ്രണയം തോന്നുന്ന പെൺകുട്ടികളൊന്നും മുൻപിൽ വന്നുപെടാത്തതുകൊണ്ടാണ്. അത് അവരുടെ ഭാഗ്യം."

പെട്ടെന്ന് വീണ പറഞ്ഞു.

"അതെന്റെ ഭാഗ്യം! അതല്ലേ ഇങ്ങനെ ഒരു ചോദ്യം എനിക്ക് കിട്ടിയത്?" വീണ ചിരിച്ചു മനോഹരമായി.

വിടർന്ന ഒരു ചിരിയിൽ മുങ്ങി കൃഷ്ണരാജ് ചോദിച്ചു.

"ഞാനിങ്ങനെ ഒരു ചോദ്യം ചോദിക്കുമെന്ന് താൻ പ്രതീക്ഷിച്ചിരുന്നോ?"

"പ്രതീക്ഷിച്ചിരുന്നു."

വീണയുടെ മറുപടി കേട്ട് വിശ്വസിക്കാനാവാതെ കൃഷ്ണരാജ് മുഖത്തേക്കു നോക്കി. മനസ്സെന്ന മാന്ത്രികക്കണ്ണാടിയിൽ തൊട്ടുകൊണ്ട് വീണ ഉറപ്പിച്ച് പറഞ്ഞു.

സത്യം!

പതിമ്മൂന്ന്

കാലത്തിന്റെ കുത്തൊഴുക്കിൽ കടന്നുപോയത് ഒന്നുംരണ്ടുമല്ല നാലു വർഷങ്ങളാണ്. ഋതുക്കൾ മാറിമാറി വന്നു. മരങ്ങൾ പലകുറി ഇലകൾ പൊഴിച്ചു. വീണ്ടും തളിർത്തു. മഴയും വേനലും സമയം തെറ്റിയും തെറ്റാതെയും ആവർത്തിച്ച് ഓടി എത്തുകയും മറയുകയും ചെയ്തു കൊണ്ടിരുന്നു.

ഒരു തപസ്യപോലെ ആയിരുന്നു കഴിഞ്ഞ വർഷങ്ങൾ. യോഗേഷ് ത്വക്ക് ആണ് സ്പെഷ്യലൈസ് ചെയ്തത്. തന്റെ ആഗ്രഹംപോലെ ജനറൽ മെഡിസിൻ തന്നെ പഠിക്കാൻ കഴിഞ്ഞത് അനുഗ്രഹമായി. പുതിയ അറിവുകളുടെ ലോകത്തെത്തിയപ്പോൾ ഇതുവരെ ഒന്നും അറിഞ്ഞിരുന്നില്ലെന്നാണ് തോന്നിയത്.

പഠിച്ചിരുന്ന മൂന്നു വർഷങ്ങളിൽ വീട്ടിൽ പോകാറുണ്ടായിരുന്നത് അപൂർവ്വമായിരുന്നു. പഠനം കഴിഞ്ഞ് വീട്ടിൽനിന്നും അധികം അകലെ അല്ലാത്ത ഗവൺമെന്റ് ഹോസ്പിറ്റലിലാണ് ജോലി തുടങ്ങിയത്. അതായിരുന്നു ആഗ്രഹിച്ചതും.

പാവപ്പെട്ട രോഗികളുടെയും അവരുടെ വേദനകളുടെയും നടുവിൽ ജിവിക്കുമ്പോഴാണ് ഒരു ഡോക്ടറാകാൻ കഴിഞ്ഞതിൽ ഏറ്റവും അഭിമാനം തോന്നാറുള്ളത്. പരിമിതമായ സൗകര്യങ്ങളുടെ ഇടയിൽനിന്നു കൊണ്ട് ഏറ്റവും അധികം സന്തോഷകരമായി ജോലിചെയ്യുക എന്ന ദൗത്യമാണ് ഏറ്റെടുത്തത്. മറ്റൊന്നിനെക്കുറിച്ചും ചിന്തിക്കാൻ സമയം കിട്ടിയിരുന്നില്ല.

തിരക്കുകളിൽനിന്ന് തിരക്കുകളിലേയ്ക്ക് ഒഴുകിനീന്തി ക്ഷീണിതനായി വീട്ടിലെത്തിയ ഒരു ദിവസം അമ്മ ചോദിച്ചു.

"ശ്രീഹരീ, ഇനി നിന്റെ കാര്യങ്ങളൊക്കെ നോക്കാൻ ഒരാളെ കണ്ടുപിടിക്കേണ്ടേ?"

ചോദ്യം മനസ്സിലായെങ്കിലും അറിയാത്ത ഭാവത്തിൽ ചോദിച്ചു.

"അമ്മ എന്താ റിട്ടയർ ചെയ്യാൻ തീരുമാനിച്ചോ?"

പെട്ടെന്ന് തന്നെ മറുപടി വന്നു.

"തീരുമാനിച്ചു. പുതിയ റിക്രൂട്ട്മെന്റിന് സമയം അതിക്രമിച്ചിരിക്കുന്നു."

ചിരിച്ചുപോയി. അമ്മ വീണ്ടും പറഞ്ഞു

"ഞാനൊരാളെ കണ്ടുവച്ചിട്ടുണ്ട്."

"വേണ്ട അമ്മാ. സമയമാകുമ്പോൾ ഞാൻ പറയാം."

കരുതിക്കൂട്ടി ഗൗരവത്തിലാണത് പറഞ്ഞത്. അമ്മ പിന്നെ അതെകുറിച്ച് സംസാരിച്ചില്ല. ഒരു കൂട്ടിനെകുറിച്ച് അമ്മ സൂചിപ്പിക്കുമ്പോഴൊക്കെ മനസിൽ ഇപ്പോഴും ചിലങ്കയുടെ ശബ്ദം മുഴങ്ങുന്നു. ചുവടുകൾ വയ്ക്കുന്ന സ്വർണ്ണവർണ്ണമാർന്ന രണ്ട് പാദങ്ങൾ. എവിടെ നിന്നോ ഒരു രാഗത്തിന്റെ ഈരടികൾ ഒഴുകി എത്തുന്നു.

അലൈപായുതേ കണ്ണാ...

ഒരു പൂവ് വിരിഞ്ഞുനിൽക്കുന്നത് കാണുമ്പോൾ ഇപ്പോഴും അകാലത്തിൽ ഇറുത്തെടുക്കപ്പെട്ട ഒരു പനിനീർപൂവിനെയാണ് ഓർമ്മവരുന്നത്. ആ ഓർമ്മ മനസ്സിൽ ഇരിക്കുന്ന കാലമത്രയും മറ്റൊരു കൂട്ടുകാരിയെക്കുറിച്ച് ഓർക്കാൻകൂടി കഴിയുമെന്ന് തോന്നുന്നില്ല.

കുറ്റബോധത്തിന്റെ കറ ഇന്നും മനസ്സിൽനിന്നും മറഞ്ഞുപോയിട്ടില്ല.

അല്പം ശ്രദ്ധിച്ചിരുന്നുവെങ്കിൽ വീണ ഒപ്പമുണ്ടാകുമായിരുന്നു. അല്ലെങ്കിൽതന്നെ വീണ കൂടെ ഇല്ല എന്ന് എപ്പോഴെങ്കിലും തോന്നലുണ്ടായിട്ടുണ്ടോ? കഴിഞ്ഞ വർഷങ്ങളിലെല്ലാം ഒരു അദൃശ്യസാന്നിദ്ധ്യമായി ഒപ്പം വീണ ഉണ്ടായിരുന്നു. അതാണ് ആ ഓർമ്മകൾക്ക് ഇപ്പോഴും ഇത്ര മിഴിവുള്ളത്.

എന്നാലും എവിടെയോ ഒരു ഒറ്റപ്പെടൽ ഇടയ്ക്കിടെ അനുഭവപ്പെടുന്നു. അസ്വസ്ഥമായ ഏകാന്തതയിൽ തീരം കാണാതെ ചിലപ്പോൾ മനസ്സ് അലഞ്ഞു നടക്കുന്നു.

തോന്നലാവാം. ആ തോന്നൽ മാറ്റാനാണ് വൈകുന്നേരം ഒരു സിനിമ കാണാൻ തിയേറ്ററിൽ പോകാമെന്ന് കരുതിയത്. പുതിയതായി ജോലിയിൽ ചേർന്ന ജൂനിയർ ഡോക്ടർ രാജീവനും വരാമെന്ന് പറഞ്ഞിട്ടുണ്ട്.

വീട്ടിലെത്തി കാറ് മുറ്റത്തു പാർക്ക് ചെയ്തപ്പോഴാണ് അമ്മയോടൊപ്പം റോസാചെടികൾക്കരികെ നിൽക്കുന്ന അതിഥിയെ കണ്ടത്. റോസാപൂക്കളിലെ പ്രാണികളെ തട്ടിക്കളയുകയാണ് അതിഥി.

വരാന്തയിലേക്ക് കയറിയപ്പോൾ അമ്മ പിന്നാലെ വന്നു. ഒപ്പം അതിഥിയും.

"ശ്രീഹരീ, ഇതാരാണെന്ന് മനസ്സിലായോ?"

അമ്മ ചോദിച്ചു.

ഒരു പരിചയവും തോന്നുന്നില്ല. അതിഥി കുസൃതിയോടെ മുഖത്തേക്ക് നോക്കി. ഇല്ല, ഈ മുഖം ഓർമ്മയിലൊന്നുമില്ല.

അമ്മ വീണ്ടും ഒരു ക്വിസ് മാസ്റ്ററുടെ ഗൗരവത്തോടെ ചോദിച്ചു.

"ഒരു മിനിറ്റുകൂടി സമയം തരാം. അതിനോടകം പറയൂ."

പെട്ടെന്നൊരോർമ്മ മനസ്സിലൂടെ കടന്നു പോയി.

അമ്മയുടെ കൂടെ പഠിച്ച ലളിതാന്റി ഇപ്പോൾ തിരുവനന്തപുരത്ത് താമസമാക്കിയിരിക്കുന്നു. അവരും കുടുംബവും ആസ്ട്രേലിയയിലായിരുന്നുപോലും. രണ്ടാഴ്ച മുൻപ് അമ്മയെ അവരുടെ വീട്ടിൽ ഡ്രോപ്പ് ചെയ്തപ്പോൾ ഈ മുഖം വന്ന് ഒന്ന് പാളി നോക്കിയിരുന്നോ?

ഇപ്പോഴോർക്കുന്നു. അന്ന് വൈകുന്നേരം മുഴുവനും അമ്മ പല പ്രാവശ്യം പ്രശംസിച്ചിരുന്നു ലളിതാന്റിയുടെ മകളെപ്പറ്റി

ഈ അതിഥി ഒരു പക്ഷേ...!

അതെ. അതുതന്നെയാണ്.

"ലളിതാന്റിയുടെ മകൾ അല്ലേ?" സംശയത്തോടെയാണ് ചോദിച്ചത്.

അതിഥി ചിരിച്ചുകൊണ്ട് തലയാട്ടി. മുഖം നിറഞ്ഞ സന്തോഷത്തോടെ അമ്മ ചോദിച്ചു.

"എങ്ങനെ മനസ്സിലായി ശ്രീഹരീ?"

"ലളിതാന്റിയുടെ വീട്ടിൽനിന്നു വന്ന ദിവസം അമ്മ സംസാരിച്ചതു മുഴുവനും ഈ ആളിനെപ്പറ്റി ആയിരുന്നല്ലോ. ഞാൻ ഊഹിച്ചു."

അമ്മയും അതിഥിയും പരസ്പരം നോക്കി ചിരിച്ചു.

കുളിച്ച് ഡ്രസ്മാറി ഡൈനിങ്ങ് റൂമിൽ എത്തിയപ്പോൾ കാപ്പിയും പ്ലേയിറ്റിൽ ഉള്ളിബജിയും മേശപ്പുറത്ത് വച്ചുകൊണ്ട് അമ്മയോടൊപ്പം വീട്ടുകാരിയെപോലെ അതിഥിയും നിൽക്കുന്നു.

കാപ്പി കപ്പിൽ പകർന്നുകൊണ്ട് അമ്മ പറഞ്ഞു.

"ലളിതയുടെ മകൾ ലളിതയെപോലെതന്നെ ഒന്നാന്തരം പാട്ടുകാരിയാ..."

കാപ്പി കുടിച്ചുകൊണ്ടിരുന്നപ്പോൾ പലപ്രാവശ്യം രണ്ട് കണ്ണുകൾ മുഖത്തേക്ക് നീണ്ടുവരുന്നത് കാണുന്നുണ്ടായിരുന്നു. ഇടയ്ക്ക് ചോദിച്ചു.

"പഠിക്കുകയാണോ?"

ഒരു ചോദ്യം പ്രതീക്ഷിച്ചതുപോലെ പെട്ടെന്ന് മറുപടി വന്നു.

"ഞാൻ ബിആർക് കഴിഞ്ഞു."

"അതെയോ... വെരിഗുഡ്! എന്താണ് പ്ലാൻ ജോലിയോ അതോ സ്വന്തമായി ഓഫീസ് തുറക്കാനോ?"

അമ്മ ഇടയ്ക്ക് കയറി പറഞ്ഞു.

"ലളിതയ്ക്ക് അതൊന്നുമല്ല പ്ലാൻ പെട്ടെന്നൊരു നല്ല പയ്യനെ കണ്ടുപിടിച്ച് കല്യാണം നടത്തണമെന്നാണ് പറയുന്നത്."

അതിഥി അമ്മയെ നോക്കി ചൂണ്ടുവിരൽ ചുണ്ടിൽവച്ച് മിണ്ടണ്ട എന്ന് ആംഗ്യം കാണിച്ചുകൊണ്ട് പറഞ്ഞു.

"ഞാൻ വർക്ക് സ്വന്തമായി ചെയ്യാനാണ് ഉദ്ദേശിക്കുന്നത്. എസ്റ്റാബ്ലിഷ് ചെയ്യാൻ സമയമെടുക്കും."

"ശരിയാണ്. പക്ഷേ പെട്ടെന്ന് അംഗീകാരം കിട്ടാവുന്ന ഫീൽഡ് ആണല്ലോ. വീടുപണിയുമ്പോൾ പുതിയ പുതിയ ഡിസൈൻ ആൾക്കാർ ആഗ്രഹിക്കുന്നു."

ശ്രീഹരി പറഞ്ഞു. അത് ശരിയാണെന്ന മട്ടിൽ അതിഥി ചിരിച്ചു.

ഡോക്ടർ രാജീവനോടൊപ്പം പുറത്തേക്ക് ഇറങ്ങാൻ തുടങ്ങിയപ്പോൾ ഒരു കാറ് ഗെയിറ്റിനരികെ വന്ന് നിന്നു. അതിഥി വീടിനുള്ളിൽനിന്നും വന്ന് ഗെയിറ്റിലേക്കു നടന്നു. കാറിൽ കയറുന്നതിനു മുൻപ് അടുത്തു വന്ന് യാത്ര ചോദിച്ചു.

"ഞാൻ പോട്ടെ. വീട്ടിൽ അമ്മ ഒറ്റയ്ക്കാണ്. ഇപ്പോൾ തന്നെ വൈകി."

"ഒ.കെ. കാണാം."

അതിഥി ചിരിച്ചു. മുഖത്തെപ്പോഴും ചിരിയുടെ പരിവേഷം ഉണ്ടല്ലോ എന്നോർക്കുകയും ചെയ്തു. മര്യാദയും പക്വതയുമുള്ള പെരുമാറ്റം.

രാത്രി ഭക്ഷണത്തിന് ഇരിക്കുമ്പോൾ അമ്മ ചോദിച്ചു.

"ശ്രീഹരീ, ലളിതയുടെ മകളെപ്പറ്റി എന്താ നിന്റെ അഭിപ്രായം?"

"നല്ല അഭിപ്രായം." ചിരിച്ചുകൊണ്ട് മറുപടി നൽകി.

"പേരുപോലെ തന്നെയാണ് അവളുടെ സ്വഭാവവും രീതികളും."

അമ്മ വീണ്ടും പറഞ്ഞു.

"എന്താ അവളുടെ പേര്?"

"അത് ചോദിച്ചില്ലേ നീയ്? ലക്ഷ്മിദേവി!"

ലക്ഷ്മിദേവി! നല്ല പേര്. ആ കുട്ടിക്ക് ആ പേര് ചേരും. പേരുകളും സ്വഭാവവും തമ്മിലെന്തെങ്കിലും ബന്ധമുണ്ടോ? പേരും രൂപസാദൃശ്യവും തമ്മിൽ ബന്ധമുണ്ടായിരിക്കാം. അതാണ് ലക്ഷ്മിദേവി എന്ന പേര് ഈ കുട്ടിക്ക് യോജിക്കുന്നത്.

താനെന്തൊക്കെയാണ് ആലോചിച്ചു കൂട്ടുന്നതെന്നോർത്ത് തമാശ തോന്നി. ചിന്തകൾക്ക് കാടുകയറാൻ പ്രത്യേകിച്ച് സമയവും സ്ഥലവും

ഒന്നും ആവശ്യമില്ല. കടിഞ്ഞാൺ ഇല്ലാത്ത കുതിരപോലെയാണ് മനസ്സും ചിന്തകളും. എപ്പോൾ വേണമെങ്കിലും ഓടാം. നിന്നിടത്തുതന്നെ നിൽക്കാം. കാട്ടിൽ കയറി യഥേഷ്ടം അലഞ്ഞുനടക്കാം.

ഡിന്നർ കഴിഞ്ഞ് കട്ടിലിൽകിടന്നുകൊണ്ട് അലസമായി ടി.വി. റിമോട്ടിൽ ബട്ടൺ അമർത്തി ചാനലുകൾ മാറി മാറി നോക്കി. ഒന്നും ശ്രദ്ധിക്കാൻ തോന്നുന്നില്ല. ഉറക്കത്തിലേയ്ക്ക് വഴുതി വീഴുന്നതിനിടയിൽ ഒന്നു രണ്ടു പ്രാവശ്യം ആ പേര് മനസ്സിലൂടെ കടന്നു പോയി.

ലക്ഷ്മിദേവി!

പതിന്നാല്

രാവിലെ ഹോസ്പിറ്റലിൽ പോകാൻ തയ്യാറാകുമ്പോഴാണ് യോഗേഷിന്റെ ഫോൺ വന്നത്. പതിവുശൈലിയിൽ യോഗേഷ് ചോദിച്ചു.

"ശ്രീഹരീ, ഇന്നെന്താ ആഴ്ച?"

"ശനിയാഴ്ച."

'അപ്പോൾ നാളെ ഞായറാഴ്ച?"

"കറക്ട്. രാവിലെ തിരക്കിനിടയിൽ ഇത് ചോദിക്കാനാണോ ഡോക്ടർ വിളിച്ചത്?" ശ്രീഹരി ചിരിച്ചുകൊണ്ട് ചോദിച്ചു.

"അല്ല. ഇന്ന് തനിക്ക് രണ്ട് അതിഥികളുണ്ടാകും. രാത്രി ഭക്ഷണം, താമസസൗകര്യം എല്ലാം ശരിയാക്കണം. അറേഞ്ച്മെന്റ് എല്ലാം നന്നായിരിക്കണം."

"യോഗേഷ്. താനും പിന്നെ..."

"ഞാനും കവിതയും."

കൂടുതലൊന്നും പറയാതെ യോഗേഷ് ഫോൺ കട്ട് ചെയ്തു.

യോഗേഷിന്റെ കല്യാണം കഴിഞ്ഞ നാളുകളിൽ കണ്ടതിൽ പിന്നെ കവിതയെ കണ്ടിട്ടില്ല. പി.ജി. പഠനത്തിനുപോയ മൂന്നു വർഷങ്ങൾ കൊണ്ട് അവരുടെ ബന്ധം ദൃഢമാകുകയാണ് ചെയ്തത്. യോഗേഷ് പഠിച്ചുകൊണ്ടിരുന്നപ്പോൾ കവിത വെറുതെ ഇരുന്നില്ല. ബാംഗ്ലൂരിൽ പോയി ഫാഷൻ ഡിസൈനിങ്ങ് പഠിച്ചു. തുണിയിലെ പ്രിന്റിങ്ങും കളർ കോഡുകളും പഠിക്കാൻ ഹൈദരാബാദിൽ പോയി. ഇപ്പോൾ അച്ഛന്റെ കൂടെ ബിസിനസ് ചെയ്യുന്നു. കൈത്തറി തുണികളിൽ താൻ പഠിച്ചവ പരീക്ഷിക്കുന്ന തിരക്കിലാണിപ്പോൾ കവിത.

ഇപ്പോൾ അവരുടെ ജീവിതത്തിലേക്ക് മറ്റുള്ളവർ നുഴഞ്ഞു കയറാതെ രണ്ടുപേരും സൂക്ഷിക്കുന്നു. തങ്ങളെ ഒന്ന് വെറുതെ വിടൂ എന്നു പറയാനുള്ള ധൈര്യം ഇരുവരും ആർജിക്കുകയും ചെയ്തു. അതോടെ അവരുടെ ഇടയിലുണ്ടായിരുന്ന പ്രശ്നങ്ങളും അപ്രത്യക്ഷമായി.

പുതിയതായി വാങ്ങിയ ഇളംനീല കാറ് ഡ്രൈവ് ചെയ്താണ് യോഗേഷ് വന്നത്. പതിവ് ചിരിയോടെ യോഗേഷ് നേരെ അമ്മയുടെ അടുത്തേക്ക് പോയി, ഒപ്പം കവിതയും.

രണ്ടുപേരും ഒന്നിച്ചു നടക്കുന്നത് കണ്ടപ്പോൾ തോന്നി യോഗേഷിനേക്കാൾ അല്പം പൊക്കകൂടുതൽ ഉണ്ട് കവിതയ്ക്ക്! ഭക്ഷണം കഴിച്ചുകൊണ്ടിരുന്നപ്പോൾ കവിത കേൾക്കാതെ യോഗേഷിന്റെ ചെവിയിൽ പറഞ്ഞു.

"തന്നെക്കാളും അല്പം പൊക്കക്കൂടുതലാണോ കവിതയ്ക്ക്?"

യോഗേഷ് പൊട്ടിചിരിച്ചുകൊണ്ട് പറഞ്ഞു.

"അത് സത്യം. കവിതയ്ക്ക് അല്പം പൊക്കം കൂടുതലാണ്. അവൾക്കു മാത്രമല്ല അവളുടെ വീട്ടുകാരും അല്പം പൊക്കം കൂടുതലുള്ളവരാണ്. അതായിരുന്നു ഞങ്ങളുടെ ആദ്യകാല പ്രശ്നം!"

തമാശ ആസ്വദിച്ചുകൊണ്ട് കവിത യോഗേഷിനെ നോക്കി ചിരിച്ചു. പരസ്പരം നോക്കുമ്പോൾ അവരുടെ കണ്ണുകളിൽ നക്ഷത്രങ്ങൾ മിന്നുന്നത് ശ്രദ്ധിച്ചു.

ഡിന്നർ കഴിഞ്ഞ് യോഗേഷ് പറഞ്ഞു.

"ശ്രീഹരീ, നമുക്ക് രണ്ടുപേർക്കും ടെറസ്സിൽ പോയിരുന്ന് ആകാശത്തേക്ക് നോക്കി ഇരിക്കാം. അത്തരം ഭ്രാന്തൊക്കെ കാണിച്ചിട്ട് എത്ര നാളായി!"

ടെറസ്സിലിരുന്ന് ഹോസ്പിറ്റൽ വിശേഷങ്ങൾ പരസ്പരം പങ്കുവെയ്ക്കുന്നതിനിടയിൽ കസേര ഒന്നുകൂടി അടുത്തേക്ക് നീക്കി ഇട്ടുകൊണ്ട് യോഗേഷ് പറഞ്ഞു.

"വേറൊരു കാര്യം സംസാരിക്കാൻ കൂടിയാണ് ഞാൻ വന്നത്."

വർഷങ്ങൾക്ക് മുൻപ് ഇതുപോലെ ഗൗരവത്തിലാണ് പി.ജിക്ക് പഠിക്കുന്ന കാര്യം യോഗേഷ് അവതരിപ്പിച്ചത്. അതോർത്തുകൊണ്ട് തമാശയോടെ ചോദിച്ചു.

"നമ്മൾ രണ്ടുപേരും കൂടി ഇനിയുമൊരു കമ്പൈൻഡ് സ്റ്റഡിയാണോ? ഡി.എം.ന്?"

യോഗേഷ് ചിരിച്ചു കൊണ്ട് പറഞ്ഞു.

"അതും പരിഗണനയിലുണ്ട്. പക്ഷേ ഇപ്പോൾ പറയുന്ന കാര്യം മറ്റൊന്നാണ്."

"പറയൂ."

"ശ്രീഹരീ! തന്റെ കാര്യം തന്നെയാണ്. ഒരു കൂട്ടില്ലാത്ത ജീവിതം ഇന്നല്ലെങ്കിൽ നാളെ തനിക്ക് വിരസമായി തോന്നും. അതെക്കുറിച്ച് ചിന്തിക്കണം."

ഒന്നും മിണ്ടിയില്ല.

യോഗേഷ് പിന്നെയും പറഞ്ഞു.

“തന്റെ മനസ്സിലൂടെ കടന്നുപോകുന്നതെന്താണെന്ന് എനിക്കറിയാം. വിവാഹം കഴിഞ്ഞ് പ്രശ്നങ്ങളുടെ നടുവിൽ നട്ടം തിരിഞ്ഞപ്പോൾ ഒറ്റയ്ക്കു ജീവിച്ചാൽ മതിയെന്ന് എനിക്കും തോന്നിയിരുന്നു. ഡൈവേഴ്സിനെക്കുറിച്ച് വളരെ ഗൗരവമായി തന്നെ ആലോചിക്കുകയും ചെയ്തതാണ്. ഇപ്പോൾ തോന്നുന്നു അന്ന് അത് ചെയ്തിരുന്നുവെങ്കിൽ എത്ര മണ്ടത്തരമായി പോയേനേ എന്ന്. ഒരു കൂട്ട് നമുക്ക് തരുന്ന കോൺഫിഡൻസ് വളരെ വലുതാണ് ശ്രീഹരീ. കാലത്തിന് ഏത് ഓർമ്മകളുടേയും തീക്ഷ്ണത കുറയ്ക്കാനാവും...”

“ശരിയാണ്. വ്യഥയുടെ തീക്ഷ്ണത കുറയുന്നുണ്ടെന്നുള്ളത് സമ്മതിക്കുന്നു. പക്ഷ ഒന്നും മറക്കാൻ കഴിയുന്നില്ല.” ശ്രീഹരി വീണ്ടും ഓർമ്മകളിൽ മുഴുകി.

തോളിൽ കൈ അമർത്തികൊണ്ട് യോഗേഷ് പറഞ്ഞു.

“വേണ്ട, ഒന്നും മറക്കണമെന്ന് പറയുന്നില്ല. ഓർമ്മകളെ അതിന്റെ വഴിക്ക് വിട്ടിട്ട് പച്ചയായ ജീവിതത്തിലേക്ക് താൻ മടങ്ങണം. അതാണ് പറയുന്നത്.”

പെട്ടെന്ന് അനുവാദം ചോദിക്കാതെ ഒരു പേര് മനസ്സിലേക്ക് കടന്നു വന്നു.

ലക്ഷ്മിദേവി!

കുറ്റബോധത്തോടെ ചിന്തിച്ചു. പാടില്ല! വീണയുടെ ഓർമ്മകൾക്ക് പകരം വയ്ക്കാൻ ഒന്നിനും ആവില്ല.

എന്നിട്ടും എന്തേ മനസ്സിന് ഒരു ചാഞ്ചല്യം?

തന്റെ മൗനം കണ്ടിട്ടാവാം യോഗേഷ് പറഞ്ഞു.

“ശ്രീഹരീ. തന്റെ മനസ്സ് എനിക്ക് മനസ്സിലാകുന്നുണ്ട്. പെട്ടെന്ന് ഒരു തീരുമാനമെടുക്കാനല്ല പറഞ്ഞത്. ഇതും ചിന്തിക്കണം എന്ന് പറഞ്ഞെന്നേയുള്ളൂ.”

രാത്രിയിൽ ഉറക്കം വരാതെ തിരിഞ്ഞും മറിഞ്ഞും കിടന്നപ്പോൾ മനസ്സിൽ യോഗേഷും കവിതയുമായിരുന്നു. ഇരുവരുടെയും ഉള്ളിൽ സന്തോഷമുണ്ട്. കണ്ണുകൾ ഏറ്റുമുട്ടുമ്പോൾ പൂക്കൾ വിരിയുന്നു. മറ്റാർക്കും മനസ്സിലാകാത്ത ഭാഷയിൽ അവ സംസാരിക്കുന്നുണ്ട്.

രാവിലെ വളരെ നേരത്തെതന്നെ യോഗേഷും കവിതയും ഇറങ്ങി.

കൈത്തറി ഡിസൈനിൽ പ്രിന്റിങ്ങ് ടെക്നോളജിയുടെ കാര്യം സംസാരിക്കുവാൻ കവിതയുടെ ഓഫീസിൽ ആരോ വരുന്നുണ്ടത്രെ!

യാത്ര പറഞ്ഞിറങ്ങുന്നതിനുമുൻപ് അമ്മയുടെ കൈയിൽ ഒരു പായ്ക്കറ്റ് കൊടുത്തുകൊണ്ട് കവിത പറഞ്ഞു.

"ഒരു കൈത്തറി പട്ടുസാരിയാണ്. ഇതിന്റെ ഡിസൈൻ ഞാൻ ചെയ്തതാണ്. സാരി ധരിച്ചിട്ട് ഇഷ്ടമായോ എന്ന് വിളിച്ചുപറയണം."

അപ്പോൾ തന്നെ പായ്ക്കറ്റ് തുറന്ന് സാരി നിവർത്തിനോക്കി അമ്മ പറഞ്ഞു.

"നന്നായിരിക്കുന്നു മോളെ! നല്ല ഡിസൈൻ. എനിക്ക് വളരെ ഇഷ്ടപ്പെട്ടു. ഇതുപോലെ ഒന്ന് രണ്ട് സാരികൾക്ക് ഞാൻ ഓർഡർ ചെയ്യും. ഒരാൾക്ക് കൊടുക്കാനാണ്.'

"അതാരാണ് പുതിയ ഒരാൾ?" യോഗേഷ് ചോദിച്ചു.

കണ്ണിൽ കുസൃതി നിറച്ച് അമ്മ പറഞ്ഞു.

"അതൊക്കെയുണ്ട്. വഴിയെ പറയാം." യോഗേഷും കവിതയും ചിരിച്ചു.

അമ്മ ആരെയാണ് ഉദ്ദേശിച്ചതെന്ന് മനസ്സിലായെങ്കിലും താൻ മിണ്ടാതെ നിന്നതേയുള്ളൂ. ഈയിടെയായി അമ്മയുടെ ഓരോ വാക്കിലും ചിന്തയിലും ഈ ഒരാൾ കടന്നു കൂടിയിട്ടുണ്ടല്ലോ എന്നോർത്തു.

മുഖത്തൊരു വിടർന്ന ചിരിയുമായി അമ്മ മന്ദാരത്തിന്റെ പൂക്കൾ അടർത്തുന്നത് കൗതുകത്തോടെ നോക്കി നിന്നു. എത്ര പ്രാവശ്യമാണ് ഈ മന്ദാരം പൂക്കുകയും തളിർക്കുകയും ചെയ്യുന്നത്. ഇലകൾ കാണാത്ത വിധത്തിൽ പൂക്കൾ കൊണ്ട് നിറച്ച് ഒരു മാറ്റവുമില്ലാതെ നിൽക്കാൻ ചെടികൾക്കേ കഴിയൂ. മനസ്സിലെ നിലാംബരിരാഗം പോലെ.

മെഡിക്കൽ ക്യാമ്പുകളും കോൺഫറൻസും മറ്റുമായി രണ്ടുമൂന്നാഴ്ച നല്ല ജോലി തിരക്കിലായിരുന്നു. പോരാത്തതിന് ഹോസ്പിറ്റലിൽ ഒ.പിയിലെ തിരക്കും. ഇടയ്ക്ക് യോഗേഷ് ഒന്ന് വിളിച്ചിരുന്നു. സംസാരിക്കാൻ സമയം കിട്ടിയില്ല.

പക്ഷേ ചുറ്റും സൗരഭ്യം വാരി വിതറി കൊണ്ട് ഒരു പനിനീർപ്പൂവ് ഇടയ്ക്കിടെ മനസ്സിൽ എത്തിനോക്കാൻ തുടങ്ങിയിരിക്കുന്നു. ഹോസ്പിറ്റലിൽ നിന്ന് മടങ്ങി വരുമ്പോൾ മിക്കവാറും സായാഹ്നങ്ങളിൽ ആ പനിനീർപ്പൂവ് മുറ്റത്ത് വിരിഞ്ഞു നിൽക്കുന്നുണ്ടാവും. ഗെയിറ്റ് കടന്ന് കാറ് മുറ്റത്തെത്തുമ്പോൾ കണ്ണുകൾ അന്വേഷിക്കുന്നതും അതുതന്നെയായിരുന്നു. ചിലപ്പോൾ വൈകിയതിന്റെ പരിഭവം ആ കണ്ണുകളിൽ കാണാം. ഞാൻ കാത്തുനിൽക്കുന്നത് അറിയുന്നില്ലേ എന്ന് അവ വിളിച്ചറിയിക്കും. അതു കാണുമ്പോൾ അറിയാതെ മന്ദഹസിച്ചുപോകും. പിന്നെ താമസമില്ല ആ പൂവ് വിരിഞ്ഞ് നിറഞ്ഞ് നിൽക്കാൻ. സുഖകരമായ ഒരു സ്പന്ദനമാണ് ആ കൂടിക്കാഴ്ചകൾ.

പ്രദോഷം തൊഴുത് ക്ഷേത്രത്തിൽനിന്ന് മടങ്ങുന്ന വഴി അമ്മ ചോദിച്ചു.

"ശ്രീഹരീ. നിന്നോട് ഒരു കാര്യം പറയാനുണ്ട്."

"എന്താ? എന്തുകാര്യം?"

അമ്മ പെട്ടെന്ന് നിശ്ശബ്ദയായി.

ഏതു കാര്യം പറയുമ്പോഴും കൂടുതൽ ആലോചിക്കുകയും ഔപചാരികതയിൽ വീഴുകയും ചെയ്യുന്നുണ്ട് ഈയിടെയായി അമ്മ.

അമ്മ പറഞ്ഞു.

"എനിക്ക് ആ കുട്ടിയെ കണ്ടതു മുതൽ മനസ്സിൽ ഒരാഗ്രഹം തോന്നുന്നു."

അറിയാത്ത മട്ടിൽ ചോദിച്ചു.

"ഏത് കുട്ടിയെ?"

അമ്മ തറപ്പിച്ചൊന്ന് നോക്കിയിട്ട് പറഞ്ഞു

"ആ കുട്ടി തന്നെ. ലക്ഷ്മിദേവി!"

അമ്മയുടെ പരിഭവം കാണുമ്പോൾ ഒരു ബാലനായി ആ വിരലിൽ തൂങ്ങി നടക്കാൻ ഇപ്പോഴും തോന്നുന്നു.

"ശ്രീഹരീ. ഞാൻ ലളിതയുമായി സംസാരിക്കട്ടെ? എനിക്കും നിന്റെ അച്ഛനും വളരെ ഇഷ്ടമാണ് ലളിതയുടെ മകളെ!"

പെട്ടെന്നൊരു ഉത്തരം നൽകാനായില്ല. അമ്മ ആകാംക്ഷയോടെ മുഖത്തേക്ക് നോക്കിക്കൊണ്ട് പറഞ്ഞു.

"നീ പറയൂ."

"പറയാം. എനിക്ക് അല്പം സമയം തരൂ."

അങ്ങനെയാണ് പറഞ്ഞതെങ്കിലും അമ്മയുടെ മുഖം സന്തോഷം കൊണ്ട് വിടർന്നു. അമ്മ പറഞ്ഞു.

"അതാവാം. പക്ഷേ അധികം സമയം എടുക്കരുത്."

അതിനു മറുപടി പറഞ്ഞില്ല. നിശ്ശബ്ദനായി ഇരുന്ന് കാറോടിച്ചതേയുള്ളൂ.

പതിനഞ്ച്

രാവിലെ ഹോസ്പിറ്റലിലേക്ക് ഡ്രൈവ് ചെയ്തുകൊണ്ടിരുന്നപ്പോൾ മനസ്സിൽ അമ്മയുടെ ചോദ്യം തെളിഞ്ഞുവന്നു. ഒപ്പം തന്റെ മറുപടിയും.

തിരക്കുകൾക്കിടയിൽ കിട്ടിയ ചെറിയ ഇടവേളകളിലും മനസ്സ് ഓടിയെത്തിക്കൊണ്ടിരുന്നത് ആ ചോദ്യത്തിലേക്കുതന്നെ ആയിരുന്നു. ഇനിയൊരു ആത്മബന്ധം വേണ്ട എന്ന് പറയാനാഗ്രഹമുണ്ട്. പക്ഷേ വാക്കുകൾ തടവിലാക്കപ്പെട്ടിരിക്കുന്നു. ഏകാന്തത കിരീടം ചുടിനിൽക്കുന്ന നിമിഷങ്ങളിൽ അനുവാദം ചോദിക്കാതെ ഒരു പനിനീർപൂവ് മനസ്സിൽ വിരിയുന്നു. കണ്ടില്ലെന്ന് നടിക്കാനാകുന്നില്ല.

വീണയെ മറക്കാനാവില്ല. കാലത്തിനു മായ്ച്ചുകളയാനാവില്ല എന്നോർമ്മിപ്പിച്ചുകൊണ്ട് സദാ കൂടെയുള്ള അമൂല്യമായ ഓരോർമ്മയാണത്. സ്നേഹത്തിന്റെ മാത്രമല്ല കുറ്റബോധത്തിന്റേയുംകൂടി ഇഴകൾ ചേർത്ത് നെയ്തതാണ് ആ സ്മരണകൾ. ഒരിക്കൽ യോഗേഷ് പറഞ്ഞു.

"ശ്രീഹരീ, തന്റെ ദുഃഖം എനിക്ക് മനസ്സിലാകുന്നുണ്ട്. പക്ഷേ മനസ്സിലാകാത്തത് തന്റെ കുറ്റബോധമാണ്! താനൊരു തെറ്റും ചെയ്തിട്ടില്ലല്ലോ. വീണ എച്ച്.ഐ.വി പോസിറ്റീവ് ആയത് താൻ പരിചയപ്പെടുന്നതിലും എത്രയോ മുൻപാണ്. കുറ്റബോധം അവളുടെ അച്ഛനല്ലേ ഉണ്ടാകേണ്ടത്?"

"എന്നാലും ഞാൻ കൂടെ ഉണ്ട് എന്ന് പറഞ്ഞിരുന്നുവെങ്കിൽ വീണ നഷ്ടപ്പെടില്ലായിരുന്നു..." താൻ പറഞ്ഞു.

പക്ഷേ അതുകേട്ട് യോഗേഷിന് ദേഷ്യം വന്നു.

"നോ... നോ. ശ്രീഹരീ. ഇതാണ് തന്റെ കുഴപ്പം. ചെയ്യാത്ത തെറ്റിന്റെ ഭാരം വെറുതെ എടുത്ത് തലയിൽ വയ്ക്കുക! എന്നിട്ട് കുറ്റബോധത്തിന്റെ മാറാപ്പ് ചുമക്കുക! വേദനിക്കുക!

നോക്കൂ, ശ്രീഹരീ, കുറ്റബോധത്തിന്റെ ഭാരം നെഞ്ചിലേറ്റി നടക്കുന്നത് ആദ്യം മതിയാക്കുക. തനിക്കേ അതിനു കഴിയൂ. യൂ ഡിഡിൻറ്റ്

ഡൂ എനിതിംഗ് റോങ്ങ്! അത്തരം ഒരു സന്ദർഭത്തിൽ ഒരു സാധാരണ മനുഷ്യൻ ചെയ്യുന്നതാണ് താനും ചെയ്തത്! നമ്മളൊക്കെ അമാനുഷരല്ലല്ലോ."

അതുകേട്ടപ്പോൾ മനസ്സിന് അല്പം അയവ് വന്നു എന്നത് ശരിയാണ്. തോളിലൂടെ കൈ ഇട്ടുകൊണ്ട് യോഗേഷ് വീണ്ടും പറഞ്ഞു.

'നിസ്സാരവൽക്കരിക്കേണ്ട രോഗമല്ല വീണയ്ക്ക് ഉണ്ടായിരുന്നത്. അതിന്റെ ആഘാതത്തിലാണ് ആ കുട്ടി ആ കടുംകൈ ചെയ്തത്. താൻ നിരാകരിച്ചതുകൊണ്ടല്ല."

അങ്ങനെ വിശ്വസിക്കാൻ മനസ്സും ആഗ്രഹിക്കുന്നു. ഇപ്പോൾ തോന്നുന്നു രോഗാവസ്ഥ അറിഞ്ഞില്ലായിരുന്നെങ്കിൽ വീണ ഇത്ര കടുത്ത തീരുമാനമെടുക്കില്ലായിരുന്നു. ഒന്ന് ഫോൺ ചെയ്ത് സംസാരിക്കുകയെങ്കിലും ചെയ്യുമായിരുന്നു.

പെട്ടെന്നുണ്ടായ സംഭ്രമത്തിൽ ധൃതിയിൽ ഇറങ്ങിവന്നുവെന്നത് ശരിയാണ്. അത്രയ്ക്ക് അപ്രതീക്ഷിതമായിരുന്നു ആ വാർത്ത. അതിസുന്ദരമായ ആ കുസുമം പുഴുക്കുത്തേറ്റത് എന്ന് എങ്ങനെ വിശ്വസിക്കാനാകുമായിരുന്നു?

അതിലെന്താണ് ഇത്ര വലിയ തെറ്റ്? ഏതൊരു മനുഷ്യനും ചെയ്യുന്നതല്ലേ താനും ചെയ്തത്? തിരിച്ചുവരില്ല എന്ന് താൻ പറഞ്ഞില്ലല്ലോ. ഒന്നും മിണ്ടിയില്ല എന്നല്ലേയുള്ളൂ. അതിനർത്ഥം തിരസ്കരണം എന്നല്ലല്ലോ. ഒരു വാക്കുപോലും പറയാതെ തീരാദുഃഖത്തിലാഴ്ത്താനുമാത്രം എന്ത് തെറ്റാണ് താൻ ചെയ്തത്? ചിന്തകൾ തുലാസ്സിൽ ആടുകയാണ്.

മനസ്സ് ചിലപ്പോൾ നിനച്ചിരിക്കാതെ ചില കളികൾ കളിക്കും.

മോഹങ്ങളും ചിന്തകളും വന്ന് അലോസരപ്പെടുത്തുമ്പോൾ മനസ്സ് സ്വയം ചോദിക്കും.

നിനക്ക് എന്താണ് വേണ്ടത്?

അറിയുന്ന ഉത്തരം ഒരിക്കൽകൂടി ഉറപ്പിച്ചു കഴിഞ്ഞാൽ പിന്നെ കളി തുടങ്ങുകയായി. ആഗ്രഹങ്ങൾക്കനുസരിച്ച് ചിന്തകളെ അനുസരിപ്പിക്കാൻ അനന്യസാധാരണമായ കഴിവുണ്ട് മനസ്സിന്. ഇഷ്ടവഴിയിലൂടെ അവയെ നയിച്ചുകൊണ്ടുപോയി ലക്ഷ്യസ്ഥാനത്തെത്തിക്കും മനസ്സ്.

ഇപ്പോൾ തന്റെ മനസ്സും ചെയ്യുന്നത് അതാണ്. വീണ അകന്നുപോയതിൽപിന്നെ മോഹങ്ങളും രാഗങ്ങളും ഇല്ലാതെയാണ് വർഷങ്ങൾ ചിലവഴിച്ചത്. സാങ്കല്പികലോകത്തിൽ പറന്നുനടന്നുകൊണ്ട് ഇല്ലാത്ത ഒന്നിനെ കൈ എത്തിപിടിക്കാൻ നോക്കുകയായിരുന്നു ഈ കാലയളവത്രയും. ഇപ്പോഴൊരു മോഹം മനസ്സിന്റെ പടിവാതിൽ തുറന്ന് അകത്തേക്ക് എത്തിനോക്കുന്നു. മോഹത്തിന് ജീവനേകാൻ ചിന്തകൾ

നിർബന്ധിക്കുകയാണ്! എന്നിട്ടും ചിന്തകളെ കടിഞ്ഞാണിട്ട് പിടിച്ചുനിർത്തിയാണ് ഹോസ്പിറ്റലിൽ ഇരുന്നത്.

ഒ.പിയിൽ രോഗികളുടെ നീണ്ടനിര തന്നെയുണ്ട്. രണ്ടു മണി കഴിഞ്ഞ് ഡോ. രാജീവ് എത്തി. വേണമെങ്കിൽ തനിക്കിറങ്ങാം. ഈയിടെയായി എന്തോ കുറച്ചധികം ക്ഷീണം തോന്നുന്നു. വിട്ടുമാറാതെ ചുമയും പനിയും കൂടെയുണ്ട്. അതാവാം കാരണം.

നാളെ ബ്ലഡ് ടെസ്റ്റ് ചെയ്യണം. പനിയെ വിശ്വസിക്കാൻ ആവില്ല. വീട്ടിലേക്ക് ഡ്രൈവ് ചെയ്യുമ്പോൾ ഉറക്കം മയക്കിയ കണ്ണുകളെ വളരെ ബുദ്ധിമുട്ടിയാണ് തുറന്നുപിടിച്ചത്. നേരെ കട്ടിലിലേക്ക് വീഴുകയായിരുന്നു.

ആറുമണിക്ക് കാപ്പിയുമായി അമ്മ വന്ന് വിളിച്ചപ്പോഴാണ് ഉണർന്നത്. അമ്മയുടെ മുഖത്തുനോക്കി വെറുതെ ഒന്നുചിരിച്ചു. അമ്മ ചോദിച്ചു.

"എന്തേ പതിവില്ലാത്തൊരു സന്തോഷവും ചിരിയും?"

"എപ്പോഴും ചിരിച്ചുകൊണ്ടു നടക്കുന്നതല്ലേ നല്ലത് അമ്മയെ പോലെ?"

അത് വെറുതെ പറഞ്ഞതല്ല. അമ്മ സന്തോഷത്തിലാണ്. കഴിഞ്ഞ നാലു വർഷങ്ങളായി തന്നോട് സംസാരിക്കുമ്പോഴൊക്കെ ഒരു വിതുമ്പൽ അമ്മ മറച്ചുപിടിച്ചിരുന്നു. ആ ദിവസങ്ങൾ ഒരു പാഴ്ക്കിനാവുപോലെ മറഞ്ഞുപോയിരിക്കുന്നു. ശുഭകരമായ ദിവസങ്ങളുടെ പ്രതീക്ഷയിലാണ് അമ്മയിപ്പോൾ.

രാവിലെ പ്രഭാതഭക്ഷണം കഴിച്ചുകൊണ്ടിരുന്നപ്പോൾ മുഖവുരയില്ലാതെ പറഞ്ഞു.

"അമ്മ പറഞ്ഞ കാര്യം ഞാൻ നന്നായി ആലോചിച്ചു. ഒരു തീരുമാനം എടുക്കുന്നതിനു മുൻപ് വീണയെക്കുറിച്ച് ആ കുട്ടിയോട് സംസാരിക്കണം."

പെട്ടെന്ന് അമ്മയുടെ മുഖം മ്ലാനമായി.

"അതിന്റെ ആവശ്യമുണ്ടോ?" അമ്മ ചോദിച്ചു.

"ഉണ്ട്. പകുതി സത്യം മറച്ചുവച്ച് നമ്മൾ ഇതാലോചിക്കുന്നത് എന്തിനാണ്? നാളെ ആ കുട്ടി ഇതറിഞ്ഞാൽ നമ്മൾ ചതിച്ചു എന്ന് തോന്നരുത്."

"അതിന് വിവാഹനിശ്ചയം ഒന്നും കഴിഞ്ഞില്ലല്ലോ. എത്രയോ പ്രൊപ്പോസൽസ് വരാം. ലളിതയുടെ മകൾക്കുതന്നെ നിറയെ പ്രൊപ്പോസൽസ് വരുന്നുണ്ട്. പ്രത്യേകിച്ച് അത് പറയണമെന്നില്ല." അമ്മ ന്യായവാദം ഉന്നയിച്ചു.

"അത് പറയണമെന്നുണ്ട്. അമ്മ തടസ്സം പറയരുത്. വെറുമൊരു പ്രൊപ്പോസലായി അതിനെ കാണാനാവില്ല. ഞാൻ കണ്ടെത്തിയ

പെൺകുട്ടി. വിവാഹം കഴിക്കാൻ വളരെ ആഗ്രഹിച്ചു. ഒരു പ്രത്യേക സാഹചര്യത്തിൽ അവളെ നഷ്ടപ്പെട്ടു. ഇതൊക്കെ സത്യങ്ങളല്ലേ? എന്തിന് മറച്ചുവയ്ക്കണം. പുതിയ ഒരു ജീവിതം തുടങ്ങുകയാണെങ്കിൽ ക്ലീൻ മനസ്സോടെ തുടങ്ങണം എനിക്ക്. ഇല്ലെങ്കിൽ നമുക്കിതിവിടെ അവസാനിപ്പിക്കാം."

ശ്രീഹരിയുടെ ഉറച്ച ശബ്ദത്തിനു മുൻപിൽ മാതംഗി നിശ്ശബ്ദയായി. രണ്ടുപേരും കുറച്ചുസമയം ഒന്നും മിണ്ടാതെ പരസ്പരം നോക്കിയിരുന്നു.

അസ്വസ്ഥമായി തോന്നിയ നിശ്ശബ്ദത ഭഞ്ജിച്ചുകൊണ്ട് മാതംഗി പറഞ്ഞു.

"നാളെ ലക്ഷ്മീദേവി ഇവിടെ വന്നേക്കും. ഒരാഴ്ച ആ കുട്ടി ലളിതയുടെ അമ്മയോടൊപ്പമായിരുന്നു. നിനക്ക് നിർബ്ബന്ധമാണെങ്കിൽ സംസാരിക്കാം. എല്ലാവർക്കും അവരവരുടെ ഉറച്ച തീരുമാനങ്ങൾ മുറുകെ പിടിക്കാനാണിഷ്ടം. നടക്കട്ടെ."

അമ്മയുടെ വാക്കുകളിൽ നിരാശയും പരിഭവവും പ്രതിഫലിച്ചു.

വിവാഹത്തെക്കുറിച്ച് അമ്മ സംസാരിച്ചപ്പോൾതന്നെ എടുത്ത തീരുമാനമാണല്ലോ അതെന്ന് മനസ്സിലോർത്തു.

വീണയെക്കുറിച്ച് സംസാരിക്കണം. മനസ്സിലെ ഒരു വിങ്ങലായി ആ ഓർമ്മ എപ്പോഴുമുണ്ടാകുമെന്ന് പറയണം. എങ്ങനെയാണ് പറയേണ്ടത്?

മനസ്സ് തുറന്ന് സംസാരിക്കാം. വാടിക്കരിഞ്ഞുപോയിട്ടും മനസ്സിൽ അല്പം സുഗന്ധം ബാക്കിവച്ചിട്ടാണ് വീണ പോയതെന്ന് പറയണം. അതംഗീകരിക്കാൻ തയ്യാറായാൽമാത്രം മുന്നോട്ട് നീങ്ങാം.

പിറ്റേദിവസം രാവിലെ ഹോസ്പിറ്റലിൽ പോകാനിറങ്ങുമ്പോൾ അമ്മ വീണ്ടും പരിഭവത്തോടെ പറഞ്ഞു.

"ഇന്ന് ഉച്ചകഴിഞ്ഞ് ലക്ഷ്മിദേവി വരുമെന്ന് പറഞ്ഞിരുന്നു. കഴിയുമെങ്കിൽ കുറച്ച് നേരത്തെ എത്താൻ ശ്രമിക്കുക. നിനക്ക് എന്തൊക്കെയോ സംസാരിക്കണമെന്നല്ലേ തീരുമാനിച്ചത്?"

ചിരിച്ചതല്ലാതെ മറുപടി ഒന്നും പറഞ്ഞില്ല. നേരത്തേ വരാൻ നോക്കാം. ഡോക്ടർ രാജീവനുമായി ഒ.പി. ഷെയർ ചെയ്യാൻ ശ്രമിക്കണം.

ഓരോ ദിവസവും തീരുമാനങ്ങളുടേതാണ്. ചെറുതും വലുതുമായ നിർണ്ണായകങ്ങളായ തീരുമാനങ്ങൾ എടുക്കുമ്പോൾ മനസ്സിൽ ഓരോ തൂവൽ കൊഴിയുന്നു. ചില കൊഴിഞ്ഞുവീഴലുകൾ മോഹഭംഗങ്ങളാവും സമ്മാനിക്കുന്നത്. ചിലത് നെഞ്ചിൽ ചേർത്തു നിർത്തേണ്ടവയാകും. ജീവിതം എത്ര സങ്കീർണ്ണമാണ് !

റൂമിൽ എത്തിയപ്പോൾ മേശപ്പുറത്ത് ബ്ലഡ് ടെസ്റ്റിന്റെ റിപ്പോർട്ട് ഉണ്ട്.

ഡബ്ല്യൂ.ബിസിയുടെ കുറവ് വീണ്ടും. കഴിഞ്ഞ പ്രാവശ്യം എടുത്ത റിപ്പോർട്ടുമായി ഒത്തുനോക്കി.

എ കണ്ടീഷൻ ഓഫ് ലൂക്കോപീനിയ! വീണ്ടും ഒന്നുകൂടി സിബിസി ചെയ്തു നോക്കിയാലോന്ന് തോന്നുന്നു.

റിപ്പോർട്ട് കൈയിൽവച്ച് അനലൈസ് ചെയ്തുകൊണ്ടിരുന്നപ്പോൾ ഡോ. സദാശിവൻ റൂമിലേക്കു വന്നു. ഇന്നലെ അഡ്മിറ്റ് ചെയ്ത പേഷ്യന്റ് ഡിസ്ചാർജ് ആവശ്യപ്പെടുന്നുപോലും. അസുഖം മാറിയിട്ടില്ല. പക്ഷേ സൂപ്പർ സ്പെഷ്യാലിറ്റി ഹോസ്പിറ്റലിലേക്ക് റഫർ ചെയ്ത് വിടണമെന്നാണ് ഡിമാന്റ്. കൈയിലിരുന്ന ബ്ലഡ് റിപ്പോർട്ട് ഡോ.സദാശിവൻ വാങ്ങി വായിച്ചു.

മുഖത്തേക്ക് ഒന്ന് നോക്കിയിട്ട് വീണ്ടും റിപ്പോർട്ടിലൂടെ കണ്ണോടിച്ചുകൊണ്ട് പറഞ്ഞു.

“ഡോ. ശ്രീഹരീ. യുവർ ഫെയ്സ് ഹാസ് റാഷസ്. കണ്ണുകളും കലങ്ങി ഇരിക്കുന്നു. നാളെ ഒന്നുകൂടി ടെസ്റ്റ് ചെയ്യാം. രാവിലെ വരൂ ലാബിൽ.”

“നാളെ തിരക്കുള്ള ദിവസമാണ്. മാത്രമല്ല നാളെ ഉച്ചയ്ക്ക് കൊച്ചിക്ക് പോകുന്നു. ഒരു ദിവസം അവിടെയാണ്.”

“സാരമില്ല. ഞാൻ നോക്കിക്കോളാം. റിപ്പോർട്ട് ഞാൻ കളക്ട് ചെയ്തോളാം.”

വീണ്ടും ടെസ്റ്റ് ചെയ്യാമെന്ന് സമ്മതിപ്പിച്ചിട്ടാണ് ഡോ. സദാശിവൻ പോയത്.

ഉച്ചകഴിഞ്ഞ് വിചാരിച്ചതിലും നേരത്തേ ഹോസ്പിറ്റലീന്ന് ഇറങ്ങാൻ കഴിഞ്ഞു. വീടിന്റെ ഗെയിറ്റിലെത്തിയപ്പോഴേ ലളിതാന്റിയുടെ കാറ് കണ്ടു.

പ്രതീക്ഷിച്ചതുപോലെ അമ്മയുടെ അതിഥി വീട്ടിലെത്തിയിട്ടുണ്ട്.

പതിനാറ്

കാരിങ്കല്ലിൽ കൊത്തിവച്ച ഒരു മനോഹര ശില്പംപോലെയാണ് ലക്ഷ്മീദേവി ഇരുന്നത്. ശിരസ്സ് കുനിച്ചല്ല. താൻ പറയുന്നത് ശ്രദ്ധിച്ചുകേട്ടുകൊണ്ട്! കണ്ണുകളിലേക്ക് ഉറ്റുനോക്കിക്കൊണ്ട്! അപ്രതീക്ഷിതമായി കേൾക്കുന്ന വാർത്തയിൽ പകച്ചുപോകുന്ന ഒരു സാധാരണ പെൺകുട്ടിയുടെ രൂപമായിരുന്നു മനസ്സിൽ ഉണ്ടായിരുന്നത്. പ്രതീക്ഷകളെ അപ്പാടെ മാറ്റി മറിച്ച ഒരു പ്രതികരണമാണ് ലക്ഷ്മീദേവിയിൽ നിന്നും ഉണ്ടായത്. തന്റെ വാക്കുകൾ സശ്രദ്ധം കേട്ടുകൊണ്ടിരുന്നപ്പോൾ ആ കണ്ണുകളിൽ മിന്നിമറയുന്ന വിവിധ ഭാവങ്ങളെ വായിച്ചെടുക്കാനായില്ല.

ഒരിക്കൽമാത്രം നോട്ടം ഒന്നു പതറി വിദൂരതയിലേക്ക് പറന്നുപോയി. നിമിഷങ്ങൾക്കകം യഥാസ്ഥാനത്തെത്തുകയും ചെയ്തു. പില്ലത്തൂരിലെ തറവാട്ടിൽ വീണയോടൊപ്പം ചിലവഴിച്ച സ്വകാര്യ നിമിഷങ്ങളെക്കുറിച്ച് സൂചിപ്പിച്ചപ്പോഴായിരുന്നു അത്.

കഥയുടെ അവസാനം പറഞ്ഞു.

"ഇനിയും ആലോചിക്കൂ! ഒന്നും മറച്ചുവച്ചുകൊണ്ട് ഒരു ജീവിതം തുടങ്ങാൻ ഞാൻ ആഗ്രഹിക്കുന്നില്ല. അതുകൊണ്ടാണ് കഴിഞ്ഞുപോയ ഏടുകൾ ഷെയർ ചെയ്തത്. സ്നേഹിക്കാനുള്ള മനസ്സ് എനിക്ക് ഇന്നും നഷ്ടപ്പെട്ടിട്ടില്ല. പ്രത്യേകിച്ചും ലക്ഷ്മീദേവിയുടെ കാര്യത്തിൽ ആ ഉറപ്പ് എനിക്കുണ്ട്."

പെട്ടെന്ന് ലക്ഷ്മീദേവിയുടെ കണ്ണുകളിൽ പ്രകാശം മിന്നി. മുഖത്ത് പൂനിലാവ് പരന്നു.

മനസ്സിന്റെ ലാഘവത്വം വാക്കുകളിൽ പ്രകടിപ്പിച്ചുകൊണ്ട് ശ്രീഹരി എഴുന്നേറ്റു.

"ഞാനൊരല്പം റസ്റ്റ് എടുത്തിട്ട് തയ്യാറാകട്ടെ. മെഡിക്കൽ അസോസിയേഷന്റെ ഒരു മീറ്റിങ്ങ് ഉണ്ട്."

നടന്ന് വാതിലോളം എത്തിയപ്പോൾ ഒന്ന് തിരിഞ്ഞുനോക്കി. തന്നെത്തന്നെ നോക്കിക്കൊണ്ട് ലക്ഷ്മീദേവി നിൽക്കുന്നു. അടുത്തേക്ക് നടന്നുവന്നുകൊണ്ട് ലക്ഷ്മീദേവി പറഞ്ഞു.

"എനിക്ക് ആലോചിക്കാനൊന്നുമില്ല. എല്ലാം തുറന്നുപറഞ്ഞ മനസ്സിന്റെ മഹത്വം ഞാൻ ബഹുമാനിക്കുന്നു. ആ മനസ്സിൽ ഞാനുണ്ടാകണം. ഉണ്ട് എന്ന് എനിക്കറിയാം. അത്രയും ഉറപ്പ് മതി എനിക്ക്."

മയിൽപ്പീലി നിറമണിഞ്ഞ മനസ്സോടെ ഒരു നിമിഷം അവളെ നോക്കി. മനസ്സ് മന്ത്രിച്ചു.

ഏത് കൊടുംകാറ്റിലും ഒപ്പം നിൽക്കാൻ കെല്പുള്ളവൾ! എന്തും പങ്കുവയ്ക്കാൻ ഹൃദയം തരുന്നവൾ!

മനസ്സ് വായിച്ചെടുക്കുന്നവൾ!

ഒപ്പം ചേർത്തുനിർത്തി ഞാൻ നിന്നെ സ്നേഹിക്കും! ഈ യാത്ര നമ്മളൊന്നിച്ചായിരിക്കും!

പരസ്പരം കണ്ണുകൾ കൂട്ടിമുട്ടിയപ്പോൾ രണ്ടുപേരുടെയും മുഖത്ത് ചിരി പടർന്നു. ഔപചാരികതയുടെ മേലങ്കി അണിഞ്ഞുകൊണ്ട് ശ്രീഹരി പറഞ്ഞു.

"താങ്ക്യു."

മീറ്റിങ്ങിൽ ഇരുന്നപ്പോഴും മനസ്സ് ലക്ഷ്മിദേവിയിലായിരുന്നു. പെട്ടെന്നൊരു തീരുമാനമെടുക്കാൻ ആ കുട്ടിക്കെങ്ങിനെ കഴിഞ്ഞുവെന്ന് അതിശയം തോന്നുന്നു. ഒരു സാധാരണ പെൺകുട്ടിക്ക് കഴിയാത്തതാണ് അത്.

ഇന്നലത്തെ ചിന്തകളാണ് ഇന്നത്തെ തീരുമാനങ്ങൾക്ക് ഈടും ഉറപ്പും നൽകുന്നതെന്ന് എവിടെയോ വായിച്ചതോർമ്മ വരുന്നു. അങ്ങനെയെങ്കിൽ ലക്മീദേവി ഒരുമിച്ചൊരു യാത്രയ്ക്ക് തയ്യാറെടുത്തിരുന്നു. ഒന്നിനും ഇളക്കാനാവാത്തവിധം ഒരടിത്തറ ആ തീരുമാനത്തിന് ഉറപ്പിക്കുകയും ചെയ്തിരിക്കണം.

വീട്ടിൽ തിരിച്ചെത്തിയത് രാത്രി ഒൻപത് മണിക്കാണ്. പതിവില്ലാതെ വീട് വെളിച്ചത്തിൽ കുളിച്ചു നിൽക്കുന്നു. എല്ലാ മുറികളിലും ലൈറ്റ് കത്തുന്നുണ്ട്.

ലളിതാന്റിയുടെ കാറ് മുറ്റത്തുതന്നെയുണ്ട്.

ലക്ഷ്മീദേവി പോയിട്ടില്ലേ? വരാന്തയിൽ കയറിയപ്പോഴേ അമ്മ അകത്തുനിന്നും ഇറങ്ങിവന്നു.

"ശ്രീഹരീ. ലക്ഷ്മി അഞ്ചുമണിക്കു പോയി. അപ്പോൾതന്നെ ലളിത വന്നു. ഞങ്ങളിങ്ങനെ ഓരോന്ന് സംസാരിച്ചിരിക്കുന്നു. ഞങ്ങളുതമ്മിലാകുമ്പോൾ ഫോർമാലിറ്റി ഇല്ലല്ലോ."

അമ്മയുടെ ഓരോ വാക്കിലും സന്തോഷം നിറഞ്ഞുനിൽക്കുന്നത് ശ്രദ്ധിച്ചു. ലക്ഷ്മീദേവി തങ്ങളുടെ തീരുമാനം അമ്മയോടും പറഞ്ഞിരിക്കുന്നു!

അമ്മ പറഞ്ഞു.

"ശ്രീഹരീ. അച്ഛൻ കാത്തിരിക്കുകയായിരുന്നു. ഇപ്പോൾ ടി.വി കാണാൻ ബെഡ്റൂമിലേക്ക് പോയിട്ടേയുള്ളൂ!"

ബെഡ്റൂമിന്റെ വാതിൽ ചാരിയിട്ടേ ഉണ്ടായിരുന്നുള്ളൂ. ബെഡിൽ കിടന്നുകൊണ്ട് തലയിണ ഉയർത്തിവച്ച് അച്ഛൻ ന്യൂസ് കാണുകയായിരുന്നു. അടുത്തുചെന്നപ്പോൾ സ്നേഹപൂർവ്വം കൈകൾ നീട്ടിക്കൊണ്ട് പറഞ്ഞു.

"ശ്രീഹരീ. ഗുഡ് ഡിസിഷൻ. റൈറ്റ് ടൈം. ഞങ്ങൾ സംസാരിച്ചിരിക്കുകയായിരുന്നു..."

അച്ഛനും സന്തോഷത്തിലാണ്.

"പിന്നെ, ഐ റിയലി അപ്രിഷ്യേറ്റ് യു. കാര്യങ്ങൾ തുറന്നു സംസാരിച്ചത് നന്നായി. പരസ്പരം ഒളിച്ചുവയ്ക്കുമ്പോഴാണ് എപ്പോഴും പ്രശ്നങ്ങൾ ഉണ്ടാകുന്നത്."

"ആ കുട്ടി പോസിറ്റീവായിട്ടാണ് എടുത്തത്. അത്ര പെട്ടെന്നൊരു തീരുമാനം എടുക്കുമെന്ന് ഞാനും പ്രതീക്ഷിച്ചില്ല."

അച്ഛനോടത് പറയുമ്പോൾ ലക്ഷ്മീദേവിയുടെ ദൃഢതയുള്ള ശബ്ദം ഓർമ്മവന്നു.

"അതു നന്നായി. നീ കുറച്ച് കൂടുതൽ ഇമോഷണൽ ആണ്. അതുകൊണ്ട് മനസ്സിന് ശക്തിയുള്ള ഒരു പാർട്ട്നറാണ് നിനക്ക് ചേരുന്നത്. ബാലൻസ്ഡ് ആകും!"

അച്ഛന്റെ കമന്റ് കേട്ടത് ചിരിച്ചുകൊണ്ടാണ്.

പ്രസരിപ്പിന്റെ അലകൾ അകത്തും പുറത്തും ഒഴുകി നടക്കുന്നു. വീടും പരിസരവും മനസ്സുകളും ഒഴുക്കിനൊപ്പം നീന്തി തുടിക്കുന്നു.

പതിനേഴ്

ബ്ലഡ് ടെസ്റ്റിന്റെ റിപ്പോർട്ടുമായി മണിക്കൂറുകളോളം ഡോ. സദാശിവന്റെ മുറിയിൽ ശ്രീഹരി തരിച്ചിരുന്നു.

വിശ്വസിക്കാനാവാതെ.

ഒന്നും പറയാനാവാതെ.

വീണയുടെ വേർപാട് സൃഷ്ടിച്ച ആഘാതത്തിനുശേഷം ഇപ്പോൾ അതുപോലെ മറ്റൊന്നുകൂടി.

ഒരുപക്ഷേ അതിലൊക്കെ പതിന്മടങ്ങ് ശക്തിയായൊരു വിസ്ഫോടനം.

ഡോ. സദാശിവൻ തോളിൽ ശക്തിയായി കൈ അമർത്തിക്കൊണ്ട് പറഞ്ഞു.

"ഡോ. ശ്രീഹരീ. എങ്ങനെ? എവിടെ വച്ച്? അതൊന്നുമല്ല ഇപ്പോൾ ആലോചിക്കേണ്ടത്. രോഗത്തിനെ ഫെയിസ് ചെയ്യാനുള്ള തയ്യാറെടുപ്പ്! മനസ്സാന്നിദ്ധ്യം! ഒരു ഡോക്ടർക്ക് അതിനു കഴിഞ്ഞില്ലെങ്കിൽ പിന്നെ ആർക്കാണ് കഴിയുക?"

ഒന്നും സംസാരിക്കാനാകുന്നില്ല. ഒരു മറുപടിയും പറയാനാകുന്നില്ല. ബുദ്ധിയും ചിന്തയും മരവിച്ചിരിക്കുന്നു.

ഡോക്ടർ സദാശിവൻ വീണ്ടും പറഞ്ഞു.

"ഡോക്ടർ. നാളെ ഞായറാഴ്ച. തിങ്കളാഴ്ച മെഡിക്കൽ കോളേജിൽ പോകാം. ഞാനും വരാം. ഡോക്ടർ മാത്യു വർഗീസിനെ കാണാം. അദ്ദേഹവുമായി വിശദമായി സംസാരിക്കാം. ശരീരത്തിന്റെ ഓവറോൾ ഹെൽത്തും ഇമ്മ്യൂൺ സിസ്റ്റത്തിന്റെ റേറ്റിങ്ങും രോഗാണുക്കളുടെ പ്രോഗ്രസ്സീവ്നസും എല്ലാം നമുക്കും ഡിസ്കസ് ചെയ്യാം. ലറ്റ് അസ് ഫെയ്സ് ദ റിയാലിറ്റി അൻഡ് ദൻ മൂവ് അക്കോഡിങ്ങിലി."

ഡോ. സദാശിവനോട് പറയണമെന്ന് തോന്നി.

"ഞാൻ മരണത്തെ ഭയപ്പെടുന്നില്ല ഡോക്ടർ. എനിക്ക് ഫെയ്സ് ചെയ്യാൻ പറ്റാത്തത് എന്റെ ജീവിതത്തെയാണ്."

വാക്കുകൾ പക്ഷേ വെളിയിലേക്ക് വന്നില്ല. അവ ഒരു ഗദ്ഗദത്തിലൊതുങ്ങി.

"ഡോക്ടർ ശ്രീഹരീ ഇന്ന് റസ്റ്റ് എടുക്കൂ. ഒ.പി. ഡോക്ടർ രാജീവനോ ഡോക്ടർ ലൗലിയോ മാനേജ് ചെയ്യാൻ പറയാം."

ഡോക്ടർ സദാശിവനോടൊപ്പം കാറിനടുത്തേക്ക് നടക്കുമ്പോൾ മനസ്സ് അദ്ഭുതകരമായ നിസ്സംഗതയിലായിരുന്നു. കാറിന്റെ പിൻവാതിൽ തുറന്നുകൊണ്ട് ഡോക്ടർ സദാശിവൻ പറഞ്ഞു.

"ഡോക്ടർ റസ്റ്റ് എടുക്കൂ. എന്റെ ഡ്രൈവർ കാറ് ഓടിക്കട്ടെ. വീട്ടിൽ ഡ്രോപ്പ് ചെയ്തിട്ട് അയാൾ ഇവിടെ എത്തിക്കോളും."

കാറിന്റെ പിൻസീറ്റിൽ ചാരികിടന്ന് അറിയാതെ മയക്കത്തിലേക്ക് വഴുതി വീണുപോയി. വീടിന്റെ ഗെയിറ്റിലെത്തിയപ്പോൾ ഡ്രൈവർ വിളിച്ചുണർത്തി.

"സാർ, വീടെത്തി."

ഒരു ഞെട്ടലോടെയാണ് ഉണർന്നത്. വീടെത്തിയിരിക്കുന്നു! ലോകം മുഴുവനും ഒരൊറ്റ ചോദ്യചിഹ്നമായി തലയ്ക്കുമുകളിൽ നിൽക്കുമ്പോൾ താൻ ഗാഢനിദ്രയിലാണ്ടുപോയിരിക്കുന്നു. മനസ്സിന്റെ നിർവ്വചിക്കാനാകാത്ത അത്യപൂർവ്വമായ പ്രതിഭാസമാവാം ഈ അനുഭവം. ഒരുതരത്തിലും സംഭവിക്കാൻ സാദ്ധ്യതയില്ലാത്തത്.

അമ്മയും അച്ഛനും ഒരു ബന്ധുവിന്റെ വിവാഹത്തിന് പങ്കെടുക്കാൻ പോയിരിക്കുന്നു. വീട് നിശ്ശബ്ദമാണ്. അത് അനുഗ്രഹമായി തോന്നി.

കാറ് ഷെഡ്ഡിൽ പാർക്ക് ചെയ്ത് താക്കോൽ ഏല്പിച്ചിട്ട് ഡ്രൈവർ ചോദിച്ചു.

"സാർ, ഞാൻ പൊയ്ക്കോട്ടേ."

പഴ്സ് തുറന്ന് മുന്നൂറ് രൂപ എടുത്ത് നീട്ടിക്കൊണ്ടു പറഞ്ഞു.

"ഇതാ. ഇത് വയ്ക്കു. ബസ്സോ ഓട്ടോയോ പിടിച്ച് പോകൂ."

വിനയപൂർവ്വം അത് നിരസിച്ചുകൊണ്ട് അയാൾ പറഞ്ഞു.

"ഒന്നും വേണ്ട സാർ. എന്റെ അനുജൻ ഇവിടെ അടുത്താണ് താമസിക്കുന്നത്. അവൻ എന്നെ ബൈക്കിൽ കൊണ്ടുവിടും. ഞാൻ ഫോൺ ചെയ്തിരുന്നു. ശരി സാർ. ഞാൻ വരട്ടെ..."

നോട്ടുകൾ തിരിച്ച് പഴ്സിൽ വയ്ക്കുമ്പോൾ ആലോചിച്ചു തന്നോട് ലോകം സഹാനുഭൂതി കാണിക്കുവാൻ തുടങ്ങിയിരിക്കുന്നു.

ബ്ലഡ് റിപ്പോർട്ട് കിട്ടിയതുമുതൽ ഡോക്ടർ സദാശിവൻ. പിന്നെ അദ്ദേഹത്തിന്റെ ഡ്രൈവർ!

ഈ പട്ടിക ഇനിയും നീളാൻ പോകുന്നതേയുള്ളൂ.

ഒരു എച്ച്.ഐ.വി പോസിറ്റീവ് രോഗിക്ക് കിട്ടുന്ന പരിഗണനന!

അകത്ത് കയറി കതക് ലോക്ക് ചെയ്ത് റൂമിൽ പോയി കിടന്നു. അച്ഛനും അമ്മയും രാത്രി വളരെ വൈകിയേ എത്തുകയുള്ളൂ. അതു വരെ സ്വന്തം ചിന്തകളുടെ ആഴങ്ങളിൽ മുങ്ങിത്തപ്പാം. എവിടെയെ ങ്കിലും പ്രത്യാശയുടെ ഒരു ചെറുതുരുത്ത് ഒളിച്ചിരിക്കുന്നുണ്ടോ എന്ന് നോക്കാം.

എവിടെയും ഉണ്ടാകാനിടയില്ല. ശരീരവും ബുദ്ധിയും ഒന്നുപോലെ മരവിച്ചുപോയിരിക്കുന്നു. ഒന്നാലോചിച്ചാൽ വിധിയുടെ കനത്ത പ്രഹര മാണ് തന്റെ മേൽ ആഞ്ഞടിച്ചിരിക്കുന്നത്. എന്തിൽനിന്നാണോ ഓടി ഓളിച്ച് രക്ഷപ്പെട്ട് പുതിയ തീരം കണ്ടെത്താൻ ശ്രമിച്ചുവോ അവിടേക്കു തന്നെ നിർദ്ദയമായി വലിച്ചെറിയപ്പെട്ടിരിക്കുന്നു. തണുത്ത ഒരു മരവിപ്പ് ശരീരമാസകലം പടരുന്നതുപോലെ തോന്നി.

പെട്ടെന്ന് എവിടെനിന്നോ ചിലങ്കയുടെ താളം കേൾക്കുന്നു. വിദൂരത യിൽ നിന്നാണ്. മനസ്സിനെ തൊട്ടുണർത്തുന്ന കീർത്തനം ആരോ പാടുന്നു.

“അലൈപായുതേ കണ്ണാ...

അലൈപായുതേ...

എൻമന മിഖ അലപായുതേ...”

ഗാനവീചികൾ അടുത്തടുത്ത് ഒഴുകി എത്തുന്നു. ചിലങ്കയുടെ നാദവും ശ്രുതിക്കൊപ്പം താളലയത്തോടൊപ്പം ആരോ നൃത്തംവയ്ക്കു കയാണ്.

ചാരിയിട്ടിരുന്ന വാതിൽ താനേ തുറന്നു. ചുവടുകൾ വച്ചുകൊണ്ട് നർത്തകി മുറിക്കുള്ളിൽ പ്രവേശിച്ചു. പൊൻവളകളണിഞ്ഞ കൈകൾ താളത്തിനൊപ്പം വശ്യമായി ചലിക്കുന്നു. സുവർണ്ണപക്ഷികളെപോലെ മുട്ടിയുരുമ്മുകയും ചടുലതയോടെ അകലുകയും ചെയ്യുന്ന പാദങ്ങൾ.

കട്ടിലിനടുത്തുവന്ന് നർത്തകി കൈയിൽപിടിച്ച് എഴുന്നേൽപ്പിച്ചു. ഒപ്പം ചുവടുകൾ വച്ചു.

വാദ്യഘോഷങ്ങൾ ഉച്ചത്തിൽ മുഴങ്ങുന്നു. കണ്ഠകഠോരങ്ങൾ പൊട്ടി ത്തെറിക്കുന്ന ശബ്ദം. പിടിച്ചുനിൽക്കാനാകുന്നില്ല. തളർന്ന് താഴേക്ക് വീണിട്ടും എഴുന്നേൽക്കാൻ ശ്രമിച്ചു. ആവുന്നത്ര ശബ്ദം ഉയർത്തി അലറി വിളിച്ചു.

““വീണാ... വീണാ...!”

സ്വന്തം ശബ്ദം ഉണ്ടാക്കിയ ഞെട്ടലോടെയാണ് കണ്ണുകൾ തുറന്നത്. താനിത് എവിടെയാണ്?

കട്ടിലിനു താഴെ വെറും തറയിൽ വിയർപ്പിൽ കുളിച്ച് കിടക്കുകയാണ് താൻ. ചുറ്റും ഭീതിയോടെ നോക്കി. എവിടെ വീണ? ചിലങ്കകൾ അകന്നു പോകുന്ന ശബ്ദം കേട്ടില്ലല്ലോ. മുറിയുടെ വാതിൽ ചാരിതന്നെ കിടക്കുന്നു. ആവുന്നത്ര ശക്തി സംഭരിച്ച് കിതപ്പോടെ തറയിൽ നിന്നെ ഴുന്നേറ്റു.

ഇത്രയും സമയം കൺമുന്നിൽ കണ്ടതെല്ലാം സ്വപ്നമെന്നോ? അല്ല. വീണ ഇവിടെ വന്നിരുന്നു.

നൃത്തം ചെയ്തു. അവളണിഞ്ഞിരുന്ന വേഷത്തിന്റെ നിറംപോലെ തനിക്ക് വ്യക്തമാണ്.

മഞ്ഞയും നീലയും!

കാണ്ടൽക്കാടുകൾക്കപ്പുറത്ത് മരച്ചില്ലകളിൽമുട്ടിയുരുമ്മിയിരുന്ന മഞ്ഞ തൂവലും നീലകൊക്കും തലപ്പാവുമുള്ള കുരുവികളെ ചൂണ്ടി ക്കാണിച്ചുകൊണ്ട് വീണ പറഞ്ഞത് ഓർക്കുന്നു.

“അടുത്ത ഡാൻസ് പ്രോഗ്രാമിന് ഈ കളർ കോമ്പിനേഷൻ ഡ്രസ് നന്നായിരിക്കും അല്ലേ...?”

അതെ. അവൾ വന്നിരുന്നു.

പില്ലത്തൂരിലെ തറവാട്ടിൽവച്ച് ഒന്നിച്ചുകഴിഞ്ഞ സ്വകാര്യനിമിഷ ങ്ങളുടെ സ്വേദകണങ്ങൾ തന്നിലേക്ക് പകർന്നതിന്റെ കുറ്റബോധം ഓർമ്മിപ്പിക്കാനാണോ അവളിന്നിവിടെ എത്തിയത്? അതോ പെട്ടെന്ന് നടന്നു കയറി പോയ അദൃശ്യമായ ലോകത്തിലേക്ക് തന്നേയും ക്ഷണിക്കാനോ?

അടക്കാനാകാത്ത ആവേശത്തോടെ കട്ടിലിൽനിന്നെഴുന്നേറ്റു. കണ്ണാടി യുടെ മുൻപിൽനിന്ന് സ്വന്തം ഛായയിലേക്ക് ഉറ്റുനോക്കി. തന്റെ മുഖം വികൃതമാണ്!

കണ്ണുകൾ കലങ്ങിമറിഞ്ഞിരിക്കുന്നു! നെഞ്ചിലെ രോമക്കാടുകളിലെ വിടെയൊക്കെയോ രണബിന്ദുക്കൾ തുള്ളിക്കളിക്കുന്നത് ഭീതിയോടെ നോക്കിനിന്നു.

കണ്ണാടിയുടെ മുകളിലൂടെ ഒരെട്ടുകാലി മറുവശത്തേക്ക് പൊയ്ക്കാലു കളിൽ നടന്നുനീങ്ങി. എട്ടുകാലി സ്വന്തം ശരീരത്തിൽനിന്നെടുത്ത നൂലി നാൽ വലകെട്ടുന്നു. നിപുണതയോടെ അതിലേറെ കൗശലത്തോടെ നെയ്തെടുക്കുന്നു. ഇരയെ കിട്ടിക്കഴിഞ്ഞാൽ തൽക്ഷണം വല സ്വന്തം ശരീരത്തിലേക്ക് തന്നെ വീണ്ടും വലിച്ചെടുക്കപ്പെടുന്നു.

ശ്രീഹരി ഓർത്തു. ഞാനും ഒരെട്ടുകാലിയാണ്! പൊയ്ക്കാലുകളിൽ സ്വയം നെയ്തെടുത്ത വലയുമായി ജീവിതാന്ത്യംവരെ തെന്നിനടക്കേണ്ടി വരുന്ന ജീവി. ഉപദ്രവകാരിയായൊരു ജീവിയാണ് താൻ. ഭീകരരൂപിയായ

രോഗത്തിന്റെ ഇര. വൈദ്യുതി പ്രവാഹംപോലെ ശരീരമാസകലം അഗ്നി വാരി വിതറികൊണ്ട് ഒരു തിര പെരുവിരലിൽനിന്നാരംഭിച്ച് തലച്ചോറിൽ പൊട്ടിത്തെറിച്ച് കണികകളായി.

ഉന്മത്തമായൊരു ആക്രോശത്തോടെ ഇരുകൈകളും നെറ്റിയില മർത്തി ശിരസ്സ് കണ്ണാടിയിൽ ശക്തിയായി ഇടിച്ചു. അതിന്റെ പ്രതിധ്വനി യിൽ ശരീരത്തിലെ ഓരോ കോശവും വിജ്രംഭിച്ചു. ഒരു പൊട്ടിക്കര ച്ചിലോടെ ശ്രീഹരി വെറും തറയിൽ കമഴ്ന്നു കിടന്നു. ചിന്തകൾക്കും തീരുമാനങ്ങൾക്കും അന്യമായൊരു ലോകത്തിലാണ് മനസ്സ്.

രാത്രിയിൽ വളരെ വൈകിയാണ് അച്ഛനും അമ്മയും മടങ്ങിയെത്തി യത്. രാവിലെ പതിവുപോലെ കാപ്പിയുമായി വന്നപ്പോൾ അലങ്കോല പ്പെട്ടുകിടക്കുന്ന മുറിയിലാകമാനം നോക്കി മാതംഗി ചോദിച്ചു.

"ഇതെന്തുപറ്റി ശ്രീഹരീ. മുറിയിലൊരു കഥകളി നടന്ന ലക്ഷണ മുണ്ടല്ലോ."

അമ്മയുടെ മുഖത്തുനോക്കാൻ ധൈര്യം കിട്ടിയില്ല. അമ്മയോട് ഈ കാര്യം സംസാരിക്കണമെങ്കിൽ വളരെ വലിയ തയ്യാറെടുപ്പ് ആവശ്യമാണ്. അതിനുള്ള മനസ്സുറപ്പ് കൈവന്നിട്ടില്ല. ഇനിയുള്ള ദിവസങ്ങൾ സങ്കീർണ്ണ ങ്ങളാകും. നാളെ ഡോക്ടർ സദാശിവനോടൊപ്പം ഡോക്ടർ മാത്യു വർഗീസിനെ കാണണം.

തീരുമാനമെടുക്കേണ്ടത് രോഗത്തിന്റെ പ്രൊഗ്രസീവ്നസിനെ കുറിച്ചല്ല. ജീവിതത്തെകുറിച്ചാണ്. ഈ യാത്ര തുടരണോ അതോ പാതി വഴിയിൽ അവസാനിപ്പിക്കണോ എന്ന നിർണ്ണായക തീരുമാനമാണ് എടു ക്കേണ്ടത്.

തിങ്കളാഴ്ച ലീവെടുക്കാനാണ് ഉദ്ദേശിച്ചിരുന്നത്. പക്ഷേ രാവിലെ ഏഴു മണിക്ക് ഡോക്ടർ സദാശിവന്റെ കോള് വന്നു. ഒന്നും സംഭവിച്ചിട്ടില്ലാത്ത മട്ടിൽ അദ്ദേഹം പറഞ്ഞു.

"ഡോക്ടർ ശ്രീഹരീ. ഇന്ന് അല്പം നേരത്തെ ഹോസ്പിറ്റലിൽ എത്താൻ കഴിയുമോ? ഡോക്ടർ രാജീവൻ ലീവിലാണ്. ഒ.പി മാനേജ് ചെയ്യേണ്ടിവരും. തിങ്കളാഴ്ചയല്ലേ, തിരക്കുണ്ടാകും."

"പക്ഷേ ഞാൻ ഇന്ന് ലീവെടുക്കാൻ ആലോചിച്ചിരുന്നു. ഡോക്ടർ മാത്യു വർഗീസിനെ..."

മറുപടി പൂർത്തിയാക്കാൻ അനുവദിക്കാതെ ഡോക്ടർ സദാശിവൻ പറഞ്ഞു

"യെസ്. അദ്ദേഹത്തെ കാണാൻ നമ്മൾ ഒന്നിച്ചല്ലേ പോകുന്നത്. ഇന്ന് മൂന്നു മണിക്ക് ഞാൻ അപ്പോയിൻമെന്റ് എടുത്തിട്ടുണ്ടല്ലോ. ഡോണ്ട്‌വറി.

ഈഫ് പോസിബിൾ യു പ്ലീസ് കം എ ബിറ്റ് ഏർലി ടുഡെ!" തിടുക്കപ്പെട്ട് അദ്ദേഹം ഫോൺ വയ്ക്കുകയും ചെയ്തു.

ഒ.പിയിലെ തിരക്കുകൾക്കിടയിൽ ഒഴുകുമ്പോൾ മനസ്സ് വീണ്ടും അദ്ഭുതം പ്രവർത്തിച്ചു. രോഗത്തെക്കുറിച്ച് ഓർമ്മിപ്പിച്ചില്ല. ശ്രദ്ധ എന്ന ആവരണം കനിവോടെ തന്ന് അനുഗ്രഹിക്കുകയും ചെയ്തു.

ഉച്ചയ്ക്ക് ഡോക്ടർ സദാശിവനോടൊപ്പമാണ് മെഡിക്കൽ കോളേജിൽ പോയത്. സൗഹൃദത്തിന്റെ കരങ്ങൾ പുഞ്ചിരിയോടെ നീട്ടിയാണ് ഡോ. മാത്യു വർഗീസ് സ്വാഗതം ചെയ്തത്. ഡോക്ടർ സദാശിവനുമായി അദ്ദേഹം പഴയകാല ഓർമ്മകൾ പങ്കുവയ്ക്കുമ്പോൾ മൗനമായി കേട്ടിരുന്നു. മനസ്സ് വായിച്ചെടുത്തതുപോലെ ചൂടുള്ള നാരങ്ങാചായ പകർന്ന കപ്പ് തന്റെ നേരെ നീട്ടിക്കൊണ്ട് ഡോക്ടർ മാത്യു വർഗീസ് പറഞ്ഞു.

"ഡോക്ടർ. ട്രീറ്റ്മെന്റിനെ കുറിച്ച് വലിയ രീതിയിലുള്ള ഒരു വിവരണം ഒരു ഡോക്ടർക്ക് നൽകേണ്ടതില്ല. എന്നാലും എ.ആർ.ടി. തുടങ്ങുന്നതിനുമുൻപ് നമുക്ക് വിശദമായി കുറച്ച് ടെസ്റ്റുകൾ നടത്തണം. അതിനുശേഷം ട്രീറ്റ്മെന്റിന്റെ എല്ലാ മൈന്യൂട്ട് ഡീറ്റെയിൽസും നമുക്ക് ഡിസ്ക്കസ് ചെയ്യാം. പിന്നെ..."

പെട്ടെന്ന് അദ്ദേഹം ഡോക്ടർ സദാശിവന്റെ മുഖത്തേക്ക് നോക്കി. എഴുന്നേറ്റ് അടുത്ത കസേരയിൽ വന്നിരുന്നുകൊണ്ട് പറഞ്ഞു.

"ഡോക്ടർ. ഔപചാരികതയൊന്നും ഇല്ലാതെ നമുക്ക് സംസാരിക്കാം. ഡോക്ടർ സദാശിവൻ ശ്രീഹരിയുടെ ബാക്ക്ഗ്രൗണ്ടിനെക്കുറിച്ച് എന്നോട് സൂചിപ്പിച്ചിരുന്നു. യു ആർ വെരി യങ്ങ് ടു! നമുക്ക് ട്രീറ്റ്മെന്റ് ആദ്യം തുടങ്ങേണ്ടത് മനസ്സിനാണ്."

നിശ്ശബ്ദനായി ഇരുന്നതേയുള്ളൂ. അദ്ദേഹം വീണ്ടും പറഞ്ഞു.

"ശ്രീഹരി എന്തെങ്കിലും പറയൂ."

"സർ. രോഗത്തിന്റെ കണ്ടീഷനാണ് എനിക്ക് ആദ്യം അറിയേണ്ടത്. മുന്നോട്ട് നടക്കണോ ഇവിടെവെച്ച് എല്ലാം നിർത്തണോ തീരുമാനിക്കണമെനിക്ക്."

"പ്ലീസ് ബി കൂൾ ശ്രീഹരീ. ഇതൊരു ദൗർഭാഗ്യകരമായ അവസ്ഥ അല്ല എന്ന് ഞാൻ പറയുന്നില്ല പക്ഷേ എച്ച്.ഐ.വി പോസിറ്റീവ് രോഗികൾക്ക് ചുറ്റും ധാരാളം മിത്തുകൾ നിലനിൽക്കുന്നു. കുറച്ച് റിയാലിറ്റികളും. ആ തിരിച്ചറിവാണ് ആദ്യം വേണ്ടത്. അത് മനസ്സിലാക്കിയാൽ നെഗറ്റീവ് തീരുമാനങ്ങളെക്കുറിച്ച് ചിന്തിക്കുകപോലും ആവശ്യമില്ല." അദ്ദേഹം പറഞ്ഞു.

“സർ. എനിക്ക് അബദ്ധമൊന്നും പറ്റിയിട്ടില്ല. ഒരു ചളിക്കുണ്ടിലും വീണിട്ടില്ല. ഞാനൊരു പെൺകുട്ടിയെ ഇഷ്ടപ്പെട്ടിരുന്നു. വിവാഹം കഴിക്കാനാഗ്രഹിച്ചിരുന്നു. ചിദംബരം ക്ഷേത്രത്തിൽവച്ച് ആരുമറിയാതെ ഞങ്ങൾ വിവാഹിതരാവുകയും ചെയ്തിരുന്നു. വീട്ടുകാരുമായി ആലോചിച്ച് വിവാഹം നടത്താനുള്ള ഒരുക്കത്തിനിടയിലാണ് അവൾ ഒരു എച്ച്.ഐ.വി പോസിറ്റീവ് രോഗിയാണെന്ന് അവൾപോലും അറിയുന്നത്.”

ഒറ്റശ്വാസത്തിലാണ് പറഞ്ഞു നിർത്തിയത്. വല്ലാതെ കിതപ്പ് തോന്നി.

ഡോക്ടർ മാത്യു വർഗീസ് മെല്ലെ പുറത്തുതട്ടിക്കൊണ്ട് പറഞ്ഞു.

“റിലാക്സ്. പ്ലീസ് റിലാക്സ്. ആ കുട്ടി ഇപ്പോഴെവിടെയാണ്?”

‘വീണ എവിടെയാണെന്ന് ആർക്കും അറിയില്ല. അവൾ എന്നന്നേക്കുമായി വേർപിരിയുകയായിരുന്നു. സ്വന്തം രോഗം മനസ്സിലാക്കിയപ്പോൾ ആ തിരിച്ചറിവിൽ അവൾ പിന്നെ ഒന്നും ആലോചിച്ചില്ല. ഇപ്പോൾ നാലഞ്ചുവർഷങ്ങൾ കടന്നുപോയിരിക്കുന്നു.”

“സോ സാഡ്! റിയലി അൺഫോർച്ചുനേറ്റ്! എനിക്കിപ്പോൾ കാര്യങ്ങൾ മനസ്സിലാകുന്നുണ്ട്.”

എഴുന്നേറ്റുനിന്ന് ശ്രീഹരിയുടെ തോളിൽ തട്ടിക്കൊണ്ട് ഡോ. മാത്യു വർഗീസ് വീണ്ടും പറഞ്ഞു.

“ബട്ട് യു ആർ എ ഡോക്ടർ. ഞാൻ ആദ്യം പറഞ്ഞതുപോലെ മിത്തും റിയാലിറ്റിയും വ്യക്തമായി മനസ്സിലാക്കിയാൽ ഒന്നും ഒരു പ്രശ്നവുമാവില്ല. യു ബിലീവ് മി. നമുക്ക് സംസാരിക്കാം.”

ആറുമണി കഴിഞ്ഞാണ് ഡോക്ടർ മാത്യ വർഗീസിന്റെ റൂമിൽനിന്നും പുറത്തിറങ്ങിയത്. ഡോക്ടർ സദാശിവൻ നേരത്തെ പോയിരുന്നു.

വീട്ടിലേക്ക് കാറോടിച്ചുകൊണ്ടിരുന്നപ്പോൾ ശ്രീഹരി ഓർത്തു. സ്വന്തം മനസ്സ് തന്നോട് വളരെ കരുണ കാണിക്കുന്നു!

പൊട്ടിത്തെറിക്കുന്നില്ല. സമയാസമയങ്ങളനുസരിച്ച് മറക്കാനും ഓർക്കാനും തയ്യാറാകുന്നു.

ഡോക്ടർ മാത്യു വർഗീസ് പലപ്രാവശ്യം എടുത്ത് പറഞ്ഞ വാചകം മനസ്സിൽ മുഴങ്ങുന്നു.

“സ്ട്രീറ്റ് അഡ്ഹറൻസ് ടു ഡൂസ് ആൻഡ് ഡോണ്ട്സ്! അതാണ് അത്യാവശ്യം.”

പക്ഷേ ഡൂസിന്റേയും ഡോണ്ട്സിന്റേയും അതിർവരമ്പ് തീരുമാനിക്കാനാകുന്നില്ല. എവിടെയൊക്കെയോ താളപ്പിഴകൾ സംഭവിച്ചിരിക്കുന്നു. ചുറ്റും സൗരഭ്യം വാരിവിതറിക്കൊണ്ട് ഒരു പനിനീർപൂവ് മനസ്സിലേക്ക്

പെട്ടെന്ന് കയറിവന്നു. ഒരു നിമിഷം ശ്രദ്ധ പതറി. കാറ് ഒരു വശത്തേക്ക് തെന്നിമാറി. മനസ്സിന് കടിഞ്ഞാണിട്ടുകൊണ്ടാണ് പിന്നെ ഡ്രൈവ് ചെയ്തത്.

വീട്ടിൽ ഗെയിറ്റിനരികെവച്ചുതന്നെ അമ്മയെ കണ്ടു. ക്ഷേത്രത്തിൽ പോയിട്ട് മടങ്ങുന്നവഴിയാണ്. കാർ പാർക്ക് ചെയ്ത് അകത്തേക്ക് നടക്കുമ്പോൾ മുഖംനിറയെ ചിരിയുമായി അമ്മ അടുത്ത് വന്ന് ചോദിച്ചു.

“നിന്നെ ഒന്ന് കണ്ടുകിട്ടി പത്ത് മിനിട്ട് സംസാരിക്കാനെപ്പോഴാ സമയം? ഒരു വീട്ടിൽ താമസിക്കുന്നൂന്ന് പറഞ്ഞിട്ടെന്താ കാര്യം?”

വളരെ പ്രയാസപ്പെട്ട് മുഖത്ത് ചിരി പടർത്തികൊണ്ട് പറഞ്ഞു.

“ഹോസ്പിറ്റലിൽ രണ്ടുമൂന്നു ദിവസമായി നല്ല തിരക്ക് ഉണ്ടായിരുന്നു. ഇടയ്ക്ക് ഒരു സി.എം.ഇയും. നാളെ മുതൽ ഫ്രീ!”

അമ്മയുടെ മുൻപിൽ അധികം നിൽക്കാതെ ധൃതിപ്പെട്ട് കോവണിപ്പടികൾ കയറി ബഡ്റൂമിലെത്തി കതകടച്ചു. നേരിയ കിതപ്പുതോന്നി. കട്ടിലിൽ നിവർന്ന് കിടന്ന് കണ്ണുകളടച്ചു.

അല്പം വിശ്രമമാണാവശ്യം ഇപ്പോൾ. മനസ്സ് മഹാദ്ഭുതം കാണിച്ചാൽ സുഖമായി കുറച്ചുസമയം ഉറങ്ങാം. എഴുന്നേറ്റ് തീരുമാനങ്ങളുടെ വഴിയിലൂടെ നടക്കാം. അമ്മയ്ക്ക് സംസാരിക്കാനുള്ളതെന്താണെന്ന് മനസ്സിലാകുന്നുണ്ട്. ഏറ്റവും നിർണ്ണായക തീരുമാനവും അതുതന്നെ ആയിരിക്കും.

പതിനെട്ട്

തിരകൾ ഇളകിമറിയുന്ന വലിയൊരു കൊടുങ്കാറ്റായിരുന്നു പ്രതീക്ഷിച്ചത്. ഒന്നും ഉണ്ടായില്ല. അമ്മ നിശ്ചലയായി താടിക്ക് കൈ കൊടുത്ത് വെറുതെ ഇരുന്നു. പ്രഭാതഭക്ഷണം കഴിഞ്ഞ് കൈകഴുകി തിരിഞ്ഞൊന്നു നോക്കിയപ്പോഴും അതേ ഇരുപ്പ്തന്നെ.

രാവിലെ പതിവുപോലെ ബ്രേക്ക് ഫാസ്റ്റ് കഴിക്കാൻ വന്നത് അമ്മയുടെ ചോദ്യം പ്രതീക്ഷിച്ചുതന്നെ ആയിരുന്നു. മറുപടി കരുതിവച്ചത് നിസ്സംഗതയോടെ പറയുമ്പോൾ അമ്മയുടെ മുഖത്ത് നോക്കിയില്ല.

"അമ്മാ, കല്യാണം ഒരിക്കലും വേണ്ട എന്ന് ഞാൻ പറയുന്നില്ല. പക്ഷേ ഇപ്പോൾ അതാലോചിക്കാൻ എനിക്ക് കഴിയുന്നില്ല. എനിക്കു കുറച്ചധികം സമയം വേണം."

"അതുവരെ ആരെങ്കിലും കാത്തിരിക്കുമോ?" അമ്മ ചോദിച്ചു.

"വേണമെന്നില്ല. വേണ്ട എന്നുതന്നെ ഞാൻ പറയുന്നു. ആ കുട്ടിക്ക് വേറെ വിവാഹം അവർ നോക്കട്ടെ."

"ശ്രീഹരീ, നീ പറയുന്നത്...?" അമ്മയുടെ ശബ്ദം ഇടറിയിരുന്നു.

"അതെ അമ്മാ, എനിക്കുവേണ്ടി അവർ കാത്തിരിക്കേണ്ട. എനിക്കത്ര താത്പര്യമില്ല."

അമ്മ പിന്നെ ഒന്നും സംസാരിച്ചില്ല.

നെഞ്ചിൽ പടർന്ന നുറുങ്ങുവേദന അമ്മയെ തൊട്ടുകാണിക്കാനായിരുന്നെങ്കിലെന്ന് മോഹിച്ചുപോയി. ഏത് ഋതുകാലനിയോഗമാണ് തന്നെ വിടാതെ പിൻതുടരുന്നത്. ആഘാതത്തിൽനിന്ന് ആഘാതത്തിലേക്കുള്ള പ്രയാണത്തിൽ കൊടുംവേനലിന്റെ തീച്ചൂളയിൽ തളർന്നുപോകാതിരിക്കാൻ ഇടയ്ക്കൊരു തണൽതന്ന് ഇത്തിരി കരുണ കാണിച്ച കാലത്തിന് നന്ദി പറയുന്നു. ഈ വഴിയാത്രയിൽ തനിക്കിനി അതിനേ കഴിയൂ. അനിത്യങ്ങളായ മോഹങ്ങൾ താനിവിടെ ഉപേക്ഷിക്കുന്നു.

രോഗത്തെക്കുറിച്ച് അമ്മയോട് പറഞ്ഞില്ല. അതിനുള്ള ധൈര്യം കിട്ടിയില്ല. അമ്മയ്ക്ക് അത് താങ്ങാനാവില്ല.

ഓരോ ദിവസവും എങ്ങനെയാണ് ചിലവഴിക്കേണ്ടതെന്ന് അതത് സമയങ്ങളിൽ മാത്രമാണ് തീരുമാനങ്ങളെടുക്കാൻ കഴിയുക. തന്റെ മുൻപിൽ ഇനിമുതൽ നാളെകളില്ല. ഇന്നുകൾ മാത്രം.

വൈകിയാണ് ഹോസ്പിറ്റലിൽ എത്തിയത്. കാറ് പാർക്ക് ചെയ്ത് ക്യാഷ്വാലിറ്റി വാർഡിലൂടെ റൂമിലേക്ക് നടന്നപ്പോൾ എന്തിനെന്നറിയാതെ മനസ്സ് ഒന്നു പതറി.

ആരുടേയും മുഖത്തുനോക്കാതെ തലകുനിച്ചാണ് നടന്നത്. മനസ്സ് അകാരണമായി ആരെയോ എന്തിനെയോ ഭയപ്പെടുന്നു. ഓരോ രോഗി അടുത്തു വരുമ്പോഴും സ്പർശിക്കാൻ വിമുഖത ഉണ്ടാകുന്നു. കൈകൾ സ്വയം വിലങ്ങണിയുന്നു. ഡോകടർ മാത്യു വർഗീസ് ദൃഢശബ്ദത്തിൽ സംശയലേശമന്യേ പറഞ്ഞിരുന്നു.

"എച്ച്.ഐ.വി പോസിറ്റീവ് ആകുക എന്നത് സന്തോഷപ്രദമായ ഒരവസ്ഥയല്ല. നോട്ട് എ ഗേ ഡിസീസ് അറ്റ് ആൾ. ബട്ട് മനസ്സിലാക്കുക. ആർക്കും എച്ച്.ഐ.വി അണുബാധയുണ്ടാകാം. പക്ഷേ സ്പർശനത്തിലൂടെയോ അടുത്തിരുന്നതുകൊണ്ടോ ഉപയോഗിച്ച ഗ്ലാസിലൂടെയോ കൈപിടിച്ചതുകൊണ്ടോ ഒന്നും രോഗം പകരുന്നില്ല."

രോഗികളുമായി അടുത്തിടപഴകുന്നതിനെക്കുറിച്ച് താൻ ആശങ്ക പ്രകടിപ്പിച്ചപ്പോഴായിരുന്നു അദ്ദേഹം ആവർത്തിച്ച് പറഞ്ഞത്. പക്ഷേ എവിടെയോ മനസ്സിന്റെ താളം തെറ്റുന്നു. ടെസ്റ്റുകളുടെ റിസൾട്ട് വാങ്ങാൻ പോകുമ്പോൾ വീണ്ടും അദ്ദേഹത്തെ കാണണം. സംസാരിക്കണം. ട്രീറ്റ്മെന്റ് തുടങ്ങിയിട്ടില്ല. ധാരാളം മെഡിക്കൽ ലിറ്ററേച്ചർ വായിക്കണം.

കുന്നുകളും താഴ്വരകളും തട്ടി ഒഴുകിക്കൊണ്ടിരിക്കുന്ന നീർച്ചാലുകൾ ഒന്നിക്കുന്നതുപോലെ എല്ലാ ചിന്തകളും ഒരേ ബിന്ദുവിലേക്ക് ആവാഹിക്കണം. ഒരിക്കലും രക്ഷപ്പെടാൻ കഴിയാത്ത തീജ്വാലകൾ വമിക്കുന്ന ബിന്ദു നെറ്റിയിൽ തിലകം പോലെ ചാർത്തിവേണം ഇനിയുള്ള ജീവിതയാത്ര.

ഒരു മണിക്ക് ഡോക്ടർ സദാശിവൻ റൂമിലെത്തി പറഞ്ഞു.

"ഡോക്ടർ ശ്രീഹരീ. ഒ.പി. ഇനിയും നീട്ടണ്ട. പേഷ്യൻസിനെ എന്റെ അടുത്തേക്ക് അയച്ചോളൂ."

""എന്താ ഡോക്ടർ കാര്യം? ഒരു മണിയല്ലേ ആയിട്ടുള്ളൂ."

"അതല്ല. ഡെയ്‌ലി ഷെഡ്യൂളിന് ഒരു ചിട്ട വരുത്തണം. അതാവശ്യമാണ്."

അത് പറഞ്ഞിട്ട് ഡോക്ടർ സദാശിവൻ മുറിവിട്ട് ഇറങ്ങിപ്പോകുകയും ചെയ്തു. ഡോക്ടർ സദാശിവന്റെ സംസാരം എന്തോ അരോചകമായി തോന്നി. പെട്ടെന്ന് മനസ്സിനെ നിയന്ത്രിച്ചു. മുതിർന്ന സഹോദരനെപോലെ തിരക്കുകൾ മാറ്റിവച്ച് ഒപ്പം നടന്ന ആളാണ്. തന്റെ മനസ്സ് വികലമായ ചിന്തകളിലേക്ക് വഴുതി പോകുന്നു.

ഡ്യൂട്ടി നഴ്സിനോട് പേഷ്യൻസിനെ ഡോക്ടർ സദാശിവന്റെ അടുത്തേക്ക് അയയ്ക്കണമെന്ന് പറഞ്ഞിട്ട് എഴുന്നേറ്റു. കാർപാർക്കിനടുത്തേക്ക് നടക്കുമ്പോൾ മൊബൈലിൽ രണ്ട് കോൾസ് വന്നു. ഒന്ന് പെട്ടെന്ന് നിന്നു.

അടുത്തത് അല്പംകൂടി നീണ്ടത്.

പേരു നോക്കി. ലക്ഷ്മിദേവി!

ഡ്രൈവ് ചെയ്തുകൊണ്ടിരുന്നപ്പോൾ ലക്ഷ്മിദേവിയുടെ കോൾ വീണ്ടും എത്തി. കാർ സൈഡിൽ ഒതുക്കിനിർത്തി കോൾ അറ്റൻഡ് ചെയ്തു.

"ഹലോ..."

"ഹലോ. ലക്ഷ്മിയാണ്. സോറി തിരക്കിൽ ഡിസ്റ്റർബൻസ് ആയോ?"

"നോ. പറയൂ."

ഒരു നിമിഷത്തെ നിശ്ശബ്ദത. വീണ്ടും ആ ശബ്ദം.

"ഒരാഴ്ചത്തെ ട്രെയിനിങ്ങ് പ്രോഗ്രാം ബാഗ്ലൂരിൽ നടക്കുന്നു. ഫിഫ്റ്റീൻത്ത് മുതൽ ബിൽഡിങ്ങ് ഡിസൈനിങ്ങിലെ പുതിയ ട്രെൻഡും പരീക്ഷണങ്ങളുമാണ് പ്രധാനമായും ചർച്ചാവിഷയം. ഞാൻ പോകണമെന്ന് വിചാരിക്കുന്നു."

അതിന് തന്റെ അനുവാദത്തിന്റെ ആവശ്യമെന്തെന്ന് വിചാരിക്കുന്നതിനിടയിൽ ലക്ഷ്മി വീണ്ടും പറഞ്ഞു.

"ഓൺലൈൻ രജിസ്ട്രേഷനാണ്. എൻഗേജ്മെന്റ് കഴിഞ്ഞാൽ പിന്നെ ഒന്നിനും സമയം കിട്ടിയെന്നു വരില്ല. അമ്മയ്ക്ക് എവിടെ പോകാനും ഞാൻ ഒപ്പം വേണ്ടി വരും."

ഫോണിൽ കൂടി ലക്ഷ്മിയുടെ ചിരിയുടെ നേരിയ ശബ്ദം കേട്ടു.

എന്തു പറയണമെന്നറിയാതെ ഒരു നിമിഷം നിശ്ശബ്ദനായി.

എപ്പോഴാണ് പറയേണ്ടത്? എന്തായാലും ഇന്നു വേണ്ട. ട്രെയിനിങ് കഴിഞ്ഞുവരട്ടെ.

"ഓ.കെ. ഗോ എ ഹഡ്. ബെസ്റ്റ് വിഷസ്."

സ്വന്തം വാക്കുകളുടെ മിതത്വം തനിക്കുതന്നെ അപരിചിതമായിരിക്കുന്നുവല്ലോ എന്ന് ശ്രീഹരി ഓർത്തു. വിവാഹം കഴിക്കാമെന്ന്

പരസ്പരം തീരുമാനിച്ചവരാണ്. തന്റെ ഭൂതകാലത്തിന്റെ മൂടുപടം നീക്കിയപ്പോൾ ഹൃദയപൂർവ്വം അത് ഉൾക്കൊണ്ട പെൺകുട്ടിയാണ്. ഒരു കാര്യം തീർച്ചയാണ്.

അമ്മ ലളിതാന്റിയുമായി സംസാരിച്ചിട്ടില്ല! ഒരുപക്ഷേ സംസാരിക്കാൻ വാക്കുകൾ സ്വരൂപിച്ചെടുക്കുകയാകും. അല്ലെങ്കിൽ വീണ്ടും പ്രതീക്ഷയുടെ കച്ചിത്തുരുമ്പിൽ തൂങ്ങുകയാകും.

ഊണ് കഴിച്ചുകൊണ്ടിരുന്നപ്പോൾ അമ്മ പതിവുപോലെ വിശേഷങ്ങളുമായി അടുത്ത് വന്നിരുന്നില്ല. ഊണ് വിളമ്പിവച്ചിട്ട് ധൃതിയിലേതോ ജോലിയിൽ ഏർപ്പെട്ടിരിക്കുന്നതുകണ്ടു.

എല്ലാവരും അഭിനയിക്കുകയാണ്. മനസ്സ് മറ്റാരും കാണാതിരിക്കാൻ ഓരോ പ്രകടനങ്ങളിൽ മുഴുകുന്നു. ഊണു കഴിഞ്ഞ് കൈ കഴുകുമ്പോൾ പിന്നിൽ വന്ന് നിന്ന് അമ്മ ചോദിച്ചു.

"ശ്രീഹരീ. ഞാൻ ലളിതയുമായി സംസാരിച്ചിട്ടില്ല നിന്റെ തീരുമാനത്തിൽ മാറ്റമുണ്ടോ? ഒന്നുകൂടി ആലോചിച്ചുകൂടെ?"

"വേണ്ട അമ്മ! ആലോചിക്കാനൊന്നുമില്ല. എത്രയും വേഗം അമ്മ സംസാരിക്കണം. അവർ വെറുതെ പ്രതീക്ഷിച്ച് മുന്നോട്ട് നീങ്ങാൻ ഇടയാക്കേണ്ട."

അമ്മ തിരിഞ്ഞുനടന്നു. തനിക്കും അമ്മയ്ക്കും ഇടയിൽ ഒരു വൻമതിൽ ഉയർന്നുവന്നിരിക്കുന്നു. പരസ്പരം സംസാരിക്കാൻ വിഷയങ്ങൾ ഇല്ലാതായിരിക്കുന്നു. പഴയ ചിരിയും തമാശകളും ഊണു മുറിയിൽനിന്ന് അപ്രത്യക്ഷ്യമായത് എത്ര പെട്ടെന്നാണ്.

മുറിയിൽ പോയിരുന്ന് ലാപ്ടോപ്പ് തുറന്നു. ഗൂഗിൾ സെർച്ചിൽ അക്ഷരങ്ങൾ പോസ്റ്റ് ചെയ്തു. "എച്ച്.ഐ.വി പോസിറ്റീവ് പ്രോബ്ലംസ് സിംപ്റ്റംസ്."

സൈറ്റിൽ വലിയൊരു വിഭാഗത്തിന്റെ അനുഭവങ്ങൾ. വേദനകൾ.

ട്രീറ്റ്മെന്റിന്റെ ആകാംക്ഷയേക്കാൾ കൂടുതൽ അവരെ അക്ഷമരാക്കുന്നത് സമൂഹത്തിന്റെ പുറംതള്ളലാണ്. ആഗോള പ്രശ്നമായിരിക്കുന്ന ഒരു ദുരന്തരോഗത്തിന്റെ വഴിയിൽ താനും ഒരു യാത്രക്കാരൻ!

കുറച്ച് സമയം ചെറുതായി മയങ്ങിയതിനുശേഷം പതിവ് ഷട്ടിൽ കളിക്കുപകരം നടക്കാനിറങ്ങുകയാണ് ചെയ്തത്. തന്റെ ദുഃഖം ആരോടും പങ്കുവയ്ക്കാനാകാത്തതാണ്. എത്ര മൂടിവച്ചാലും ഇന്നല്ലെങ്കിൽ നാളെ സമൂഹം ഇതറിയാതിരിക്കില്ല. ആ ഓർമ്മപോലും മനസ്സിന് നടുക്കം ഉണ്ടാക്കുന്നു. ഒരു കുറ്റവാളിയെപോലെ ലോകത്തിനു മുമ്പിൽ തലകുനിച്ച് നിൽക്കുന്ന കാര്യം ആലോചിക്കാൻപോലും

കഴിയുന്നില്ല. താൻ മാത്രമല്ല. തന്റെ കുടുംബാംഗങ്ങൾ. അമ്മ. അച്ഛൻ. ബന്ധുക്കൾ! ഇവരെല്ലാം നിരവധി ചോദ്യങ്ങൾ നേരിടേണ്ടതായി വരും. ശരീരം തളരുന്നതുപോലെ തോന്നി. വീണ്ടും ഒറ്റപ്പെടലിന്റെ തീരങ്ങളിൽ മനസ്സ് അലയുന്നു.

തന്റെ മുമ്പിൽ കാലം നിശ്ചലമായി നിൽക്കുന്നു. എത്ര തിരഞ്ഞാലും ഹരിതാഭമായ ഒരു താഴ്‌വര തനിക്ക് കണ്ടെത്താനാവില്ല.

നടപ്പ് മതിയാക്കി തിരിച്ച് വീട്ടിലേക്ക് മടങ്ങി. മൊബൈലിൽ ഹോസ്പിറ്റലിൽനിന്ന് മൂന്ന് കോൾസ് വന്നിരിക്കുന്നു. ഫോൺ എടുക്കാതെയാണ് നടക്കാൻ ഇറങ്ങിയത്. മനസ്സിന്റെ നിയന്ത്രണം എവിടെ ഒക്കെയോ നഷ്ടപ്പെടുന്നുണ്ട്.

ഹോസ്പിറ്റലിലേക്ക് തിരിച്ചുവിളിച്ചു. രണ്ട് എമർജൻസി കേസുകൾ വന്നിരിക്കുന്നു. ഉടനെ ഹോസ്പിറ്റലിൽ എത്തണം.

പെട്ടെന്ന് തയ്യാറായി.

ക്യാഷ്വാലിറ്റി വാർഡും പരിസരവും ബന്ധുക്കളെക്കൊണ്ട് നിറഞ്ഞിരിക്കുകയാണ്. കഠിനമായ പനിയോടുകൂടി ഒരു മൂന്നു വയസ്സുകാരൻ ഏതാണ്ട് അബോധാവസ്ഥയിൽ കിടക്കുന്നു. ഇടയ്ക്കിടെ ഞരങ്ങുകയും മൂളുകയും ചെയ്യുന്നുണ്ട്.

കുട്ടിക്ക് മരുന്നും ഇഞ്ചക്ഷനും നൽകി ടെമ്പറേച്ചർ താഴുന്നത് കണ്ടിട്ടാണ് വീട്ടിലേക്ക് മടങ്ങിയത്. പതിനഞ്ചു വർഷങ്ങൾക്കുശേഷം വരദാനം പോലെ ലഭിച്ച നിധിയാണ് അവൻ. മെഡിക്കൽ ടേംസിൽ പറഞ്ഞാൽ 'ദ പ്രഷ്യസ് ബേബി'. അവനേക്കാളും തളർന്നുപോയത് അവന്റെ അമ്മ ആയിരുന്നു.

രണ്ടാമത്തെ കേസ് അത്ര സിരിയസ് അല്ല. എല്ലാ ആഴ്ചയിലും സുഖമില്ല എന്നു പറഞ്ഞ് നിർബന്ധിച്ച് അഡ്മിറ്റഡാക്കുന്ന ഒരു അമ്പതുകാരൻ. വർഷങ്ങളോളം വിദേശത്തായിരുന്നു. കടമകളും കടപ്പാടുകളുമെല്ലാം തീർത്തും ഇപ്പോൾ ഒറ്റപ്പെട്ടുകഴിയുന്നു.

മുറികൾ ഒന്നും ഒഴിവുണ്ടായിരുന്നില്ല. തൽക്കാലം ഡ്രിപ്പ് കൊടുത്തു കിടത്തി. രണ്ടു മണിക്കൂർ കഴിഞ്ഞ് മടങ്ങിപോയി. നാളെ വരാൻ പറഞ്ഞത് മനസില്ലാമനസ്സോടെയാണ് അയാൾ അനുസരിച്ചത്.

വീട്ടിലെത്തി കുളികഴിഞ്ഞ് അന്നത്തെ ന്യൂസ് പേപ്പറുമായി ബഡിൽ കിടന്നുകൊണ്ട് മൊബൈൽ സൈലന്റ് മോഡിൽ നിന്ന് മാറ്റി.

ആരുടെയൊക്കെയോ മിസ്ഡ് കോൾസ് ഉണ്ട്. പരിചിതമായ ഒരു നമ്പറിൽനിന്നും ഒരു മെസേജ്! വന്നിട്ട് അഞ്ചുമിനിറ്റേ ആയിട്ടുള്ളൂ.

"ഐ വാണ്ട് ടു മീറ്റ് യു വെരി അർജന്റ്. പ്ലീസ് കോൾ. ലക്ഷ്മി!"

അമ്മ ലളിതാന്റിയുമായി സംസാരിച്ചിരിക്കുന്നു! അവർ ലക്ഷ്മിയെ വിവരം അറിയിച്ചിരിക്കുന്നു!

ലക്ഷ്മിയെ വിളിച്ചില്ല. പകരം മെസേജ് ചെയ്തു.

"യെസ്. വി ക്യാൻ മീറ്റ് ടുമാറോ. പ്ലീസ് കാൾ ആഫ്റ്റർ ടു."

രാവിലെ മെഡിക്കൽ കോളേജിൽപോയി ഡോക്ടർ മാത്യു വർഗീസിനെ കണ്ടു. ടെസ്റ്റുകളുടെ റിസൾട്ട് നിവർത്തിവച്ച് ഇമ്യൂണിറ്റി റേറ്റിങ്ങും വൈറസിന്റെ പ്രോഗ്രസീവ്നസും വളരെ വിശദമായി സംസാരിച്ചു.

ഇതൊരു മൂന്നാം ജന്മമാണ്!

അതിരുകളില്ലാത്ത സന്തോഷത്തിന്റെ നാളുകളിലൂടെ ആയിരുന്നു ആദ്യജന്മം കടന്നു പോയത്.

വീണയുടെ വേർപാടോടെയാണ് ആ ജന്മം അവസാനിച്ചത്. വർഷങ്ങൾക്കുശേഷം ലക്ഷ്മിദേവിയെ കാണുമ്പോൾ അതൊരു പുനർജനി ആയിരുന്നു. ജന്മമോഹങ്ങൾ അവിടെ കൊണ്ടും അവസാനിക്കുന്നില്ല. വീണ്ടും ഇതാ മറ്റൊരു ജന്മം കൂടി കടന്നുവന്നിരിക്കുന്നു. അന്തഃകരണ ശുദ്ധി നേടിയാണ് ഓരോ ജന്മവും താൻ അനുഭവിക്കുന്നത്. അവ അദൃശ്യമായ ചങ്ങലകൊണ്ട് ബന്ധിച്ചിരിക്കുന്നു. കഴിഞ്ഞുപോകുന്ന ജന്മങ്ങൾ സൃഷ്ടിക്കുന്ന അനുഭവങ്ങളും പേറിയാണ് അടുത്തതിലേക്ക് പ്രവേശിക്കുന്നത്.

നാളെ ട്രീറ്റ്മെന്റ് തുടങ്ങുന്നു. സിഡി കൗണ്ട് വിശദമായി നോക്കിയിരുന്നു. ആന്റിറിട്രോ വൈറൽ മരുന്നുകൾ കഴിക്കാൻ തുടങ്ങണം. മരുന്നുകൾക്ക് പാർശ്വഫലങ്ങൾ ഉണ്ടാകുക സ്വാഭാവികമാണ്. അതിനെ അതിജീവിക്കണം. മുൻകരുതലുകളുടെ ഒരു നീണ്ട ലിസ്റ്റുതന്നെ മുൻപിലുണ്ട്. അവ പാലിച്ചാൽ ജീവിതം നീട്ടികിട്ടും. നീട്ടാം! അത്രയേ പറയുന്നുള്ളൂ. രക്ഷപ്പെടുക അസാദ്ധ്യം!

ഉച്ചയ്ക്ക് കൃത്യം രണ്ടുമണി കഴിഞ്ഞ് അഞ്ചു മിനിട്ടായപ്പോൾ ലക്ഷ്മിദേവിയുടെ കോൾ വന്നു. ഇങ്ങോട്ട് ആവശ്യപ്പെടുന്നതിനു മുൻപ്തന്നെ പറഞ്ഞു.

"എനിക്ക് വളരെ കോൺഫിഡൻഷ്യലായ ഒരു കാര്യം പറയാനുണ്ട്. വിരോധമില്ലെങ്കിൽ വൈകുന്നേരം നാലുമണിക്ക് വീട്ടിൽ വരൂ! ഐ വിൽ വെയ്റ്റ് ഫോർ യു!"

"വരാം. തീർച്ചയായും വരാം."

ബ്ലഡ് ടെസ്റ്റിന്റെ റിസൾട്ട് കിട്ടിയതിനുശേഷമുള്ള ഉറക്കംവരാത്ത രാത്രികളിലെപ്പോഴോ ആണ് തീരുമാനമെടുത്തത്. ലക്ഷ്മിദേവിയോട് മാത്രം സത്യം തുറന്നു പറയുക!

അങ്ങനെ ഒരു തീരുമാനമെടുക്കാൻ തന്നെ പ്രേരിപ്പിച്ചതെന്താണെന്ന് തനിക്കുപോലും വ്യക്തതയില്ല. ഒരുപക്ഷേ ആദ്യമായി മനസ്സു തുറന്നപ്പോൾ കാണിച്ച പക്വതയും കുലീനതയും കൊണ്ടാവാം. താൻ പറയുന്ന കാര്യം ലക്ഷ്മിദേവി ക്ഷമയോടെ കേൾക്കുകയും മനസ്സിലാക്കുകയും ചെയ്യുമെന്നൊരു വിശ്വാസമുണ്ട്.

അത്യാസന്ന നിലയിൽ കിടക്കുന്ന ഒരു അകന്ന ബന്ധുവിനെ സന്ദർശിക്കാൻ അമ്മ നാലുമണിക്ക് പോകുമെന്ന് പറഞ്ഞിരുന്നു. വീട്ടിൽ മറ്റാരും ഇല്ല. രണ്ടുപേർക്കും സ്വസ്ഥമായി സംസാരിക്കാം.

കാരമുള്ളുകൾ മാത്രം പ്രതീക്ഷിക്കാൻ വകയുള്ളൊരു ജീവിതത്തിനെ കൂട്ടുപിടിക്കാതിരിക്കാനുള്ള ബുദ്ധിയും തിരിച്ചറിവും അവൾക്കുണ്ട്. നല്ല സുഹൃത്തുക്കളായി രണ്ടുപേർക്കും പിരിയാം.

തീരുമാനങ്ങൾ പരസ്പരം കൈമാറാം. പക്ഷേ നാലര ആയിട്ടും ലക്ഷ്മിദേവി വരാതിരുന്നപ്പോൾ അൽപ്പം നിരാശ തോന്നാതിരുന്നില്ല. വരില്ലെങ്കിൽ ഒന്ന് വിളിച്ച് പറയാമായിരുന്നില്ലേ എന്ന് തോന്നുകയും ചെയ്തു. പെട്ടെന്നാണ് ഓർമ്മ വന്നത്. താൻ ഫോൺ സ്വിച്ച് ഓഫ് ചെയ്തിരുന്നു! ഫോൺ ഓൺ ചെയ്ത് മെസ്സേജുകൾ നോക്കിയിരുന്നപ്പോൾ ലക്ഷ്മിദേവിയുടെ കാറ് ഗയിറ്റ് കടന്നു വരുന്നതുകണ്ടു. ക്ഷമാപണവുമായിട്ടാണ് അകത്തേക്ക് കയറിയത്.

'റോഡ് ബ്ലോക്കായിരുന്നു. ഒരു ആക്സിഡന്റ്. ഞാൻ ഫോൺ ചെയ്തിരുന്നു രണ്ടുപ്രാവശ്യം. സ്വിച്ച് ഓഫ് എന്നായിരുന്നു റെസ്പോൺസ്."

ശ്രീഹരി ചിരിച്ചുകൊണ്ട് പറഞ്ഞു.

"നോ പ്രോബ്ലം. ഇരിക്കൂ!"

ലക്ഷ്മിദേവിയുടെ മുഖത്ത് ആകാംക്ഷ ഉണ്ടായിരുന്നു. ഒപ്പം നിർവ്വചിക്കാനാവാത്ത മറ്റനേകം ഭാവങ്ങളും. എന്നിട്ടും സംസാരം തുടങ്ങിവച്ചത് ലക്ഷ്മിദേവിയാണ്.

"പെട്ടെന്നുണ്ടായ ഒരു മനംമാറ്റത്തിന്റെ കാരണമറിയാനാണ് ഞാൻ വിളിച്ചത്. നമ്മൾ പരസ്പരം കാര്യങ്ങൾ സംസാരിച്ച് ധാരണയിലെത്തിയിരുന്നു ഇഫ് യു റിമംബർ!"

സംസാരിക്കാൻ കിട്ടിയ പഴുതിലൂടെ കടന്നുകൊണ്ട് ശ്രീഹരി പറഞ്ഞു.

"ശരിയാണ്. അന്നു പറഞ്ഞ കാര്യങ്ങളിൽ എന്റെ മനസ്സിന് യാതൊരു ചാഞ്ചല്യവും സംഭവിച്ചിട്ടില്ല. ലക്ഷ്മി ഇപ്പോഴും എന്റെ മനസ്സിൽ ഉണ്ട്. പക്ഷേ പെട്ടെന്ന് ജീവിതത്തിന് ചില മാറ്റങ്ങൾ ഉൾക്കൊള്ളേണ്ടതായി വന്നു. നമ്മൾ സംസാരിച്ചുപിരിഞ്ഞതിനുശേഷമാണ് അത് സംഭവിച്ചത്."

എന്താണതെന്ന് ചോദ്യവുമായി ലക്ഷ്മിദേവിയുടെ പുരികക്കൊടികൾ മുകളിലേക്ക് ഉയർന്നു. മുഖത്തെ ആകാംക്ഷ മറക്കാനായി നോട്ടം ഷോകേസിലെ കൗതുകവസ്തുക്കളിലേയ്ക്ക് പാറി വീണു. വീണ്ടും മുഖത്തേക്കു തന്നെ നോക്കിക്കൊണ്ട് ചോദിച്ചു.

"എന്താണത്? എന്തായാലും പറയൂ പ്ലീസ്!"

വീണയുടെ അച്ഛൻ തന്റെ മകൾ എച്ച്.ഐ.വി പോസിറ്റീവ് രോഗിയാണെന്ന് വെളിപ്പെടുത്തിയ രംഗമാണ് പെട്ടെന്ന് മനസ്സിലോടിയെത്തിയത്. അദ്ദേഹം വല്ലാതെ കിതച്ചിരുന്നു. മുഖം വിളറിയിരുന്നു. താനും അതേ അവസ്ഥയിലാകുമോ എന്ന് സംശയം തോന്നുന്നു.

ഇല്ല! തനിക്ക് നിസ്സംഗതയുടെ ആവരണം അണിയാൻ സാധിക്കുന്നു. അതിന്റെ സുരക്ഷിതത്വത്തിലാണ് താൻ.

"വീണയുടെ രോഗത്തെക്കുറിച്ച് ഞാൻ പറഞ്ഞിരുന്നു. ഓർമ്മയുണ്ടല്ലോ. ഓർമ്മകൾ മാത്രമല്ല ശരീരത്തിന്റെ കണികകളിലേതോ ചിലതുകൂടി എനിക്ക് സമ്മാനിച്ചിട്ടാണ് അവൾ പോയത്. ഞാനതറിഞ്ഞിട്ട് ദിവസങ്ങളേ ആയിട്ടുള്ളൂ. ബ്ലഡ് ടെസ്റ്റിന്റെ റിപ്പോർട്ട് കിട്ടിയത് ശനിയാഴ്ചയാണ്."

അസ്വാഭാവികത ഒട്ടും ഇല്ലാതെയാണ് അത്രയും പറഞ്ഞത്.

ലക്ഷ്മിദേവി പെട്ടെന്ന് എഴുന്നേറ്റു. മുഖം രക്തമയമില്ലാതെ വിളറിയിരിക്കുന്നു.

എഴുന്നേറ്റ് അടുത്തുചെന്ന് ലക്ഷ്മിദേവിയുടെ വലത് കൈവിരലുകൾ സ്വന്തം കൈ വെള്ളയിൽ അമർത്തിപിടിച്ചുകൊണ്ട് ശ്രീഹരി പറഞ്ഞു.

"പ്ലീസ്! വിശ്വസിക്കൂ! നമ്മൾ അന്ന് സംസാരിക്കുമ്പോൾ ഈ ഡവലപ്പ്മെൻസ് ഉണ്ടായിരുന്നില്ല. കഴിഞ്ഞ ഒരാഴ്ച ഇത് സംസാരിക്കാനുള്ള മാനസിക തയ്യാറെടുപ്പിലായിരുന്നു ഞാൻ. ലക്ഷ്മിയോടാണ് ഞാൻ ആദ്യമായി ഇത് പറയുന്നത്. ആരും ഇതറിഞ്ഞില്ല."

"ട്രീറ്റ്മെന്റ്?" വളരെ പതിഞ്ഞ ശബ്ദത്തിലാണ് ലക്ഷ്മിദേവി സംസാരിച്ചത്.

"തുടങ്ങിക്കഴിഞ്ഞു. ജസ്റ്റ് സ്റ്റാർട്ടഡ്! ആന്റി റിട്രോ വൈറൽ ഡ്രഗ്സ്! എ കോമ്പിനേഷൻ ഓഫ് ഡ്രഗ്സ്. ആദ്യം ഞാൻ മനസ്സിനെ മെരുക്കി എടുത്തു. പൂർണ്ണമായും എന്നു പറയാറായിട്ടില്ല. ഇനിയും ശരീരത്തിനെ മെരുക്കണം."

ഒന്നും പറയാതെ ലക്ഷ്മി വീണ്ടും മുഖത്തേക്ക് നോക്കി. വിരലുകൾ സ്വതന്ത്രമായി വിടാൻ തുടങ്ങിയപ്പോൾ ലക്ഷ്മി ശ്രീഹരിയുടെ കൈവെള്ളയിൽ തന്റെ കൈ അമർത്തിപിടിച്ചു.

ശ്രീഹരി പറഞ്ഞു.

“നമുക്ക് നല്ല സുഹൃത്തുക്കളായി പിരിയാം. ചിലർക്ക് ഓരോ നിയോഗങ്ങളുണ്ട്. അത് അനുസരിക്കാതിരിക്കാൻ നമുക്ക് കഴിയില്ല.”

അറിയാതെ ശബ്ദം ഇടറിപോയി.

“ഒരു റിക്വസ്റ്റ് മാത്രമുണ്ടെനിക്ക്! വിരോധമില്ലെങ്കിൽ വീട്ടുകാരോട് പറയാൻ നമുക്ക് മറ്റെന്തെങ്കിലും കാരണം കണ്ടുപിടിക്കാം. എല്ലാവരും അറിയുമ്പോൾ എങ്ങനെ അവരെ നേരിടും എന്ന കാര്യത്തിൽ എനിക്ക് കുറച്ചുകൂടി തയ്യാറെടുപ്പ് വേണം. അതുവരെ...”

ലക്ഷ്മിദേവി വീണ്ടും ശ്രീഹരിയുടെ കൈയിൽ മുറുകെപ്പിടിച്ചു. പൂവിന്റെ ഇതളുകൾ മാറ്റുന്നതുപോലെ ആ വിരലുകൾ സാവധാനം ശ്രീഹരി തന്റെ കൈയിൽനിന്നും അടർത്തിമാറ്റാൻ ശ്രമിച്ചു.

പക്ഷേ കൂടുതൽ ദൃഢതയോടെ അവ തന്റെ വിരലുകളിൽ അമരുന്നത് ശ്രീഹരി തിരിച്ചറിഞ്ഞു.

പത്തൊമ്പത്

മോഹങ്ങൾക്ക് ആദിയോ അന്തമോ ഇല്ല. ശോകമൂകതകളില്ല. നാളെ എന്താണുണ്ടാകുന്നതെന്ന് നിശ്ചയമില്ലാത്ത അവസ്ഥയിൽപോലും അവ വസന്തകാലത്തിലെന്നപോലെ വിടർന്ന് പ്രഫുല്ലമാകുന്നു.

ലക്ഷ്മിദേവിയുടെ കാര്യത്തിലും തന്റെ മനസ്സിന് സംഭവിക്കുന്നത് അതുതന്നെയാണെന്ന് ശ്രീഹരി ഓർത്തു.

ഒരിക്കലും മുക്തിയുണ്ടാവില്ലെന്ന് അറിഞ്ഞിട്ടും ലക്ഷ്മിദേവി കൂടെ വരാൻ ആഗ്രഹിക്കുന്നു! അല്ല. തീരുമാനമെടുക്കുന്നു!

കാലത്രയങ്ങളിലൂടെ കടന്നുപോകുന്ന ജീവിതം വളരെ ചെറുതാണെന്ന് അറിഞ്ഞിട്ടും തന്റെ മോഹങ്ങൾ ആ തിരിച്ചറിവിൽ ചിറകുകൾ വിരിക്കുന്നു.

ജ്ഞാനേന്ദ്രിയങ്ങൾ അഞ്ചും നിശ്ശബ്ദത പ്രാപിക്കുന്ന ഒരവസ്ഥയാണിത്. ഇന്നലെ കൈകളിൽനിന്ന് പിടിവിടാതെ ബലമായി പിടിച്ചുകൊണ്ട് ലക്ഷ്മിദേവി പറഞ്ഞു.

"പ്ലീസ്. ഇവിടെ ഒന്നും അവസാനിപ്പിക്കരുത്. നമുക്ക് സംസാരിക്കണം."

'ഇല്ല. ഒരു പുനർചിന്തനത്തിന് ഒരു സാദ്ധ്യതയും ഇല്ലാതിരിക്കെ ഇനി എന്തിന് സംസാരിക്കണം?"

തന്റെ ശബ്ദത്തിലെ നിരാശ തന്നെത്തന്നെ അദ്ഭുതപ്പെടുത്തി. ജീവിതം കൈവിട്ടുപോകുകയാണ്. എങ്ങനെ ചിന്തിച്ചാലും ഉത്തരം ഒരു ബിന്ദുവിൽതന്നെ എത്തുന്നു.

"എന്തുകൊണ്ട് പുനർചിന്തനത്തിന് സാദ്ധ്യത ഇല്ല?"

ലക്ഷ്മിദേവി ചോദിച്ചു. ആ കണ്ണുകളെ നേരിടാനാവാതെ തലകുനിച്ചുകൊണ്ടാണ് മറുപടി പറഞ്ഞത്.

"എച്ച്.ഐ.വിയെക്കുറിച്ച് അറിയാത്തതുകൊണ്ടാണ് അങ്ങനെ പറയുന്നത്. ഒരിക്കലും രോഗത്തിൽനിന്നും രക്ഷപ്പെടാനാവില്ല. ട്രീറ്റ്മെന്റ് നടത്താം എന്നേയുള്ളൂ."

പെട്ടെന്ന് ലക്ഷ്മിദേവി പറഞ്ഞു.

“രോഗത്തിന്റെ കാര്യമല്ല ഞാൻ പറഞ്ഞത്. എടുത്ത തീരുമാനത്തിന്റെ പുനർചിന്തനമാണ് ഉദ്ദേശിച്ചത്!”

മുഖമുയർത്തി ചോദ്യഭാവത്തിൽ നോക്കിയപ്പോൾ ലക്ഷ്മിദേവി വീണ്ടും പറഞ്ഞു.

‘ആ മനസ്സ് എനിക്കറിയാം. എന്നെ ഇഷ്ടമാണ്. ആ കണ്ണുകളിൽ ഞാനത് വായിച്ചിട്ടുണ്ട്. നമുക്ക് സംസാരിക്കണം. തീരുമാനം നമുക്കൊന്നിച്ചെടുക്കാം. ഇപ്പോൾ ഞാൻ പോകട്ടെ?”

കൈ കൈയിൽനിന്നും എടുത്തുമാറ്റി ലക്ഷ്മിദേവി ഒരു നിമിഷം നിന്നു. വീണ്ടും വിരലുകളിൽ പിടിച്ചമർത്തിക്കൊണ്ട് പറഞ്ഞു.

“ഒറ്റയ്ക്കു യാത്രചെയ്യാൻ ഞാനനുവദിക്കില്ല. ഞാനും ഒപ്പമുണ്ടാകും. ഞാൻ വിളിക്കും.”

കേട്ടത് വിശ്വസിക്കാനാവാതെ തരിച്ചുനിന്നപ്പോൾ ലക്ഷ്മിദേവി കയറിയ കാറിന്റെ ഡോർ അടഞ്ഞ് സ്റ്റാർട്ട് ചെയ്യുന്ന ശബ്ദം കേട്ടു.

മനസ്സ് ഒന്ന് തുള്ളി തുളുമ്പി. ഒരായിരം ലോഹക്കഷണങ്ങളുടെ ശക്തി ഉണ്ടായിരുന്നു ആ വിരലുകൾക്ക്. നിശ്ചയദാർഢ്യത്തിന്റെ അളക്കാനാവാത്ത കരുത്തുണ്ടായിരുന്നു ആ വാക്കുകൾക്ക്. പെട്ടെന്ന് വീണയെ ഓർത്തു. നിരാലംബയായി കനിവുതേടി വീണ ഇതുപോലെ തന്റെ കൈകളിൽ മുറുകെ പിടിച്ചിരുന്നു. താൻ ആ വിരലുകൾ ബലമായി പിടിച്ചുമാറ്റി പുറത്തിറങ്ങുകയായിരുന്നു. ഇന്ന് ലക്ഷ്മിദേവി പിടിവിടാൻ കൂട്ടാക്കാതെ തന്റെ വിരലുകൾ അമർത്തിപിടിച്ചിരിക്കുന്നു. അന്ന് വീണയുടെ കൈകൾ ഇതുപോലെ ചേർത്തുപിടിക്കാനുള്ള ഉൾക്കരുത്ത് തനിക്കുണ്ടായിരുന്നില്ല.

ഇന്നലെ ചിന്തിച്ചതു മുഴുവനും ലക്ഷ്മിദേവിയുടെ തീരുമാനത്തെക്കുറിച്ചായിരുന്നു. എല്ലാ നിഷേധങ്ങളേയും പിൻപിലേക്ക് തള്ളിക്കൊണ്ട് മനസ്സിൽ സന്തോഷത്തിന്റെ അലകൾ ഉയർന്നിരുന്നു.

പക്ഷേ ഇന്ന് വീണ്ടും അരുത് എന്ന ചിന്ത മനസ്സിനെ അലട്ടുകയാണ്. ഭവിഷ്യത്തുകളെക്കുറിച്ച് ചിന്തിക്കാതെ വീണ്ടും തെറ്റിലേക്ക് കൂപ്പ് കുത്തി വീഴുകയാണ് താൻ ചെയ്യുന്നത്. അതനുവദിച്ചുകൂടാ. ഇപ്പോഴെടുത്തിരിക്കുന്ന തീരുമാനത്തിൽനിന്ന് ലക്ഷ്മിദേവിയെ പിൻതിരിപ്പിക്കണം. തന്റെ സന്തോഷം തികച്ചും സ്വാർത്ഥതയാണ്. സൈലന്റിൽ വച്ചിരിക്കുന്ന മൊബൈൽ എടുത്തുനോക്കി.

ലക്ഷ്മിദേവി രണ്ടുപ്രാവശ്യം വിളിച്ചിരിക്കുന്നു. പിന്നെ യോഗേഷ്. പരിചയമില്ലാത്ത മറ്റൊരു നമ്പർ. വീട്ടിൽനിന്ന് പതിവില്ലാതെ അമ്മയും വിളിച്ചിരിക്കുന്നു.

അമ്മയോട് ഒന്നും പറയാൻ കഴിയുന്നില്ല. പക്ഷേ പറയാതെ വയ്യ. അമ്മ അറിയണം. അറിയുമ്പോൾ തളർന്നുപോയേക്കാം. പൊട്ടിക്കരഞ്ഞേക്കാം. പക്ഷേ തന്നെ വെറുക്കില്ല. വീണ്ടും മൊബൈൽ ശബ്ദിച്ചു. യോഗേഷാണ്.

"ഹലോ. ശ്രീഹരീ? ഹൗ ആർ യൂ. താനെന്താ ഫോണെടുക്കാത്തത്? ഞാൻ പലപ്രാവശ്യം ട്രൈ ചെയ്തു?"

"സോറി. ലിറ്റിൽ ബിസി."

"എന്ത് ബിസി? എൻഗേജ്മെന്റ് ഡേറ്റ് ഫിക്സ് ചെയ്തോ?"

ഒരു പൊട്ടിച്ചിരിയോടെ യോഗേഷ് വീണ്ടും പറഞ്ഞു.

"നേരത്തേ വിവരം പറയണേ! കാലേക്കൂട്ടി വരാനുള്ളതാ..."

"ഇല്ല. ഫിക്സ് ചെയ്തില്ല. കുറച്ച് താമസമുണ്ട്. ഞാൻ വിളിക്കാം."

പെട്ടെന്ന് യോഗേഷ് നിശ്ശബ്ദനായി.

"ഒ.കെ. ശ്രീഹരീ. ഈ ഞായറാഴ്ച കാണാൻ നോക്കാം. ഞാനും വിളിക്കാം."

പതിവില്ലാതെ യോഗേഷിൽനിന്ന് രക്ഷപ്പെടാനാണ് തോന്നുന്നത്. എല്ലാവരിൽനിന്നും രക്ഷപ്പെടാനാണ് മനസ്സ് വെമ്പുന്നത്. ഏതെങ്കിലും ഒരു വിദൂരഗ്രാമത്തിൽ ഒറ്റപ്പെട്ട് കഴിയണം. അതിന്റെ മുന്നൊരുക്കമാണ് ഇനി തുടങ്ങേണ്ടത്. ചോദ്യങ്ങളെ നേരിടാൻ താൻ അശക്തനാണ്. എല്ലാവർക്കും എല്ലാ ഉത്തരങ്ങളും മനസ്സിലായിക്കൊള്ളണമെന്നില്ല. അപ്പോൾ അവർ സ്വയം ഉത്തരങ്ങൾ കണ്ടുപിടിക്കും. അത് പലപ്പോഴും അസത്യങ്ങളാകും. വേദനാജനകമാവും. ഒരു രക്ഷപ്പെടലാണ് വേണ്ടത്.

ഹോസ്പിറ്റലിൽനിന്ന് വീട്ടിലെത്ത് ഊണുകഴിച്ച് മുകളിലെ നിലയിലുള്ള മുറിയിലേക്ക് പോകാൻ തുടങ്ങിയപ്പോൾ മുറ്റത്ത് ഒരു കാർ വന്നു നിൽക്കുന്ന ശബ്ദം കേട്ടു.

യോഗേഷായിരിക്കുമോ? തന്റെ ശബ്ദത്തിലെ അസ്വസ്ഥത ഫോണിൽ കൂടി തിരിച്ചറിഞ്ഞിട്ടുണ്ടാകണം യോഗേഷ്. തിരക്കിട്ട് എത്തിയതാകുമോ? ആകാംക്ഷയോടെയാണ് പുറത്തേക്ക് നോക്കിയത്.

കാറിൽനിന്ന് ലക്ഷ്മിദേവി ഇറങ്ങുന്നു. വെള്ള സാരിയും ബ്ലൗസും അണിഞ്ഞ് വിടർന്ന മന്ദാരപൂവ്പോലെ!

കാത്തുനിൽക്കാതെ നേരെ മുറിയിലേക്ക് പോയി. മുറിയോട് ചേർന്നുള്ള ബാൽക്കണിയിൽ ഒരു പുസ്തകവുമായി ഇരുന്നു. ട്രീറ്റുമെന്റ് തുടങ്ങികഴിഞ്ഞതിൽപിന്നെ എല്ലാ ദിവസവും ഇതുതന്നെയാണ് പതിവ്. മൂന്നുമണി മുതൽ പുസ്തകം വായനയും ചെറിയൊരു മയക്കവുമായി വിശ്രമിക്കുന്നു. വൈകുന്നേരം വീണ്ടും ഹോസ്പിറ്റലിൽ ഒരെത്തിനോട്ടം.

രാത്രിയിൽ സുഖമായി ഉറക്കം. എ.ആർ.ടി ചെയ്യുമ്പോൾ ആരോഗ്യം ശ്രദ്ധിക്കേണ്ടത് അത്യാവശ്യമാണ്.

ഉദരത്തിലാണ് ടി സെല്ലുകൾ ഏറ്റവും കൂടുതൽ കാണപ്പെടുന്നത്. ഇവയെയാണ് വൈറസ് ആക്രമിക്കുന്നത്. അതുകൊണ്ട് മരുന്നിനോ ടൊപ്പം തന്നെ പ്രധാനമാണ് ഭക്ഷണക്രമവും.

ശരീരത്തിന്റെ പ്രതിരോധശക്തിയെയാണ് രോഗം കീഴ്പ്പെടുത്തുന്നത്. ഓരോ എച്ച്.ഐ.വി രോഗിയുടേയും ശരീരത്തിനുള്ളിൽ വൈറസും പ്രതി രോധശക്തിയും തമ്മിൽ നിരന്തരമായി യുദ്ധം നടന്നുകൊണ്ടിരിക്കുന്നു.

യുദ്ധം ചെയ്യാൻ ശരീരത്തിന് ബലം വേണം. ശത്രു അതിശക്തിമാ നാണ്!

ഇവിടെയും പ്രശ്നങ്ങളുണ്ട്.

ശരീരഭാരം കുറയാതെ നോക്കണം. മറ്റ് നിസ്സാര രോഗങ്ങളുടെപോലും അണുബാധ ഉണ്ടാകാതെ ശ്രദ്ധിക്കണം. ഓരോ അണുബാധയും പ്രതി രോധശക്തിക്ക് കൂടുതൽ ജോലി നൽകുകയാണ്.

പാൽ കഴിക്കണം. മുട്ട, മത്സ്യം ഇവയെല്ലാം കഴിക്കണം. പഴവർഗ്ഗ ങ്ങളും പച്ചക്കറികളും ധാന്യങ്ങളും ആഹാരത്തിൽ ഉൾപ്പെടുത്തണം. തേൻ ഒഴിവാക്കരുത്. ഭക്ഷണത്തിന്റെ ഇടവേളകൾ കുറയ്ക്കണം. ധാരാളം വെള്ളം കുടിക്കണം. ആരോഗ്യം സംരക്ഷിക്കേണ്ടതിനെക്കുറിച്ച് ഒരു നീണ്ട ലിസ്റ്റ്തന്നെ മുൻപിലുണ്ട്. ഇവിടെയാണ് പ്രശ്നങ്ങൾ ഉടലെടു ക്കുന്നത്.

ആഹാരത്തിന്റെ രുചി കുറയുന്നു! വിശപ്പ് ഇല്ലാതാകുന്നു! ഭക്ഷണ ത്തോട് താത്പര്യമില്ലാതാകുന്നു!

“ഹലോ.” ശബ്ദംകേട്ട് തിരിഞ്ഞുനോക്കി. തൊട്ടുപുറകിൽ ലക്ഷ്മി ദേവി!

പ്രയാസപ്പെട്ട് വരുത്തിക്കൂട്ടിയ പ്രസന്നഭാവത്തോടെ പറഞ്ഞു.

“വരൂ. ഇരിക്കൂ. ഞാൻ വിളിക്കണമെന്ന് കരുതി ഇരിക്കുകയായിരുന്നു.”

“പക്ഷേ ഞാൻ രണ്ടുപ്രാവശ്യം വിളിച്ചിരുന്നു.”

“വ്യക്തമായി കാര്യങ്ങൾ മനസ്സിലാക്കി തീരുമാനം മാറ്റണമെന്ന് പറ യാനാണ് ഞാൻ വിളിക്കാൻ ഉദ്ദേശിച്ചത്.”

മനസ്സിനെ ആരും കാണാതെ ഇരിക്കാൻ ആവരണം ഇട്ട് സംസാരിക്കു മ്പോൾ ശബ്ദത്തിന് പതർച്ച അനുഭവപ്പെടും. തന്റെ ശബ്ദവും പതറു ന്നല്ലോ എന്ന് ശ്രീഹരി ഓർത്തു.

“ഞാനും അതുപറയാൻ തന്നെയാണ് വിളിച്ചത്?”

“എന്താ?”

ശബ്ദത്തിലെ ഉത്കണ്ഠ മറച്ചുപിടിച്ചാണ് അങ്ങനെ ചോദിച്ചത്.

ലക്ഷ്മിദേവി ചിരിച്ചു. കസേര ഒന്നുകൂടി അടുത്തേക്ക് വലിച്ചിട്ടു കൊണ്ട് പറഞ്ഞു.

"എന്റെ തീരുമാനത്തിനു മാറ്റമില്ലെന്ന് അറിയിക്കാൻ!"

മനസ്സിൽ വീണ്ടും കുറ്റബോധം തലപൊക്കി.

"നോ, അതുശരിയല്ല. ഞാൻ തുറന്നു പറയാം."

ഇപ്രാവശ്യം ശബ്ദത്തിന് പതർച്ച ഉണ്ടായിരുന്നില്ല

"ശ്രദ്ധിച്ച് കേൾക്കൂ! ഒരു സാധാരണ മാരീഡ് ലൈഫ് നമുക്ക് അസാധ്യമാകും. ലക്ഷ്മിക്കും രോഗം പകരാം. കുട്ടികൾ ഉണ്ടാകാൻ പാടില്ല. ഉണ്ടായാൽ അവർ പോസിറ്റീവ് ആകാൻ സാധ്യതയുണ്ട്. അങ്ങനെ പലതും. ഇവയ്ക്കൊന്നും ജീവിതത്തിൽ സ്ഥാനമില്ലേ? തീർച്ച യായും ഉണ്ട്. ഇപ്പോൾ ഇത് സുഖകരമായൊരു ത്യാഗം ആയി തോന്നാം. പക്ഷേ നാളെ അരോചകമായി തോന്നാം. അപ്പോൾ തിരിച്ചുനടക്കാ നാവില്ല."

ഒറ്റ ശ്വാസത്തിലാണ് പറഞ്ഞുതീർത്തത്. നേരിയ കിതപ്പ് തോന്നി. ഒരു നിമിഷത്തെ നിശ്ശബ്ദതയ്ക്കു ശേഷം ലക്ഷ്മിദേവി പറഞ്ഞു.

"ഇല്ല. അങ്ങനെയൊരു പശ്ചാത്താപം ഉണ്ടാവില്ലെന്ന ഉറച്ച വിശ്വാസ മാണ് എന്നെ ഇവിടെ നിർത്തുന്നത്. മാത്രമല്ല ഇതൊരു ത്യാഗമായിട്ട് ഞാൻ കരുതുന്നില്ല. എനിക്ക് ഒരാളെ ഇഷ്ടമായി. ആ ആളിന് എന്നേയും. അതിനപ്പുറം ഞാൻ മറ്റൊന്നും ചിന്തിക്കുന്നില്ല."

"പക്ഷേ ആ ആൾ ഒരു മാറാരോഗിയാണെന്ന തിരിച്ചറിവ് വേണ്ടെന്ന് വയ്ക്കാനാകുമോ?"

"നിഷേധാത്മകമല്ല എന്റെ നിലപാട്. സത്യത്തെ അംഗീകരിച്ചുകൊണ്ട് എങ്ങനെ മുന്നോട്ട് പോകാമെന്ന് ആലോചിക്കാനാണ് എനിക്ക് താത്പര്യം."

ലക്ഷ്മിദേവി ദൃഢസ്വരത്തിൽ പറഞ്ഞു.

"വേണ്ട. എനിക്ക് ഇതിനോട് യോജിക്കാനാവുന്നില്ല. നമുക്ക് പിന്നെ സംസാരിക്കാം..."

ഉറച്ച ശബ്ദത്തിലാണത് പറഞ്ഞത്. ലക്ഷ്മിദേവി എന്തോ പറയു വാൻ മുഖമുയർത്തി. പക്ഷേ മുറിയിലേക്ക് കയറിവന്ന അമ്മയെ കണ്ട് നിശ്ശബ്ദയായി.

"എന്താ നിങ്ങൾ ഇത്ര ഗൗരവമായി ചർച്ച ചെയ്യുന്നത്. ഒന്നും മനസ്സി ലാകുന്നില്ലല്ലോ."

അമ്മയുടെ വാക്കുകളിൽ പതിവില്ലാതെ ഗൗരവം ഉണ്ടായിരുന്നു. ഒന്നു നിർത്തിയിട്ട് അമ്മ വീണ്ടും പറഞ്ഞു.

“സത്യത്തിൽ എനിക്ക് തീരെ മനസ്സിലാകാത്തത് എന്റെ മകനെ തന്നെയാണ്!”

പെട്ടെന്ന് അമ്മ മുറിവിട്ടിറങ്ങിപോയി. തലകുനിച്ച് പുറകേ ലക്ഷ്മി ദേവിയും. അമ്മ പരിഭവത്തിലാണ്. മകൻ തന്നിൽനിന്നും അകന്നുപോയ തായി അമ്മയ്ക്ക് തോന്നുന്നു.

കൂട്ടുകാരെപോലെ തോളിലൂടെ കൈയിട്ട് എല്ലാ രഹസ്യവും തമാശ കളും അമ്മയോട് പങ്കിടുമായിരുന്നു. അന്നൊക്കെ അമ്മയോട് പറയാ നാവാത്ത ഒരു വിശേഷവും തനിക്കുണ്ടായിരുന്നില്ല.

ജീവിതം മാറിമറിഞ്ഞത് പെട്ടെന്നാണ്. വെള്ളത്തിൽ ലക്ഷ്യമില്ലാതെ ഒഴുകുന്ന തോണിപോലെയാണ് താനെന്ന് അമ്മ അറിയുന്നില്ല.

വൈകുന്നേരത്തെ പതിവ് നടത്തത്തിന് ഇറങ്ങിയപ്പോഴും ലക്ഷ്മി ദേവിയുടെ കാറ് മുറ്റത്തുണ്ടായിരുന്നു. താൻ പോകുന്നതും നോക്കി ക്കൊണ്ട് ആ കണ്ണുകൾ അവിടെ എവിയെയെങ്കിലും ഉണ്ടാകുമെന്ന് തോന്നി.

തിരിഞ്ഞുനോക്കിയില്ല.

നടത്തത്തിനിടയിൽ വീണ്ടും ഓർമ്മ അമ്മയിൽ തടഞ്ഞുനിന്നു.

അമ്മയ്ക്ക് ഒരു കഠിനവ്യഥ സമ്മാനിക്കാൻ എപ്പോഴാണ് സമയം കണ്ടെത്തേണ്ടത്? ഇനിയുള്ള നാളുകൾ അശാന്തിയുടേതാണ്. താൻ മാത്രമല്ല തന്റെ ചുറ്റുമുള്ളവരും മുള്ളുകൾ സ്പർശിച്ചറിയും.

രാത്രിയിൽ സുഖമായുറങ്ങി. എ.ആർ.ടി സുഖകരമായ ഉറക്കം തരുന്നു! മരുന്നുകൾ അലമാരയിൽ ഭദ്രമായി വയ്ക്കാൻ പ്രത്യേകം ശ്രദ്ധിക്കുന്നുണ്ട്! അലമാരയുടെ താക്കോൽ കൈയിൽതന്നെ വയ്ക്കുന്നു! എത്ര പെട്ടെന്നാണ് തന്റെ പതിവുകളും ശീലങ്ങളും മാറിയതെന്ന് ഓർത്തു.

അമ്മയുടെ സ്ഥിരം പരാതികളിൽ ഒന്ന് അതുതന്നെയായിരുന്നു.

“ശ്രീഹരീ. ഇങ്ങനെ അലമാര തുറന്നിട്ടിട്ട് നടക്കരുത്. ഇത്ര ശ്രദ്ധ ഇല്ലാത്തതെന്താ? ജോലിക്കാരുള്ള വീടാണ്. എന്തെങ്കിലും നഷ്ടപ്പെട്ടാൽ നമ്മൾ വെറുതെ അവരെ സംശയിക്കും! പൂട്ടിവച്ചാൽ അതിനൊന്നും ഇട വരില്ലല്ലോ.”

തന്നിലുണ്ടായ പ്രകടമായ മാറ്റം അമ്മ ശ്രദ്ധിക്കുന്നുണ്ടാകണം. അതമ്മയെ വേദനിപ്പിക്കുന്നുണ്ട്. പ്രത്യേകിച്ച് ലക്ഷ്മിദേവിയുടെ കാര്യ ത്തിൽ ഒരു ആശങ്ക നിലനിൽക്കുന്നു. അമ്മ നിർബന്ധിച്ചു പറഞ്ഞിട്ടും അനുകൂലമല്ലാതെ സംസാരിച്ച താൻ ആ കുട്ടിയുമായി വീണ്ടും പല പ്രാവശ്യം സംസാരിച്ചിരിക്കുന്നത് അമ്മയെ ആശയക്കുഴപ്പത്തിലാക്കി യിട്ടുണ്ട്. അമ്മയുമായി എല്ലാം സംസാരിക്കണം. പ്രത്യാഘാതങ്ങളെ

നേരിടണം. ഓരോ ദിവസവും നിണമണിഞ്ഞതാണ്. ഈ വഴിത്താരയിൽ ഇനിയും എന്നും അങ്ങനെ ആവാനായിരിക്കും വിധിദാതാവിന്റെ കല്പന.

രോഗികളെ നോക്കിക്കൊണ്ടിരുന്നപ്പോൾ രണ്ടുമൂന്നു പ്രാവശ്യം ഡോക്ടർ സദാശിവന്റെ കോൾ വന്നു. ഓരോ പ്രാവശ്യവും ഓർമ്മപ്പെടുത്തുന്നു.

"അധികം സ്ട്രെസ് ചെയ്യരുത്. പേഷ്യൻസിനെ എന്റെ അടുത്തേക്ക് പറഞ്ഞയയ്ക്കൂ!"

സ്നേഹവും കരുതലുമാണ് ഡോക്ടർ സദാശിവന്റെ വാക്കുകളിലെങ്കിലും അവ എവിടെയൊക്കെയോ തട്ടി അസ്വസ്ഥതയുണ്ടാക്കുന്നു. സ്ട്രെസ് കൂടുതലായാൽ ഇമ്യൂൺ സിസ്റ്റത്തിനെ അത് തകരാറിലാക്കുമത്രെ! വിശപ്പില്ലായ്മയും ഉറക്കകുറവും കാരണമാകുമത്രെ!

ഇതൊക്കെ എപ്പോഴും ആവർത്തിച്ച് പറയേണ്ട ആവശ്യമുണ്ടോ?

പെട്ടെന്ന് തന്നോടുതന്നെ സഹതാപം തോന്നി. ഇപ്പോഴത്തെ മാനസികാവസ്ഥകൊണ്ടാണ് ഇങ്ങനെ ചിന്തിക്കാൻ തോന്നുന്നത്. ഒരു സഹോദരനോടുള്ള സ്നേഹവും കരുതലുമാണ് ഡോക്ടർ സദാശിവൻ തന്നോട് പ്രകടിപ്പിക്കുന്നത്. അത് മനസ്സിലാക്കാൻ കഴിയാത്തത് പരിതാപകരമാണ്.

ഒരു മണി കഴിഞ്ഞാണ് പതിവില്ലാതെ പെട്ടെന്നൊരു ബഹളം ഒ.പി.യിൽ ഉണ്ടായത്. ഡ്യൂട്ടി സിസ്റ്റർ പോയിനോക്കിയിട്ട് വന്ന് വിവരം പറഞ്ഞു.

നേരത്തേ ടോക്കൺ എടുത്ത ഒരു പേഷ്യന്റിന്റെ പേര് വിളിച്ചപ്പോൾ ആളുണ്ടായിരുന്നില്ല. ഹോസ്പിറ്റൽ കാന്റീനിൽ ഭക്ഷണം കഴിക്കാൻ പോയിരുന്നതാണത്രെ. തിരിച്ചുവന്നപ്പോൾ പിന്നെ കാത്തിരിക്കാൻ ക്ഷമയില്ലാതായി. അകത്തേക്ക് വരാൻ ശ്രമിച്ചപ്പോൾ സിസ്റ്റർ തടഞ്ഞതാണ് അയാളെ ക്ഷുഭിതനാക്കിയത്.

ബഹളം കേട്ട് ഓടിവന്ന സെക്യൂരിറ്റി സ്റ്റാഫിനോടും അയാൾ തട്ടിക്കയറാൻ തുടങ്ങി. മറ്റൊരു പേഷ്യന്റിനെ നോക്കിക്കൊണ്ടിരുന്നപ്പോഴാണ് അയാൾ കതക് തള്ളിത്തുറന്ന് അകത്തേക്ക് വന്നത്. ഇതിനുമുൻപ് എപ്പോഴോ വന്നിട്ടുള്ള ആളാണ്. നല്ല മുഖപരിചയം തോന്നുന്നുണ്ട്.

"ഡോക്ടർ. സോറി. വിളിച്ചപ്പോൾ ഞാൻ ഭക്ഷണം കഴിക്കാൻ പോയിരുന്നു. ഡയബറ്റിക് പേഷ്യന്റാണ്. വന്നിട്ട് അടുത്ത നമ്പർ എന്നെ വിളിക്കണമെന്ന് പറഞ്ഞിട്ട് ഇവർ കൂട്ടാക്കുന്നില്ല..."

നോക്കിക്കഴിഞ്ഞ് മരുന്നെഴുതികൊടുത്ത് സംസാരിച്ചപ്പോഴേക്കും ആള് സൗമ്യനായി. അയാൾ പോയികഴിഞ്ഞാണ് അത് ശ്രദ്ധിച്ചത്. വലതു കൈയുടെ ചൂണ്ടുവിരലിൽനിന്നും രക്തം ഒഴുകുന്നു!

പെട്ടെന്ന് എഴുന്നേറ്റ് നടന്നപ്പോൾ മേശയുടെ ബീഡിങ്ങിൽ വിരൽ തട്ടിയത് ഓർക്കുന്നുണ്ട്. സിസ്റ്റർ മുറിവ് വൃത്തിയാക്കിക്കൊണ്ടിരുന്നത് കണ്ടുകൊണ്ടാണ് ഡോക്ടർ സദാശിവൻ റൂമിലേക്ക് വന്നത്.

“ഡോക്ടർ. എന്താണി കാണിക്കുന്നത്? ബ്ലീഡ് ചെയ്യുമ്പോൾ ഒരു പ്രിക്കോഷനും എടുക്കാതെ? യു ആർ എ പേഷ്യന്റ്! അത് മറന്നു പോയോ?”

വളരെ അപ്രതീക്ഷിതമായിരുന്നു ഡോ. സദാശിവന്റെ ഉറക്കെയുള്ള സംസാരവും മുഖഭാവവും.

സ്തബ്ധനായി നിന്നുപോയി!

കാര്യമറിയാതെ പകച്ചുനിൽക്കുന്ന സിസ്റ്റർമ്മാരും റൂമിലേക്ക് എത്തി നോക്കുന്ന പേഷ്യൻസും ഒരു നിമിഷം കണ്ണിന്റെ മുൻപിലൂടെ കടന്നു പോയി. ഡോക്ടർ സദാശിവൻ റൂമിന് പുറത്തിറങ്ങി കാത്തുനിൽക്കുന്ന പേഷ്യൻസിനോട് പറഞ്ഞു.

“എന്റെ ഒ.പിയിലേക്ക് വന്നോളൂ. ഞാനിപ്പൊ എത്താം.”

എല്ലാം ഒരു നാടകം പോലെയാണ് തോന്നിയത്. ഡോക്ടർ സദാശിവന്റെ അതിരുകടന്ന സ്വാതന്ത്ര്യം ഇഷ്ടപ്പെട്ടില്ലെങ്കിലും പ്രതികരിച്ചില്ല. വീട്ടിലേക്ക് ഡ്രൈവ് ചെയ്തുകൊണ്ടിരുന്നപ്പോൾ ഓർത്തതും അതുതന്നെ ആയിരുന്നു. കാണുന്നതിനും കേൾക്കുന്നതിനും അപ്പുറം ഡോക്ടർ സദാശിവന്റെ മനസ്സിൽ മറ്റെന്തോക്കെയോ ഉണ്ട്. എന്തുകൊണ്ടാണ് അങ്ങനെ ചിന്തിക്കേണ്ടിവരുന്നതെന്ന് മനസ്സിലാകുന്നില്ല. ഡോക്ടർ പലപ്പോഴും പറയാറുള്ള ഒരു കാര്യം പെട്ടെന്ന് മനസ്സിലോടിയെത്തി.

‘ഡോക്ടർ ശ്രീഹരീ. നിങ്ങളുടെയും എന്റെയും ഒ.പിയിലെ പേഷ്യൻസിന്റെ എണ്ണത്തിലെ വ്യത്യാസം കണ്ടോ? നിങ്ങളോട് എനിക്ക് അസൂയ തോന്നുന്നു! ഇത്ര ചെറുപ്പത്തിലെ നിങ്ങൾ പേരെടുത്തുകഴിഞ്ഞു.”

അതൊരു നിരുപദ്രവകരമായ പരാമർശമായിട്ടേ തോന്നിയുള്ളൂ. എന്നാൽ ഇന്നതിന് വലിയ അർത്ഥവ്യാപ്തി ഉള്ളതുപോലെ തോന്നുന്നു. തന്നെ അപമാനിതനായി മാറ്റിനിർത്തിയിട്ട് ഡോക്ടർ പേഷ്യൻസിനെ സ്വന്തം ഓ.പിയിലേക്ക് ഡൈറക്ട് ചെയ്യുന്നു!

മനസ്സിൽ വീണ്ടും കുറ്റബോധം തോന്നുന്നു. തന്റെ ആരോഗ്യത്തിലുള്ള അമിതമായ ഉൽകണ്ഠകൊണ്ട് ആകാൻ പാടില്ലേ ഡോക്ടർ ഈ വിധത്തിൽ പെരുമാറുന്നത്? മറ്റൊരു വിധത്തിൽ താൻ ചിന്തിക്കുന്നത് എന്തിനാണ്?

എങ്കിലും മനസ്സ് പ്രക്ഷുബ്ധമാണ്. തനിക്ക് ഒരു രോഗമുണ്ടെന്ന

വസ്തുത ഇത്രവലിയ ഒച്ചപ്പാടോടെ ഡോക്ടർ വിളിച്ചുപറയേണ്ടി യിരുന്നില്ല. അതിന്റെ പ്രത്യാഘാതം വളരെ വലുതായിരിക്കും.

ഹോസ്പിറ്റലിലെ നാളത്തെ പ്രഭാതം വിടരുന്നത് തന്റെ രോഗവിഷയ വുമായിട്ടായിയിക്കും. നോ! അല്ല. എന്തൊരു ബാലിശമായ ചിന്തയാണിത്. രോഗമുള്ളതുകൊണ്ട് സൂക്ഷിക്കുമെന്നൊരു പരാമർശമല്ലേ ഉണ്ടായി ട്ടുള്ളൂ.

എന്നാലും ചിന്തകളെ ശാന്തമാക്കാൻ പറ്റുന്നില്ല. നിഴലും വെളിച്ചവും മാറിമാറി പ്രതിഫലിക്കുന്ന മനസ്സെന്ന കണ്ണാടിയെ തുടച്ചുമിനുക്കാതെ മുന്നോട്ട് നടക്കാനാവില്ല. ഡോക്ടർ മാത്യു വർഗീസിന്റെ വാക്കുകൾ ഓർമ്മ വരുന്നു.

'കീപ്പ് യുവർ ഹെഡ് സ്ട്രെയിറ്റ്! എച്ച്.ഐ.വി പോസിറ്റീവാണ് എന്നൊരു ബോർഡ് മനസ്സിലെഴുതി തലകുനിച്ച് നടക്കേണ്ട ആവശ്യ മില്ല. കഴിയുന്നതും നെഗറ്റീവ് ആകാതെ ശ്രദ്ധിക്കുക. കാരണം ആങ്ങ്സൈറ്റി, ഡിപ്രഷൻ ഇവയൊക്കെ ശരീരത്തിന്റെ പ്രതിരോധ ശക്തിയെ ബാധിക്കും. അതിനുള്ള ഏറ്റവും നല്ല മാർഗ്ഗം മനസ്സിനെ ഡൈ വേർട്ട് ചെയ്യുകയാണ് എന്ന് ഞാൻ പറയും."

മൊബൈൽ ശബ്ദിച്ചു. റോഡിൽ തിരക്കുകുറവാണ്. പക്ഷേ മൊബൈൽ അറ്റൻഡ് ചെയ്യാൻ തോന്നിയില്ല. ഡോക്ടർ സദാശിവൻ ക്ഷമാപണം പറയാൻ വിളിക്കുന്നതാകണം. ഒരു പ്രാവശ്യംകൂടി മൊബൈൽ ശബ്ദിച്ചു.

വീട്ടിലെത്തി നേരെ മുറിയിലേക്ക് പോയി കട്ടിലിൽ കിടന്നു. ഹോസ് പിറ്റലിൽനിന്ന് ഊണുകഴിച്ചു എന്നൊരു കള്ളം പറഞ്ഞാണ് അമ്മയിൽ നിന്ന് രക്ഷപ്പെട്ടത്.

മൊബൈൽ എടുത്തുനോക്കി. രണ്ട് കോളുകളും ലക്ഷ്മിദേവിയു ടേതാണ്.

ഒന്നുറങ്ങണം. നല്ല ക്ഷീണം തോന്നുന്നു. കണ്ണുകൾ അടഞ്ഞു പോകുകയാണ്.

നീണ്ട സുഖകരമായ ഒരുറക്കമായിരുന്നു അത്. ആരോ നെറ്റിയിൽ അരുമയോടെ വിരലുകൾ സ്പർശിക്കുന്ന സ്വപ്നവുമായിട്ടാണ് ഉണർ ന്നത്.

അല്ല. സ്വപ്നമല്ല.

അമ്മ കട്ടിലിൽ ചേർന്നിരിക്കുന്നു. കൈകൾകൊണ്ട് നെറ്റിയിൽ തട വുന്നുണ്ട്. ചരിഞ്ഞുകിടന്ന് കൈകൾ അമ്മയുടെ മടിയിൽ വച്ച് വീണ്ടും കണ്ണുകൾ അടച്ചു.

അമ്മ പറഞ്ഞു.

“ശ്രീഹരീ! എന്റെ കുഞ്ഞിന് എന്താ പെട്ടെന്ന് പറ്റിയത്? നീ ആകെ മാറിയിരിക്കുന്നു. എനിക്ക് കുറച്ച് സമയം നിന്റെ ഒപ്പം ഇരിക്കണം. സംസാരിക്കണം.”

“അമ്മാ. എനിക്കും സംസാരിക്കണം. അമ്മയുടെ കൂടെ കുറച്ചു സമയം ഇരിക്കണം.”

ശിരസ്സ് അമ്മയുടെ മടിയിൽ ചേർത്തുവച്ച് കിടന്നു. ആ വിരലുകൾ മൃദുവായി മുടിയിലൂടെ ചലിച്ചുകൊണ്ടിരുന്നു. അമ്മയുടെ കൈ എടുത്ത് മടിയിൽവച്ച് കൈവെള്ളയിൽ കവിളമർത്തി കിടന്നുകൊണ്ട് പറഞ്ഞു.

“അമ്മാ. നമുക്കൊരു യാത്ര പോയാലോ? അമ്മ വരില്ലേ?”

“പോകാം. നീ തീരുമാനിച്ചോളൂ.”

“നമുക്ക് ചിദംബരത്തിന് പോകാം. നാളെത്തന്നെ?”

അമ്മ ഒന്നും മിണ്ടാതിരിക്കുന്നത് കണ്ട് ചോദിച്ചു.

“എന്താ അമ്മ വരില്ലേ? അമ്മയ്ക്ക് ചിദംബരത്തിനു പോകാൻ സന്തോഷമല്ലേ?”

“വരാം. ഞാൻ പെട്ടെന്ന് അമ്മയെപറ്റി ഓർത്തന്നേയുള്ളൂ. അമ്മ പോയിട്ട് മൂന്നു വർഷങ്ങൾ കഴിഞ്ഞു. എത്ര പെട്ടെന്നാണ് കാലം പോകുന്നത്.”

അത്മഗതമെന്നപോലെ അമ്മ പറഞ്ഞു. ഓർമ്മയുണ്ട്. പിജിയുടെ തിരക്കിനിടയിലായിരുന്നു അമ്മൂമ്മയുടെ മരണം. പ്രത്യേകിച്ച് വലിയ അസുഖമൊന്നുമില്ലാതെ ആരേയും ഒരു ദിവസംപോലും ബുദ്ധി മുട്ടിക്കാതെ ഉറക്കത്തിനിടയിൽ അമ്മൂമ്മ പിരിഞ്ഞുപോയി. അമ്മ പിന്നെ അപൂർവ്വമായിട്ടേ ചിദംബരത്തിന് പോയിട്ടുള്ളൂ. അമ്മാവന്റെ പരിഭവം തീർക്കാൻവേണ്ടി മാത്രമുള്ള യാത്രകളായി അവ ചുരുങ്ങി യിരുന്നു.

ചിദംബരത്തിന് പോകാൻ ഒരുങ്ങിയത് പെട്ടെന്നാണ്. വീടും അച്ഛന്റെ ആഹാരകാര്യങ്ങളും നോക്കാൻ പതിവുപോലെ ആളെ ഏർപ്പാടാക്കി. അച്ഛൻ നേരിയ പരിഭവത്തോടെ പറയുകയും ചെയ്തു.

“യുദ്ധം പൊട്ടിപ്പുറപ്പെട്ടതുപോലെ ആണല്ലോ അമ്മയും മകനും തീരുമാനമെടുക്കുന്നത്!”

കാറിലാണ് യാത്ര പ്ലാനിട്ടത്. എത്രയോ വർഷങ്ങൾക്കുശേഷം ചിദം ബരത്തേക്കൊരു യാത്ര. അമ്മൂമ്മ മരിച്ചപ്പോൾ പെട്ടെന്നൊന്ന് പോയിട്ടു വരികയാണുണ്ടായത്. വീണ്ടും നിനച്ചിരിക്കാതെ ഭൂമിയിൽ വീണ് നിമി ഷാർത്ഥം മുളപൊട്ടിയ ഒരു മോഹവിത്ത്പോലെ സ്മരണകൾ ഉണർ ത്തുന്നൊരു യാത്ര പോകുന്നു.

കാറിലുള്ള യാത്ര അവസാന നിമിഷം വെണ്ടെന്നുവച്ച് ട്രെയിനിലാണ് പുറപ്പെട്ടത്. ചിദംബരത്തേക്കും തിരിച്ചുമുള്ള ട്രെയിൻ ടിക്കറ്റുകൾ അച്ഛൻ പെട്ടെന്ന് ഏർപ്പാടാക്കി.

ചിദംബരം റെയിൽവേ സ്റ്റേഷനിൽ ട്രെയിൻ എത്തിയപ്പോൾ പ്ലാറ്റ്ഫോമിൽ വെറുതെ കണ്ണുകൾ തിരഞ്ഞു. വരുമ്പോഴൊക്കെ ഹേമന്ത് കാത്തുനിൽക്കാറുണ്ടായിരുന്നു! ദുബായിൽനിന്നും ഇപ്പോൾ അവൻ ഫ്ളോറിഡയിലേക്ക് ചേക്കേറിയിരിക്കുന്നു.

പ്ലാറ്റ്ഫോമിൽനിന്ന് പുറത്തിറങ്ങിയപ്പോൾ അമ്മാവൻ കാത്തുനിൽക്കുന്നുണ്ടായിരുന്നു. രണ്ടുപേരെയും മാറിമാറി കെട്ടിപ്പിടിച്ചുകൊണ്ട് അമ്മാവൻ പറഞ്ഞു.

"ഞാൻ എത്തിയപ്പോഴേക്കും ട്രെയിനും വന്നു. പിന്നെ ഫ്ളാറ്റ്ഫോമിലൂടെ ഓടാൻ വയ്യാ. അതാണിവിടെ നിന്നത്."

കീഴേ വീഥിയിലൂടെ കാർ ഓടിയപ്പോൾ ക്ഷേത്രത്തിന്റെ ഗോപുരത്തിലേക്കു നോക്കി. ക്ഷേത്രത്തിൽ മണി അടിക്കുന്ന ശബ്ദം കേൾക്കാം വീഥി ഉണർന്നുവരുന്നതേയുള്ളൂ.

ശിവരാത്രിക്ക് ഇനിയും ദിവസങ്ങളുണ്ട്. കാർ ഇടതുഭാഗത്തേക്ക് തിരിഞ്ഞപ്പോൾ വീണ്ടും ക്ഷേത്രഗോപുരത്തിലേക്ക് നോക്കി.

ചിലങ്കയുടെ നാദം അവിടെ എവിടെയോ കേൾക്കുന്നുണ്ടോ? പ്രഭാതത്തിന്റെ കുളിരിലൂടെ ഗാനവീചികൾ ഒഴുകി എത്തുന്നുണ്ടോ?

"അലൈപായുതേ കണ്ണാ..."

അമ്മൂമ്മയുടെ വീട് അടച്ചിട്ടിരിക്കുകയാണ്. അതേ കോമ്പൗണ്ടിൽ തന്നെയാണ് അമ്മാവനും കുടുംബവും താമസിക്കുന്നത്. അമ്മാവന്റെ വീട്ടിലേക്കാണ് നേരെ പോയത്.

"നിങ്ങളിവിടെ താമസിച്ചാൽമതി. അടച്ചിരിക്കുന്ന വീട്ടിൽ പൊടീം മറ്റും ഉണ്ട്. വളരെ പഴയ വീടല്ലേ." അമ്മാവൻ പറഞ്ഞു.

"ഭക്ഷണമെല്ലാം ഞാനിവിടെ കഴിക്കാം ഏട്ടാ. പക്ഷേ ഞാനവിടെ പോയി ഇരിക്കട്ടെ. രാത്രിയിൽ അവിടെ കിടക്കണം എനിക്ക്. അവിടെ അമ്മ ഉണ്ട്. അമ്മയുടെ ആത്മാവ് അവിടെനിന്നും പോവില്ല." അമ്മ നിർബന്ധിച്ചുപറഞ്ഞു.

കുളിച്ച് ബ്രേക്ക്ഫാസ്റ്റ് കഴിഞ്ഞ് അമ്മയോടൊപ്പം അമ്മൂമ്മയുടെ വീട്ടിലേക്ക് പോയി. ആദ്യം ചെയ്തത് അമ്മൂമ്മ നിധിപോലെ കാത്തുസൂക്ഷിച്ചിരുന്ന അപ്പൂപ്പന്റെ മുറി തുറക്കുകയായിരുന്നു. എല്ലാം അവിടെ തന്നെയുണ്ട് കസേരയും കട്ടിലും അലമാറയും എല്ലാം.

ഇല്ലാത്തത് അമ്മൂമ്മയുടെ മനസ്സാണ്!

ഓട്ടുരുളിയിൽ വെള്ളവും നന്ത്യാർവട്ടപൂക്കളും കാണാനില്ല. തബല മുറിയുടെ മൂലയിൽ മൂടി പുതപ്പിച്ച് വച്ചിരിക്കുന്നു.

കൃഷ്ണതുളസിയുടെ മണമില്ല. ഉപയോഗിക്കാതെ അടച്ചിട്ടിരിക്കുന്ന മുറിയുടെ ഈർപ്പം ഭിത്തിയിൽ കാണാം. അപ്പൂപ്പന്റെ ചാരുകസേരയിൽ കിടന്നുകൊണ്ട് നേരെ ഭിത്തിയിലെ ഫോട്ടോയിൽ നോക്കി. അപ്പൂപ്പനും അമ്മൂമ്മയും ഒന്നിച്ചുനിൽക്കുന്ന ഫോട്ടോ! പരസ്പരം ഇഷ്ടപ്പെട്ട് സ്വന്തമാക്കിയവർ! നഷ്ടബോധത്തിന്റെ വേദന അറിയാതിരുന്നവർ. ഒറ്റപ്പെട്ടിട്ടും ഒറ്റപ്പെടലെന്ന യാഥാർത്ഥ്യത്തെ അവഗണിച്ച് ജീവിച്ചവർ!

അമ്മയേയുംകൂട്ടി പില്ലത്തൂരിലെ തറവാട്ടിൽ പോയത് അമ്മാവനോട് പറയാതെയാണ്. അമ്മയോട് ഹൃദയം തുറന്ന് ഒന്നും മറച്ചുവയ്ക്കാതെ സംസാരിക്കണം. വീണയുടെ ഓർമ്മകൾ പങ്കുവയ്ക്കണം. ഒരിക്കലും മറക്കാതിരിക്കാൻ വീണ സമ്മാനിച്ച തന്മാത്രകളെകുറിച്ച് നിസ്സംഗതയോടെ പറയണം.

പില്ലത്തൂരിലെ വീടിന്റെ ഒരു ഭാഗം ഇടിഞ്ഞുവീണിരിക്കുന്നു. വീടും കൃഷിസ്ഥലവും എന്താണ് ചെയ്യേണ്ടതെന്ന് ഇനിയും തീരുമാനിക്കേണ്ടത് അമ്മയാണ്. അമ്മാവൻ പലപ്രാവശ്യം പറഞ്ഞുകഴിഞ്ഞു.

“എനിക്കിനിയൊന്നും കഴിയില്ല. ആകെ ഒന്നുള്ളത് കണ്ടില്ലേ അങ്ങേ അറ്റത്തുപോയി ജീവിക്കുന്നത്... നീ എന്താന്നുവച്ചാൽ ചെയ്യുക.”

എന്നാലും അമ്മാവൻ ആളെവിട്ട് ക്ഷേത്രവും കുളവും കൃഷിസ്ഥലവുമൊക്കെ നന്നായി സംരക്ഷിച്ചിരിക്കുന്നു. എല്ലായിടത്തും ഹൃദയഹാരിയായ പച്ചപ്പ്! കന്ദസ്വാമിയുടെ കൈയിൽനിന്നും താക്കോൽ വാങ്ങി കതക് തുറന്നു. അവസാനമായി ഇവിടെ വന്നപ്പോൾ ഒപ്പം വീണ ഉണ്ടായിരുന്നു.

അമ്മയോട് സംസാരിക്കാൻ തുടങ്ങിയപ്പോൾ എല്ലാം കേൾക്കാൻ വീണയും അവിടെ ഉണ്ടെന്ന് തോന്നിപ്പോയി. ആദ്യം വീണയെപറ്റിയാണ് പറഞ്ഞത്.

അമ്മ പറഞ്ഞു.

“എനിക്കതെല്ലാം അറിയാമല്ലോ ശ്രീഹരി. കാലത്തിനപ്പുറം നടന്നല്ലേ നീ ഇവിടെവരെ എത്തിയത്?”

“ഇല്ല അമ്മാ. കാലത്തിനപ്പുറം നടക്കാൻ ഞാൻ മോഹിച്ചുവെന്നത് ശരിതന്നെ. യാത്ര തുടങ്ങുകയും ചെയ്തു. പക്ഷേ എനിക്കതിന് ആവില്ല...”

സംസാരിച്ചു തുടങ്ങിയത് ശാന്തതയോടെയാണ്. മനസ്സും ശബ്ദവും പതറാതിരിക്കാൻ പ്രത്യേകം ശ്രദ്ധിച്ചു. എന്നിട്ടും ഇടയ്ക്കിടെ വാക്കുകൾ മുറിഞ്ഞു. നിശ്വാസങ്ങൾ ഉതിർന്നു.

മകനെ കുറച്ചുസമയം ഒപ്പം കിട്ടിയ സന്തോഷത്തോടെ പ്രസന്നവദന യായി കഥ കേൾക്കാൻ തുടങ്ങിയ അമ്മ കഥയുടെ അവസാനം നിയ ന്ത്രണം വിട്ട് പൊട്ടിക്കരഞ്ഞു. ഒരു ഭ്രാന്തിയെപോലെ കൈകൾ ശിരസ്സിൽ വച്ച് ഉറക്കെ കരഞ്ഞു. ശബ്ദിച്ചും പിച്ചും പേയും പറഞ്ഞുകൊണ്ടും നിലത്ത് വീണുരുണ്ടു. അവസാനം കൈകൾ സ്വന്തം നെഞ്ചിലമർത്തി പറഞ്ഞു.

"എന്റെ കുട്ടീ, നിന്റെ വിധി!"

വീണ്ടും കൈകൾകൊണ്ട് ശക്തിയായി ശിരസ്സിൽ അടിക്കാൻ തുടങ്ങിയ അമ്മയെ ശ്രീഹരി ഒരു കൊച്ചുകുട്ടിയെപോലെ ചേർത്തു പിടിച്ചു. അമ്മ അപ്പോഴും പുലമ്പുന്നുണ്ടായിരുന്നു.

"നിന്റെ വിധി. എന്റെ കുഞ്ഞേ ! എനിക്കൊന്ന് കിടക്കണം. ഞാൻ തളരുന്നു."

തളർന്ന് അമ്മ കട്ടിലിലേക്കു വീണു.

ഇരുപത്

പടർന്ന് പന്തലിച്ച് മാധുര്യമേറുന്ന ഫലങ്ങൾ നൽകിയിരുന്ന ഒരു വൻ വൃക്ഷം! അതിന്റെ തണലിലിരുന്നാണ് കളിച്ചുവളർന്നത്. അതിവേനലിലും കൊടും ശൈത്യത്തിലും ആ ചില്ലകളിൽ ചേർത്തിരുന്നിരുന്നു. കൊടും കാറ്റിൽ ആടിയുലഞ്ഞ് തളർന്ന് ഇലകൾ വാടി ആ വൃക്ഷം നിൽക്കുന്നത് കാണുമ്പോൾ താങ്ങാനാവുന്നില്ല.

ചിദംബരത്തുനിന്നുള്ള മടക്കയാത്രയിൽ ട്രെയിനിൽ കയറി അധികം താമസിയാതെ അമ്മ തളർന്നുറങ്ങി. ഉറക്കത്തിൽ അസ്വസ്ഥയായി ഞരങ്ങുകയും മൂളുകയും ചെയ്തുകൊണ്ടിരുന്നു.

വീട്ടിലെത്തിയിട്ടും അമ്മ ഒന്നും സംസാരിച്ചില്ല. നിർജീവങ്ങളായ കണ്ണുകളോടെ വിളറിയ മുഖത്തോടെ വെറുതെ അവിടെയും ഇവിടെയും ഇരുന്നു.

ബി.പി.യും ഹൃദയമിടിപ്പും നോക്കി കുഴപ്പമൊന്നുമില്ലെന്ന് പറഞ്ഞപ്പോൾ നിർവ്വികാരയായി നോക്കി.

അമ്മ തകർന്നുപോകുമെന്ന് അറിഞ്ഞുകൊണ്ടുതന്നെയാണ് മനസ്സ് തുറന്ന് സംസാരിച്ചത്. പക്ഷേ ഇതുപോലെ അതിദാരുണമായൊരു പതനം പ്രതീക്ഷയ്ക്കപ്പുറമാണ്. ഭയത്തോടെയാണ് അമ്മയുടെ മാറ്റം നോക്കിയിരുന്നത്.

രണ്ടു ദിവസംകൂടി ലീവെടുത്ത് അമ്മയുടെ കൂടെ മുഴുവൻ സമയവും ചിലവഴിച്ചു. ആദ്യത്തെ ഷോക്കിൽനിന്നും ഏകദേശം മുക്തയായി എന്ന് തോന്നിയതിനുശേഷമാണ് ഹോസ്പിറ്റലിൽ പോകാൻ തയ്യാറായത്.

കാറ് സ്റ്റാർട്ട് ചെയ്തപ്പോൾ അമ്മ അടുത്തേക്കുവന്ന് ചോദിച്ചു.

"ശ്രീഹരീ. ബ്ലഡ് മാറ്റി വേറെ ബ്ലഡ് ശരീരത്തിൽ മുഴുവനും നിറയ്ക്കാൻ പറ്റുമോ? അങ്ങനെയൊക്കെ ചെയ്യുന്നുണ്ടോ ഇൻഡ്യയിൽ? വിദേശത്ത് എവിടെയെങ്കിലും ഉണ്ടെങ്കിലും നമുക്ക് പോകാം. നീ ആലോചിക്കണം."

കാറിൽ നിന്നിറങ്ങി അമ്മയെ ചേർത്തുപിടിച്ച് നടത്തി വരാന്തയിലെ കസേരയിൽ ഇരുത്തിയിട്ട് പറഞ്ഞു.

“ആലോചിക്കാം. അമ്മ ഭയപ്പെടുന്ന അത്രയും മാരകമല്ല എന്റെ രോഗം. മെഡിക്കൽ സർവ്വെ വെളിപ്പെടുത്തിയിരിക്കുന്ന റിസൾട്ട് എന്താണെന്ന് അറിയുമോ? എൺപത് വയസ്സിനു മുകളിൽ സുഖമായി രോഗവുമായി പലരും ജീവിക്കുന്നു എന്നാണ്. മരുന്ന് കഴിക്കുകയും ഡയറ്റ് നോക്കുകയും ചെയ്താൽ മതി.”

വിശ്വാസം വരാത്തമട്ടിൽ അമ്മ കണ്ണുകളിലേക്ക് സൂക്ഷിച്ചുനോക്കി. എന്നിട്ട് ചോദിച്ചു.

“സത്യം? സത്യമാണോ നീ പറയുന്നത്? അതോ എന്നെ സമാധാനിപ്പിക്കാൻ വെറുതെ...?”

“അല്ല. വെറുതെ പറയുന്നതല്ല. അമ്മ സമാധാനപ്പെട്ടിരിക്കൂ! അമ്മ ഇങ്ങനെ വിഷമിച്ചാൽ പിന്നെ ഞാനെങ്ങനെ മുന്നോട്ട് നടക്കും?”

മനഃപൂർവ്വം ആയാസപ്പെട്ട് വരുത്തിക്കൂട്ടിയ ഒരു ചെറുചിരി അമ്മയുടെ മുഖത്ത് വിരിഞ്ഞു. അത് മനസ്സിൽ ചേർത്തുപിടിച്ചാണ് ഹോസ്പിറ്റലിലേക്ക് ഇറങ്ങിയത്.

ഇന്നലെ വെറുതെ ഇരുന്നപ്പോൾ മറിച്ചുനോക്കിയ ഒരു പഴയ ഡയറിയിൽ താൻതന്നെ എഴുതിയ വരികളാണ് ഓർമ്മവരുന്നത്. പിജിയുടെ റിസൾട്ട് കാത്തിരുന്നസമയത്ത് വെറുതെ ഒരു രസത്തിനാണ് ആ വേദാന്ത ക്ലാസിന് ചേർന്നത്. ആദ്യത്തെ ക്ലാസ് കഴിഞ്ഞപ്പോൾ വളരെ താത്പര്യം തോന്നി. പിന്നെ ശ്രദ്ധിച്ച് കേൾക്കുകയും ഡയറിയിൽ എഴുതിവയ്ക്കുകയും ചെയ്തിരുന്നു. അതാണ് ഇന്നലെ പഴയ പുസ്തകങ്ങളുടെ ഇടയിൽനിന്ന് കിട്ടിയത്.

ഒരു പുഴയുടെ ഒഴുക്കിന്റെ ഗതി നിർണ്ണയിക്കുന്നതിൽ അതിന്റെ തീരത്തിന് വളരെ വലിയ പങ്കുണ്ട്. തകർന്ന് പൊട്ടിക്കിടക്കുന്ന തീരമാണെങ്കിൽ പുഴയ്ക്ക് നേരെ ഒഴുകാൻ കഴിയില്ല. എല്ലാ കുഴിയിലും ചാലിലും വെള്ളം നിറയും. അതിന്റെ സുഗമമായ ഒഴുക്കിനെ അത് തടയും.

മനുഷ്യമനസ്സും പലപ്പോഴും ഒരു പുഴപോലെ തന്നെയാണ്. മനസ്സിന്റെ വികാരവിചാരങ്ങളെ ബുദ്ധിപൂർവ്വം നിയന്ത്രിച്ചാൽ ജീവിതനദിയെ നേരെ ഒഴുക്കാൻ സാധിക്കും. ഇല്ലെങ്കിലോ പൊട്ടിത്തകർന്ന തീരത്തിലെന്നപോലെ അവ ലക്ഷ്യമില്ലാതെ പല വഴികളായി ചിന്നിച്ചിതറി കിടക്കും. തനിക്ക് ഇതിലേതാണ് സംഭവിക്കാൻ പോകുന്നത്?

ഏത് അത്യപൂർവ്വ ബുദ്ധിശക്തിയുടെ പ്രവർത്തനം ഉണ്ടായാലാണ് തന്റെ ജീവിതത്തിന്റെ ഒഴുക്ക് പ്രതിബന്ധങ്ങളില്ലാതാകുന്നത്? ജീവൻ

ശരീരത്തെ ഉപേക്ഷിക്കുന്നതുവരെ ശരീരം ഭസ്മമാകുന്നതുവരെ ഏതെല്ലാം കർമ്മങ്ങളിലൂടെയാവും താൻ കടന്നുപോകേണ്ടിവരുന്നത്? ഒന്നേ ചെയ്യാനാകുന്നുള്ളൂ. നാളയെക്കുറിച്ച് ചിന്തിക്കാതിരിക്കുക. ഇന്ന്! ഇന്നുമാത്രം ഹൃദയത്തിലും വാക്കിലും ചിന്തകളിലും ഇന്നുമാത്രം നിറഞ്ഞുനിൽക്കണം.

ഹോസ്പിറ്റലിൽ എത്തിയപ്പോൾ ആദ്യംതന്നെ ഒരു കാര്യം ശ്രദ്ധിച്ചു. തന്റെ റൂമിനു മുൻപിൽ പേഷ്യൻസ് വളരെ കുറവാണ്!

പേരിന് ഒന്നോ രണ്ടോ ആളുകൾ മാത്രം. ഒരുപക്ഷേ ഇന്നും ലീവാണെന്ന ധാരണയിലാവും ടോക്കൺ കൊടുക്കാതിരുന്നത്.

ഡ്യൂട്ടിയിലുള്ള സിസ്റ്ററിനോട് ചോദിച്ചു

"ഇന്നും ലീവാണെന്നു കരുതിയാണോ കൗണ്ടറിൽനിന്ന് ടോക്കൺ കൊടുക്കാതിരുന്നത്."

സിസ്റ്റർ മുഖത്തേക്ക് സൂക്ഷിച്ചുനോക്കിയിട്ട് തലകുനിച്ചു.

ഒന്നും മനസ്സിലായില്ല.

സിസ്റ്റർ പറഞ്ഞു.

"സാറ് വന്നാലുടനെ ഡോക്ടർ സുബ്രമണ്യം സാറിനെ ഒന്നു കാണണമെന്ന് പറഞ്ഞിട്ടുണ്ട്."

"ഉവ്വോ? സാറിപ്പോൾ റൂമിലുണ്ടാകുമോ? ചെക്കപ്പ് ചെയ്യൂ."

"ഇല്ല. സാറ് പതിനൊന്നുമണിക്കേ വരൂ. ഇന്ന്!"

"ഒ.ക്കെ. അപ്പോൾ കാണാം."

രണ്ടു മൂന്നു റിവ്യൂ കേസുകളല്ലാതെ രോഗികൾ വരാതിരുന്നത് അതിശമായി തോന്നി. റസിഡന്റ് മെഡിക്കൽ ഓഫീസർ ആയിരുന്നപ്പോൾപോലും തനിക്ക് തിരക്കായിരുന്നു. നാലുമണിവരെ നീളുന്ന ഒ.പി ആയിരുന്നു അടുത്ത ദിവസങ്ങൾവരെ ഉണ്ടായിരുന്നത്.

ഒരു കാര്യം വ്യക്തമാണ്. ലീവിലായിരുന്ന ഒരാഴ്ചയിൽ എന്തൊക്കെയോ സംഭവിച്ചിരിക്കുന്നു!

എന്താണ് സംഭവിച്ചതെന്ന് മനസ്സിലായത് ഡോക്ടർ സുബ്രമണ്യത്തിന്റെ മുറിയിൽവച്ചാണ്.

തന്റെ ടെസ്റ്റ് റിസൾട്ട് വന്നതിൽ പിന്നെയുള്ള കാര്യങ്ങൾ അതിന്റെ എല്ലാവിധ അടുക്കും ചിട്ടയോടുംകൂടി ഹോസ്പിറ്റലിൽ എല്ലാവരും അറിഞ്ഞിരിക്കുന്നു! തന്നെ കാണാനെത്തുന്ന ഓരോ രോഗിയും അതറിയുവാൻ ആരോ അതിവിദഗ്ധമായി കരുക്കൾ നീക്കുന്നു!

ജാള്യതയോടെ കുനിഞ്ഞ ശിരസ്സുമായി ഡോക്ടർ സുബ്രമണ്യത്തിന്റെ മുൻപിലിരുന്നു. അദ്ദേഹം പറഞ്ഞു.

"ഞാനൊരു സീനിയർ ഡോക്ടറാണ്. എച്ച്.ഐ.വി പോസിറ്റീവ് എന്നാലെന്തെന്ന് എനിക്കറിയാം. എങ്ങനെയാണ് അത് പകരുന്ന തെന്നും പകരാതിരിക്കുന്നതെന്നും എനിക്കറിയാം. പക്ഷേ യു ഹാവെ മോറൽ റസ്പോൺസിബിലിറ്റി ടു ഇൻഫോ മി. ഐ ആം അപ്സെറ്റ് ഓൺ ദാറ്റ്."

ഡോ. സുബ്രമണ്യം വല്ലാതെ ക്ഷോഭിച്ചിട്ടും മറുപടി പറയാൻ വാക്കുകൾ കിട്ടിയില്ല.

"മാത്രമല്ല. ഈ ഹോസ്പിറ്റലിലെ എല്ലാ സ്റ്റാഫും പേഷ്യൻസും അറിഞ്ഞിട്ടും ഞാനറിഞ്ഞില്ല എന്നു വരുമ്പോൾ ഇറ്റ് ഈസ് റഡിക്കു ലസ്. ഐ കാണ്ട് ടോളറേറ്റ്." ഡോക്ടറുടെ വാക്കുകൾ പരിധിവിടാൻ തുടങ്ങുന്നതുകണ്ട് അസ്വസ്ഥതയോടെ എഴുന്നേറ്റുനിന്ന് പറഞ്ഞു.

"ഐ അം സോറി സർ. എന്റെ റിസഗ്നേഷൻ ഇപ്പോൾ തന്നെ തരാം."

ഡോക്ടർ സുബ്രമണ്യത്തിന്റെ മറുപടിക്ക് കാത്ത്നിൽക്കാതെ മുറി വിട്ടിറങ്ങി. തലകുനിച്ച് കാർ പാർക്കിലേക്ക്. നടക്കുമ്പോൾ ഓർത്തത് തന്റെ നേരെ നീളുന്ന കണ്ണുകളെകുറിച്ചാണ്. താനൊരു എച്ച്.ഐ.വി. രോഗിയാണെന്ന് ഈ ലോകം മുഴുവനും അറിഞ്ഞിരിക്കുന്നു.

പരിഹാസത്തിന്റെ മുൾമുനകൾ നിർദ്ദയമായി നേർക്കുനേർ തിരിയു ന്നതിനു മുൻപ് ഇവിടെനിന്ന് രക്ഷപ്പെടണം. കാറ് സ്റ്റാർട്ട് ചെയ്തപ്പോൾ റൂമിൽനിന്ന് സിസ്റ്ററിന്റെ ഫോൺ വന്നു.

"സാർ, മൂന്നാലാളുകൾ കാണാൻ വന്നിരിക്കുന്നു. എന്താണ് പറയേ ണ്ടത്?"

"പേഷ്യൻസ് ആണോ?"

"അല്ല സർ. മറ്റെന്തോ കാര്യം നേരിട്ടു സംസാരിക്കാനാണെന്നാണ് പറഞ്ഞത്. ഫോൺ നമ്പർ ചോദിക്കുന്നു."

"ഒ.കെ. ശരി. നമ്പർ കൊടുത്തോളൂ. പക്ഷേ അഞ്ചുമണിക്കു ശേഷം വിളിച്ചാൽ മതിയെന്നു പറയണം."

നേരെ വീട്ടിലേക്കാണ് ഡ്രൈവ് ചെയ്തത്. മനസ്സും ശരീരവും ഒരു പോലെ തളർന്നിരിക്കുന്നു.

വീടിനു പുറത്തോ ഊണുമുറിയിലോ അമ്മയെ കണ്ടില്ല. അമ്മ നേരത്തെ ഭക്ഷണം കഴിച്ചിട്ട് ബഡ്റൂമിൽ കിടക്കുന്നു! കട്ടിലിനോട് ചേർത്ത് ഇട്ടിരിക്കുന്ന കസേരയിൽ ലക്ഷ്മിദേവി ഇരിക്കുന്നുണ്ട്.

കണ്ടയുടനെ അമ്മ പറഞ്ഞു.

"ശ്രീഹരീ. എനിക്കൊന്നും ഇല്ല. അല്പം ക്ഷീണം തോന്നി. ഭക്ഷണം

കഴിച്ചുകിടന്നു. അത്രേയുള്ളൂ. മേശമേൽ ഊണെടുത്തുവച്ചിട്ടുണ്ട്. നീ കഴിക്കൂ! ഞാൻ വരണോ?"

"വേണ്ടാ. അമ്മ കിടന്നോളൂ. ഞാൻ കഴിക്കാം."

മുഖം കഴുകി ഡ്രസ് മാറി ഊണുമുറിയിലെത്തിയപ്പോൾ ലക്ഷ്മി ദേവി ഊണു വിളമ്പിക്കൊണ്ട് പറഞ്ഞു.

"ഞാൻ പലപ്രാവശ്യം ഫോൺ വിളിച്ചിരുന്നു. റസ്പോണ്ട് ചെയ്യാത്തതുകൊണ്ടാണ് ഞാനിന്ന് ഇവിടെ വന്നത്. നമുക്ക് സംസാരിക്കണം."

"സംസാരിക്കാം. ഇപ്പോഴല്ല. വൈകുന്നേരമാകട്ടെ. ഞാനിപ്പോൾ തളർന്നിരിക്കുന്നു. മനസ്സും ശരീരവും." മുഖമുയർത്താതെയാണ് അത്രയും പറഞ്ഞത്.

"ഞാനിവിടെത്തന്നെ ഉണ്ടാകും." ലക്ഷ്മിദേവി പറഞ്ഞു.

വിശ്രമിക്കുവാൻ കിടന്നുവെങ്കിലും ഉറക്കം വന്നില്ല. മനസ്സ് വളരെ അസ്വസ്ഥമായിരിക്കുന്നു.

പരുപരുത്ത ഉപരിതലത്തിലാണ് ആയുധങ്ങൾക്ക് മൂർച്ച കൂട്ടുന്നത്. പക്ഷേ അതുപയോഗിക്കുന്ന വിദ്യ അറിഞ്ഞില്ലെങ്കിൽ കൈകൾക്ക് മുറിവുകൾ ഉണ്ടാകാനിടയുണ്ട്. ജീവിതവും അതുപോലെതന്നെയാണ്. കൊടുംകാറ്റിൽ ആടിയുലഞ്ഞ് പോകാതിരിക്കണമെങ്കിൽ വഞ്ചി തുഴയാൻ മിടുക്കുണ്ടാകണം. തനിക്കാ മികവ് നഷ്ടപ്പെട്ടിരിക്കുകയാണ്. നീണ്ട പരീക്ഷണങ്ങൾ ആത്മവിശ്വാസം നഷ്ടപ്പെടുത്തുന്നു.

ഹോസ്പിറ്റലിൽ സഭവിച്ചതും അതുതന്നെയാണ്. പെട്ടെന്ന് തളർന്നുപോകുന്നു.

ചിന്തകളിലൂടെ അലഞ്ഞ് കണ്ണുകൾ താനേ അടഞ്ഞുപോയി. മൊബൈലിന്റെ നിർത്താതെയുള്ള ശബ്ദം കേട്ടാണ് ഉണർന്നത്.

ഉച്ചയ്ക്ക് ഹോസ്പിറ്റലിൽ കാണാനെത്തിയവരാണ് വിളിച്ചത്. ആറു മണി കഴിഞ്ഞ് വീട്ടിലേത്തിയാൽ കാണാമെന്ന് പറഞ്ഞ് ഫോൺ നിർത്തി.

എഴുന്നേറ്റ് കുളിച്ച് തയ്യാറായി പുറത്തുവന്നപ്പോൾ ലക്ഷ്മിദേവിയും അമ്മയും ചെടികൾക്ക് വെള്ളം നനച്ചുകൊണ്ട് നിൽക്കുന്നുണ്ടായിരുന്നു.

അമ്മ പറഞ്ഞു.

"ലക്ഷ്മി നിന്നെ കാണാൻ വെയിറ്റ് ചെയ്യുകയാണ്. അവളുടെ ഫ്രണ്ടിന്റെ ഹോസ്പിറ്റലിലെ വേക്കൻസി കാര്യം പറയാനാണ്. വളരെ വലിയ മോഡേൺ ഹോസ്പിറ്റലാണുപോലും."

ചോദ്യഭാവത്തിൽ ലക്ഷ്മിയെ നോക്കി. ചെറുചിരിയോടെ ലക്ഷ്മി കണ്ണുകൾ ചിമ്മികാണിച്ചു. ലക്ഷ്മിക്ക് തന്നോട് സംസാരിക്കാനുണ്ട്.

വിഷമം അമ്മ അറിയരുതാനും. ലക്ഷ്മി തന്റെ തീരുമാനത്തിൽ ഉറച്ചു നിന്നാൽ എങ്ങനെയാണ് പ്രതികരിക്കേണ്ടതെന്ന് ഇതുവരെ ആലോചിച്ചിട്ടില്ല. രോഗത്തിന്റെ കാഠിന്യം പറഞ്ഞു മനസ്സിലാക്കുകയാണ് നല്ല വഴി. ബുദ്ധിയും മനക്കരുത്തും ഉള്ള ഒരു പെൺകുട്ടിയോടാണ് സംസാരിക്കേണ്ടത്. അവളുടെ നിശ്ചയദാർഢ്യം ഇഷ്ടപ്പെടുന്നു എന്ന സത്യം നിലനിൽക്കുമ്പോൾ അതിന്റെ മാനങ്ങൾ വലുതാണ്.

അവർ അഞ്ച് ആളുകൾ രണ്ട് ഓട്ടോറിക്ഷയിലായിട്ടാണ് വന്നത്. ഏറ്റവും മുൻപിൻ കൈയിലൊരു ബാഗുമായിനിന്ന ആൾ സ്വയം പരിചയപ്പെടുത്തി.

“ഞാൻ സേതുമാധവൻ. സേഫ് സൊസൈറ്റിയുടെ പ്രസിഡണ്ടാണ്. ഇവരൊക്കെ അംഗങ്ങൾ.”

“ഒ.കെ. പറയൂ. എന്താ വേണ്ടത്?”

“സാറെ ഞങ്ങൾക്ക് പെൻഷൻ കിട്ടിയിട്ട് ഒന്നരവർഷമായി. ഞങ്ങൾക്ക് ധാരാളം പ്രശ്നങ്ങൾ ഉണ്ട്. മുഖ്യമന്ത്രിയെ നേരിൽകണ്ട് പ്രശ്നങ്ങൾ പറയാൻ അനുവാദം ചോദിച്ചിരുന്നു. മറുപടി ഇതുവരെയും കിട്ടിയില്ല.”

ഇടയ്ക്കുകയറി മറ്റൊരാൾ പറഞ്ഞു.

“ആദ്യം പെൻഷൻ മാസംതോറും 524 രൂപയായിരുന്നു. പിന്നെ അത് ആയിരം രൂപയാക്കി. എല്ലാ രോഗികൾക്കും പെൻഷൻ നൽകാനായിരുന്നു തീരുമാനം. പക്ഷേ കിട്ടിയത് 6000 പേർക്ക് മാത്രമാണ്. സാമ്പത്തികഭാരം അനുഭവിക്കുന്നവർ ധാരാളമുണ്ട് സംഘടനയിൽ.”

സംസാരം നിർത്തൂ എന്ന് കൈകൊണ്ട് ആംഗ്യം കാണിച്ചിട്ട് ചോദിച്ചു.

“നിങ്ങൾ പറയുന്നതൊന്നും എനിക്ക് മനസ്സിലാകുന്നില്ല. ആരുടെ പെൻഷൻകാര്യമാണ് പറയുന്നത്? ഏത് സംഘടനയാണ്?

പ്രസിഡന്റ് എന്ന് പരിചയപ്പെടുത്തിയ മനുഷ്യൻ എല്ലാവരുടേയും മുഖത്ത് മാറിമാറി നോക്കിയിട്ട് പറഞ്ഞു.

“സാർ. അപ്പോൾ ഡോക്ടർ സദാശിവൻ സാറ് ഒന്നും പറഞ്ഞില്ലേ?”

‘ഇല്ലല്ലോ. ഞാനിന്ന് അദ്ദേഹത്തെ കണ്ടില്ല. നിങ്ങൾ കാര്യം പറയൂ.”

“ഞങ്ങൾ കേരളത്തിലെ ആറായിരത്തിലധികംവരുന്ന എച്ച്.ഐ.വി ബാധിതരുടെ കാര്യമാണ് പറഞ്ഞത്. സാറിനെ പോലെ ഒരാൾ ഞങ്ങളുടെ സംഘടനയുടെ മുൻപിൽ നിന്നാൽ ഈ അവഗണനയ്ക്കും ദുരിതത്തിനും ഒരു പരിഹാരമാകുമെന്ന് സദാശിവൻ സാറ് പറഞ്ഞു.” ബാഗ്-കാരനാണ് അത് പറഞ്ഞത്.

“യൂ ഷട്ടപ്പ്! ഇറങ്ങിപ്പോകൂ!” അലറുകയായിരുന്നു. അപമാനത്തിന്റെ തീച്ചൂളയിൽപെട്ട് ശരീരം ചുട്ടുപൊള്ളി. തലച്ചോറിൽ ആയിരം

കടന്നലുകൾ പറക്കുന്ന അസ്വസ്ഥത ഏത് ലോകത്താണ് താനൊന്ന് ഒളിക്കുക? ഏത് മൂടുപടമാണ് താനൊന്ന് ഇടുക?

പാദവിന്യാസം കേട്ട് തിരിഞ്ഞുനോക്കിയപ്പോൾ വാതിൽക്കൽ എല്ലാം കേട്ടുകൊണ്ട് ലക്ഷ്മിദേവി നിൽക്കുന്നു.

നിയന്ത്രണംവിട്ട് പറഞ്ഞു.

"ഞാനേത് കൊടുംകാട്ടിലാണ് ഒന്നു പോയി ഒളിക്കുക? വിധി എന്നെ വിടാതെ പിൻതുടരുന്നല്ലോ ഈശ്വരാ."

ലക്ഷ്മിദേവി അടുത്തുവന്ന് കൈകളിൽ പിടിച്ചു. ശാന്തമായി പക്ഷേ ദൃഢമായ ശബ്ദത്തിൽ ചോദിച്ചു.

"ഏത് കൈകേയിയുടെ വരപ്രസാദംകൊണ്ടാണ് കാട്ടിൽ പോകുന്നത്? ഏത് ദശരഥനാണ് ഈ ആളിനെ കൊടും കാട്ടിലേക്ക് അയയ്ക്കുന്നത്?"

ഇരുപത്തി ഒന്ന്

ലക്ഷ്മിദേവിയുടെ ദൃഢമായ ചോദ്യങ്ങൾക്കു മുൻപിൽ മൗനിയായി നിൽക്കാനേ കഴിഞ്ഞുള്ളൂ. ഏതെല്ലാം അനുഭവങ്ങളിൽകൂടിയാണ് ജീവിതയാനം തുഴയില്ലാതെ സാവധാനം പോകുന്നത്?

മനുഷ്യൻ കല്ലുകൾകൊണ്ട് മതിൽ നിർമ്മിക്കുന്നതുപോലയാണ് അനുഭവങ്ങൾ ജീവിതത്തെ പടുത്തുയർത്തുന്നത്. മതിലിന്റെ ബലവും ബലക്ഷയവും കല്ലുകളുടെ ഗുണമേന്മ അനുസരിച്ചിരിക്കുന്നു. അനുഭവങ്ങളാണ് ജീവിതത്തിന് ഊടും പാവും നെയ്യുന്ന ഗുരുനാഥൻ. നല്ല അനുഭവങ്ങളിലൂടെ കടന്നുപോകാനായാൽ ജീവിതം സന്തോഷപ്രദമാകും. അല്ലെങ്കിൽ ദുരിതമയവും.

താനും അപ്രതീക്ഷിതമായ അനുഭവങ്ങളിലൂടെ കടന്നുപൊയ്ക്കൊണ്ടിരിക്കുന്നു. ഉത്തരങ്ങളില്ലാത്ത ചോദ്യങ്ങളാണ് എപ്പോഴും മുൻപിലെത്തുന്നത്.

നിശ്ശബ്ദതയെ ഭഞ്ജിച്ചുകൊണ്ട് ലക്ഷ്മിദേവി ചോദിച്ചു.

"ഒരു കാര്യം ചോദിക്കാനാണ് ഞാൻ ഇത്രയും സമയം കാത്തിരുന്നത്?"

ചോദ്യഭാവത്തിൽ ലക്ഷ്മിയെ നോക്കി. അതിന്റെ ഉത്തരമെന്നവണ്ണം പറഞ്ഞു.

"നമ്മുടെ വിവാഹനിശ്ചയത്തിന്റേയും വിവാഹത്തിന്റേയും തീയതികൾ തീരുമാനിക്കേണ്ടേ? രണ്ടു വീട്ടുകാർക്കും വിരോധമില്ലെങ്കിൽ നിശ്ചയം വളരെ ചെറിയ ഒരു ചടങ്ങാക്കാം. വിവാഹം...?"

"ലക്ഷ്മി!" ശബ്ദം വല്ലാതെ ഉയർന്നാണ് വിളിച്ചത്.

ലക്ഷ്മിദേവി ചിരിച്ചുകൊണ്ട് ചോദിച്ചു. "ഇങ്ങനെ രോഷം കൊള്ളുന്നത് എന്തിനാണ്?"

"അറിയാതെ തീപ്പൊള്ളലേൽക്കുന്നത് മനസ്സിലാക്കാം. പക്ഷേ തീയിലേക്ക് അറിഞ്ഞുകൊണ്ട് എടുത്തുചാടുന്നത് മനസ്സിലാകുന്നില്ല. പല പ്രാവശ്യം മനസ്സുതുറന്നു സംസാരിച്ചതല്ലേ? ഇതിൽനിന്ന് പിന്മാറണം. ഇത്ര വലിയ ഒരു ത്യാഗം എനിക്ക് താങ്ങാനാവില്ല. പ്ലീസ്!"

അതുപറയുമ്പോൾ നെഞ്ചിടിപ്പ് വർദ്ധിച്ചത് ശ്രദ്ധിച്ചു.

"ഇത് ത്യാഗമല്ല." ലക്ഷ്മി പറഞ്ഞു.

"ഇഷ്ടമുള്ള ഒരാളിന്റെകൂടെ ജീവിക്കാനാഗ്രഹിക്കുന്നത് ത്യാഗമാണോ? എങ്കിൽ ഈ ത്യാഗം ഞാൻ സ്വമേധയാ ഏറ്റെടുക്കുന്നു."

"ഹൗ സില്ലി യു ആർ?"

അങ്ങനെ ചോദിച്ചുവെങ്കിലും മനസ്സ് ചേതോഹരമായ ഒരു പുഷ്പത്തിന്റെ സൗരഭ്യം നുകർന്നതുപോലെ ഉന്മാദത്തിലായി ഒരു നിമിഷം.

താനിവളെ ഇഷ്ടപ്പെടുന്നു! അതാണ് സത്യം. അതിവൾ മനസ്സിലാക്കുകയും ചെയ്തിട്ടുണ്ട്.

"ഈ കെയർ! ഈ നഷ്ടബോധം! ഈ മനസ്സ്! ഇതൊക്കെത്തന്നെയാണ് ഞാനിഷ്ടപ്പെടുന്നത്. ഇതൊന്നും ഇവിടെ ഉപേക്ഷിച്ചുപോകാൻ ഞാൻ തയ്യാറല്ല. എനിക്ക് ട്രീറ്റ്മെന്റ് ചെയ്യുന്ന ഡോക്ടറെ ഒന്നു കാണണം. നമുക്കൊന്നിച്ച് പോകാം."

"വൈ?"

അതു ചോദിച്ചപ്പോൾ ശബ്ദം വളരെ നേർത്തിരുന്നു.

"എനിക്ക് അദ്ദേഹത്തോട് പലതും ചോദിക്കാനുണ്ട്. അറിയാനുണ്ട്. പറ്റിയാൽ നമുക്ക് നാളെത്തന്നെ പോകണം."

കുസൃതിയോടെ ചോദിച്ചു.

"എനി പാത്തോളജിക്കൽ സർവ്വേ?"

"യെസ്. യാ." ലക്ഷ്മിദേവി ചിരിച്ചു.

ചിലർ ഇങ്ങനെയാണ്. തേച്ച് മിനുക്കിയ നിലവിളക്കിലെ തിരിനാളം പോലെ ചുറ്റും ദീപപ്രഭ ചൊരിഞ്ഞുകൊണ്ടേയിരിക്കും. അവർ അന്ധകാരത്തെക്കുറിച്ച് ചിന്തിക്കുന്നില്ല. ശക്തമായി കാറ്റടിക്കുമ്പോഴും തീനാളം അണഞ്ഞുപോകുമോ എന്ന് ആശങ്കപ്പെടുന്നില്ല. അവരുടെ മനസ്സിലെ അഗ്നിയാണ് വിളക്കിലേക്ക് പകരുന്നത്. വിവിധ അവസ്ഥാന്തരങ്ങളിലൂടെ കടന്നുപോകുമ്പോഴും ജ്വലിച്ചുനിൽക്കാൻ അവർക്ക് കഴിയുന്നത് അതുകൊണ്ടാണ്.

ലക്ഷ്മിദേവിയോടൊപ്പം ഡോക്ടർ മാത്യു വർഗീസിനെ കാണാൻ പോകുമ്പോൾ മനസ്സ് അസ്വസ്ഥമായിരുന്നു. ലക്ഷ്മിക്ക് എന്തായിരിക്കും ചോദിക്കാനുള്ളത്? ഡോക്ടറുടെ മറുപടി എന്തായിരിക്കും? എച്ച്.ഐ.വി രോഗികൾക്ക് വിവാഹജീവിതം മെഡിക്കൽ സയൻസ് നിഷേധിച്ചിട്ടില്ല. പക്ഷേ രോഗബാധിതനായ ഒരാളുടെ ജീവിതപങ്കാളിയാകാൻ രോഗമില്ലാത്ത ഒരു വ്യക്തി തയ്യാറാകുന്നത് അപൂർവ്വമാവാം. ഡോക്ടർ മാത്യു വറുഗീസ് ലക്ഷ്മിയെ പറഞ്ഞു മനസ്സിലാക്കും. പിന്തിരിപ്പിക്കും. തനിക്ക് നഷ്ടബോധം തോന്നേണ്ട ആവശ്യമില്ല. തീരാശാപത്തിന്റെ ചുമട് ശിരസ്സിലേറ്റിക്കൊണ്ട് നടക്കുന്ന ഈ യാത്ര ഏകനായിട്ടായിരിക്കും.

നാലുമണി കഴിഞ്ഞാണ് ഡോക്ടർ മാത്യു വർഗീസിന്റെ തിരക്കൊഴിഞ്ഞത്. എന്നിട്ടും അതിരാവിലെ ആദ്യം കാണാനെത്തുന്ന പേഷ്യന്റിനോട് എന്നപോലെ പ്രസരിപ്പോടെയാണ് അദ്ദേഹം സംസാരിച്ചത്. ഹസ്തദാനം ചെയ്തുകൊണ്ട് അദ്ദേഹം ചോദിച്ചു.

"ഡോക്ടർ. ശ്രീഹരീ? ഹൗ ആർ യൂ. ആരാണ് കൂടെയുള്ള സ്വീറ്റ് ഗേൾ?"

"ഇത് ലക്ഷ്മീദേവി. ആർകിടെക്ടാണ്. ഇവർക്കാണ് സാറിനെ കാണണമെന്നു പറഞ്ഞത്. ഞാൻ ഫോൺ ചെയ്തപ്പോൾ പറഞ്ഞിരുന്നു."

ഫോൺ ചെയ്തപ്പോൾ കൂടുതലൊന്നും പറഞ്ഞിരുന്നില്ല. ഒരാൾക്ക് പേഴ്സണലായി ഒന്നു കാണണം എന്നു മാത്രമേ പറഞ്ഞുള്ളൂ. തിരക്കിനിടയിൽ അദ്ദേഹം കൂടുതലൊന്നും ചോദിച്ചുമില്ല.

"ഒ.കെ. ഫൈൻ! ഫൈൻ! എന്തിനാണ് എന്നെ കാണണമെന്ന് പറഞ്ഞത്?" അദ്ദേഹം ലക്ഷ്മിദേവിയെ നോക്കിക്കൊണ്ട് ചോദിച്ചു.

ലക്ഷ്മിദേവി തന്റെ നേരെ നോക്കി ചെറുതായി ശിരസ്സ് ചലിപ്പിച്ചു. കസേരയിൽ മുന്നോട്ട് ആഞ്ഞിരുന്നുകൊണ്ട് പറഞ്ഞു.

"ഗുഡ് ഈവനിങ്ങ് ഡോക്ടർ. ഞാൻ വിവാഹിതയാവുകയാണ്. എന്നെ വിവാഹം കഴിക്കാൻ പോകുന്ന ആൾ ഒരു എച്ച്.ഐ.വി രോഗിയാണ്. എനിക്കതേക്കുറിച്ചാണ് ഡോക്ടറുടെ ഉപദേശം വേണ്ടത്."

ഡോക്ടർ മാത്യു വർഗീസിന്റെ മുഖം ഗൗരവപൂർണ്ണമായി. ലക്ഷ്മിദേവിയുടെ കണ്ണുകളിൽ സൂക്ഷിച്ചുനോക്കിക്കൊണ്ട് അദ്ദേഹം ചോദിച്ചു.

"വിദ്യാഭ്യാസവും സൗന്ദര്യവും ഉള്ള നിങ്ങൾ ഇങ്ങനെ ഒരാളെ തിരഞ്ഞെടുക്കാൻ കാരണം?"

"എനിക്കദ്ദേഹത്തെ ഇഷ്ടമാണ്. എന്നെ ആരും നിർബ്ബന്ധിച്ചിട്ടില്ല ഞാൻ ഈ തീരുമാനം എടുത്തത്. അദ്ദേഹത്തോടൊപ്പം ജീവിക്കാനാണ് ഞാൻ ആഗ്രഹിക്കുന്നത്. എന്തെല്ലാം പ്രിക്കോഷൻസാണ് എങ്ങനെയെല്ലാമാണ് ഞാൻ മുന്നോട്ട് പോകേണ്ടതിനെക്കുറിച്ച് എനിക്ക് വ്യക്തമായ ധാരണ വേണം. സാറ് സഹായിക്കണം."

"ഒ.കെ. ഇവിടെ എന്നോടൊപ്പം ജോലിചെയ്യുന്ന ഒരു ഡോക്ടറുണ്ട്. ഡോക്ടർ ദിനേശ്. കൗൺസിലിങ്ങിലും ട്രീറ്റ്മെന്റിനും വിദഗ്ധനാണ്. അദ്ദേഹത്തെക്കൂടി ഇങ്ങോട്ട് വിളിക്കുന്നതിൽ വിരോധമില്ലല്ലോ. വിളിക്കണം."

"ഇല്ല. നോ ഇഷ്യൂസ്." ലക്ഷ്മിദേവി പറഞ്ഞു. ഫോൺ ചെയ്ത് ഡോക്ടർ ദിനേശിനെ മുറിയിലേക്ക് വിളിക്കുന്നതിനിടയിൽ അദ്ദേഹം ചോദിച്ചു.

"ആരാണ് നിങ്ങളുടെ വുഡ്ബി? അടുത്ത സിറ്റിങ്ങ് രണ്ടുപേരുംകൂടി വേണം."

"ഡോക്ടർ ശ്രീഹരി!"

ലക്ഷ്മിദേവിയുടെ മറുപടികേട്ട് ഡോക്ടർ മാത്യു വർഗീസ് ചെറുതായി ഞെട്ടി. വിശ്വാസം വരാത്തതുപോലെ തന്റെ നേരെ നോക്കി. തന്റെ മുഖം വിളറുന്നതുകണ്ടിട്ടാവണം ഡോക്ടർ പെട്ടെന്ന് പറഞ്ഞു.

"ഓ. ഫൈൻ! ഗുഡ്! കൺഗ്രാജുലേഷൻസ്."

പിന്നെ സന്ദർഭത്തിന്റെ പിരിമുറുക്കം കുറയ്ക്കാൻ ഫലിതരൂപേണ ചോദിച്ചു.

"ഇതിനിടയ്ക്ക് ഇങ്ങനെയൊരു ഡവലപ്പ്മെന്റും ഉണ്ടായോ? ഞാനറിഞ്ഞില്ലല്ലൊ."

ഇനി തന്റെ ഊഴമാണ്. പറയാതിരിക്കാൻ കഴിയില്ല.

"ഡോക്ടർ. ഞങ്ങളുടെ വിവാഹം ഏകദേശം നിശ്ചയത്തോടടുത്തിരുന്നു. ഞാനെല്ലാ കാര്യങ്ങളും ലക്ഷ്മിദേവിയോട് പറയുകയും ചെയ്തിരുന്നു. പക്ഷേ അതിനുശേഷമാണ് ടെസ്റ്റുകൾ നടത്തിയതും രോഗവിവരം അറിഞ്ഞതും."

ഡോക്ടർ ദിനേശ് റൂമിലേക്ക് വന്ന് അടുത്ത കസേരയിൽ ഇരിക്കുന്നതുകണ്ട് ഒരു നിമിഷം സംസാരം നിർത്തി. പക്ഷേ പിന്നെ സംസാരിച്ചത് ലക്ഷ്മിദേവിയാണ്. ലക്ഷ്മി സംസാരിച്ചത് കേട്ടിരിക്കാനേ കഴിഞ്ഞുള്ളൂ.

ദൃഢനിശ്ചയത്തിന്റെ വാക്കുകളായിരുന്നു അവ. ഒരു ശക്തിക്കും തന്നെ പിന്തിരിപ്പിക്കാൻ ആവില്ലെന്ന് തെളിയിച്ചുകൊണ്ടാണ് ഓരോ സമസ്യയും അവൾ പൂരിപ്പിച്ചത്.

ഹാൻഡ് ബാഗിൽനിന്നും ഡയറി എടുത്ത് ഡോക്ടർ പറയുന്നത് ശ്രദ്ധാപൂർവ്വം കുറിച്ചെടുത്തു.

കൊതുകുകളിൽ കൂടിയോ ഈച്ചകളിൽകൂടിയോ എച്ച്.ഐ.വി പകരുന്നില്ല. ഒരേ സോപ്പ് ഉപയോഗിക്കാം. ഒന്നിച്ച് ശയിക്കാം, സ്പർശിക്കാം, ആശ്ലേഷിക്കാം, ചുംബിക്കാം. ഒന്നിനും വിലക്കുകളില്ല.

സുരക്ഷിതമല്ലാത്ത ലൈഗികബന്ധത്തിലൂടെയാണ് എച്ച്.ഐ.വി പകരുന്നത്. അവിടെയാണ് കരുതൽ ആവശ്യം. ആന്റിറിട്രോ വൈറൽ ചികിത്സയിലൂടെ രോഗത്തെ നിയന്ത്രണത്തിലാക്കാം. രോഗം പകരുന്നത് തടയാം. എന്നാൽ രോഗി രോഗത്തിൽനിന്ന് പൂർണ്ണമായും രക്ഷപ്പെടുന്നില്ല. മരുന്നും ഡയറ്റും ആരോഗ്യവും ശ്രദ്ധിച്ചാൽ സാധാരണ മനുഷ്യരെപോലെ നീണ്ടകാലയളവുതന്നെ ജീവിച്ചിരിക്കാം.

പിന്നെ ലൈംഗികബന്ധത്തിലൂടെ അല്ലാതെയും എച്ച്.ഐ.വി പകരാറുണ്ട്. രോഗബാധിതരായ വ്യക്തികളുടെ രക്തം സ്വീകരിക്കുമ്പോൾ അണുബാധയുണ്ടാകും. ഒരേ സിറിഞ്ചും സൂചിയും അശ്രദ്ധയോടെ ഉപയോഗിച്ചാൽ രോഗം ക്ഷണിച്ചുവരുത്തലാകും.

ലക്ഷ്മിദേവി എല്ലാം സശ്രദ്ധം കേട്ടു. ഇടയ്ക്കുകയറി ഒന്നും ചോദിച്ചില്ല. ഡോക്ടർ പറഞ്ഞു.

"ഇനി നിങ്ങളോട് വളരെ വ്യക്തമായി ഒരു കാര്യം പറയാനുണ്ട്. ഒരു സ്ത്രീയെ സംബന്ധിച്ച് ഏറ്റവും പ്രധാനപ്പെട്ട കാര്യം! നിങ്ങൾക്ക് കുട്ടികൾ ഉണ്ടാകുക എന്നത് വളരെ സങ്കീർണ്ണമായ ഒരു പ്രശ്നമാണ്. കാരണം നിങ്ങൾ എച്ച്.ഐ.വി ബാധിതയല്ല. എച്ച്.ഐ.വി പോസിറ്റീവ് ആയ ഒരു സ്ത്രീയിൽനിന്നും പ്രഗ്നൻസി സമയത്തും മുലയൂട്ടൽ സമയത്തും കുട്ടിയിലേക്ക് രോഗം പകരാം. ഇന്ന് അതിന്റെ സാദ്ധ്യത കൾ കുറയ്ക്കാൻ ട്രീറ്റ്മെന്റിന് കഴിയുന്നുണ്ട്. എ.ആർ.ടി കൊണ്ട് പ്രഗ്നൻസി സമയത്ത് അമ്മയുടെ എച്ച്.ഐ.വി വൈറൽ ലോഡ് കുറ യ്ക്കാൻ കഴിയാറുണ്ട്. ഡെലിവറിക്കുശേഷം കുട്ടിക്കും എ.ആർ.ടി നൽകും. മുലയൂട്ടൽ തടയും. എച്ച്.ഐ.വി ബാധിതരായ ദമ്പതിമാരുടെ കുട്ടികൾ രോഗബാധിതരാകാതെ നോക്കാൻ ഇന്ന് മെഡിക്കൽ സയൻ സിന് കഴിയാറുണ്ട്. പക്ഷേ നിങ്ങളുടെ കാര്യം ഇതിൽനിന്നും വിഭിന്ന മാണ്."

ഡോക്ടർ മാത്യുവർഗീസ് ഡോക്ടർ ദിനേശിന്റെ മുഖത്തേക്ക് നോക്കി. അത് മനസ്സിലാക്കിയിട്ടെന്നപോലെ ഡോക്ടർ ദിനേശ് പറഞ്ഞു.

"മാഡം. ഞാൻ പറയാൻ പോകുന്നകാര്യം ശ്രദ്ധിച്ച് കേൾക്കണം. എച്ച്.ഐ.വി നെഗറ്റീവ് ആയ നിങ്ങൾക്ക് എച്ച്.ഐ.വി പോസിറ്റീവ് ആയ പാർട്ട്നറിൽനിന്നും പ്രഗ്നന്റ് ആകുക എന്നത് വളരെ കോംപ്ലിക്കേറ്റഡാണ്. അതിന് മാർഗങ്ങൾ ഇല്ലെന്ന് പറയുന്നില്ല. സ്ത്രീയുടെ ഫെർട്ടയിൽ സമയം നോക്കി എ.ആർ.ടി തെറാപ്പിചെയ്ത് രോഗിയുടെ വൈറൽ ലോഡ് കുറയ്ക്കുക. ആ സമയത്ത് ബന്ധപ്പെടുക. അല്ലെങ്കിൽ രോഗം ബാധി ക്കാതെ സ്പേമിനെ വേർതിരിച്ചെടുത്ത് തുടർപ്രോസ്സസുകൾ ചെയ്യുക. അങ്ങനെ പലതും മെഡിക്കൽ സയൻസിനു മുൻപിലുണ്ട്. ഇവിടെ യൊക്കെ ചാൻസ് 10 ശതമാനം മുതൽ 15 ശതമാനംവരെ മാത്രമാണ്. ഞാൻ പറഞ്ഞുവരുന്നത് ജീവിതം മുഴുവനും ഒരുപക്ഷേ, നിങ്ങൾക്ക് കുട്ടികൾ ഇല്ലാതെ ജീവിക്കേണ്ടിവരും. അതല്ലെങ്കിൽ, അറിഞ്ഞോ അറി യാതെയോ നിങ്ങളും എച്ച്.ഐ.വി രോഗി ആകേണ്ടി വരും. അത് മന സ്സാക്ഷിക്ക് വിരുദ്ധമല്ലേ?"

ഡോക്ടർ ദിനേശ് തന്നെ നോക്കിക്കൊണ്ടാണത് പറഞ്ഞത്. തനിക്ക് ഒന്നും സംസാരിക്കാനാവുന്നില്ലല്ലോ എന്നോർത്തു. ഒരു ഡോക്ടറാണെന്ന യാഥാർത്ഥ്യംപോലും മറന്ന് ഒരു രോഗിയുടെ നിസ്സഹായാവസ്ഥയിലാണ് താൻ പലപ്പോഴും.

വിവർണ്ണമായ തന്റെ മുഖത്ത് ഒന്ന് നോക്കിയിട്ട് ലക്ഷ്മിദേവി പറഞ്ഞു.

"ഡോക്ടർ പറഞ്ഞത് മുഴുവനായും ഞാൻ മനസ്സിലാക്കുന്നു. വളരെ താങ്ക്സ്. ഇനി ഞാനൊന്ന് പറഞ്ഞോട്ടെ ഡോക്ടർ. ഞാനൊരിക്കലും

ഒരു ഗാന്ധാരി ആകാൻ ആഗ്രഹിക്കുന്നില്ല. പാർട്ടണർ എച്ച്.ഐ.വി പോസിറ്റീവ് ആയതുകൊണ്ട് ഞാനും മനഃപൂർവ്വം കുട്ടികളുടെ കാര്യത്തിനുവേണ്ടി ആണെങ്കിൽപോലും ഒരു രോഗിയാകാൻ ആഗ്രഹിക്കുന്നില്ല. ഏറ്റവും നല്ല ശ്രദ്ധയോടെ രോഗം പകരാതിരിക്കാൻ നോക്കും. ഒരു ഡോക്ടറെയാണ് ഞാൻ വിവാഹം കഴിക്കുന്നത്. ആ കാര്യത്തിൽ എനിക്ക് തീർച്ചയായും അദ്ദേഹത്തിന്റെ പിന്തുണ ഉണ്ടാകും. പക്ഷേ, എന്നാലും റിസ്ക് ഉണ്ടല്ലോ. അഥവാ രോഗബാധിത ആയാൽ ഞാനും ട്രീറ്റ്മെന്റ് എടുക്കും. പിന്നെ കുട്ടികൾ. അടുത്ത അഞ്ചുവർഷത്തേക്കെങ്കിലും കുട്ടികൾ വേണ്ടെന്നാണ് എന്റെ തീരുമാനം. അതിനുശേഷം ആരുമില്ലാത്ത ഒരു കുട്ടിയെ ദത്തെടുക്കും. വളർത്തും ഡോക്ടർ പറഞ്ഞതുപോലെ നമ്മുടെ മുൻപിൽ എത്രയെത്ര പോസിബിലിറ്റീസ്..."

ലക്ഷ്മിദേവി ചിരിച്ചു. ഡോക്ടർ മാത്യു വർഗീസ് കേട്ടിരിക്കുകയായിരുന്നു. അദ്ദേഹം പറഞ്ഞു.

"ഐ റിയലി അപ്രീഷ്യേറ്റ് യു. നിങ്ങളെപോലെ അപൂർവ്വം വ്യക്തികളെയേ ഞാൻ കണ്ടിട്ടുള്ളൂ."

യാത്രപറഞ്ഞിറങ്ങിയപ്പോൾ ഡോക്ടർ മാത്യു വർഗീസ് വീണ്ടും പറഞ്ഞു.

"ഐ അപ്രീഷ്യേറ്റ് ബോത്ത് ഓഫ് യു. നിങ്ങളുടെ ജീവിതം അതിസുന്ദരമായിരിക്കും. നോ ഡൗട്ട്! ദെൻ. ഡോക്ടർ ശ്രീഹരി! നിങ്ങളുടേത് ഒരു നല്ല കേസ് സ്റ്റഡി ആയിരിക്കും. യു ക്യാൻ പ്രിപെയർ ആൻഡ് പബ്ലീഷ്!"

മനസ്സിലെ ഭാരം പകുതിയെങ്കിലും ലഘൂകരിച്ചതുപോലെ ഒരു തോന്നലിലാണ് വീട്ടിലേക്ക് ഡ്രൈവ് ചെയ്തത്. യാത്രയ്ക്കിടയിൽ പറഞ്ഞു.

"ലക്ഷ്മി, ഐ.ആം ലക്കി ദാറ്റ് യു ആർ വിത്ത് മി. ഇത്ര ചെറുപ്പത്തിൽ തന്നെ ജീവിതത്തെ ഇങ്ങനെയൊരു കാഴ്ചപ്പാടിലൂടെ എങ്ങനെ കാണാൻ കഴിയുന്നു?"

"അതൊന്നും എനിക്കറിയില്ല. പരസ്പരം മനസ്സ് തുറന്ന് സംസാരിക്കുകയും സ്നേഹിക്കുകയും ചെയ്യുന്ന ഒരു ലൈഫ്! ഞാനത്രയേ മോഹിക്കുന്നുള്ളൂ. പല ജീവിതങ്ങളിലും ഇല്ലാത്തത് അതുതന്നെയാണ്."

ലക്ഷ്മിദേവിയോട് ബഹുമാനമാണ് തോന്നിയത്. ഇത്തരം ഒരു ഉറച്ച തീരുമാനം എടുക്കാൻ ഒരുപക്ഷേ തനിക്കായിരുന്നെങ്കിൽ കഴിയുമായിരുന്നില്ല.

വീട്ടിൽ ഡ്രോപ്പ് ചെയ്തപ്പോൾ കാറിൽ നിന്നിറങ്ങിയിട്ട് ലക്ഷ്മിദേവി ചോദിച്ചു.

"കയറുന്നില്ലേ, ഒരു കാപ്പികുടിച്ചിട്ടു പോകാം."

"വേണ്ട. ഇന്നു കയറുന്നില്ല. പിന്നെയാകാം."

കാർ സ്റ്റാർട്ട് ചെയ്തപ്പോൾ ലക്ഷ്മി പറഞ്ഞു.

"ഇനിയും എന്തൊക്കെയോ പറയാനുണ്ട്. കുറേ കാര്യങ്ങൾ. നമ്മൾ ഒന്നും ഇന്ന് സംസാരിച്ചിട്ടില്ല. നമ്മുടെ കാര്യങ്ങളൊക്കെ സംസാരിച്ചത് മറ്റുള്ളവരാണ്."

ചിരിച്ചുകൊണ്ട് ലക്ഷ്മിയുടെ നേർക്ക് വലതുകരം നീട്ടി. നീട്ടിയ കൈ വെള്ളയിൽ ലക്ഷ്മി തന്റെ കൈവെള്ള വച്ചു. മനസ്സിലെ സ്നേഹം മുഴു വനും വാക്കുകളിൽ ആവാഹിച്ചുകൊണ്ട് പറഞ്ഞു.

"താങ്ക്യൂ ലക്ഷ്മി. ഇന്ന് ഞാൻ സുഖമായി ഉറങ്ങും. പാട്ട് കേൾക്കും. സ്വപ്നങ്ങൾ കാണും. എ റിലാക്സ്ഡ് നൈറ്റ്!"

"ഞാനും." മൃദുവായി ലക്ഷ്മി പറഞ്ഞു.

അത് സത്യമായിരുന്നു. ഭ്രാന്ത്പിടിച്ച ദിവസങ്ങളായിരുന്നു പിന്നിട്ടത്. കണ്ണുകളടച്ചാൽ കാണുന്നത് ഭീകരസ്വപ്നങ്ങൾ ആയിരുന്നു. ഇപ്പോൾ എന്തിനേയും നേരിടാമെന്ന വിശ്വാസവുമായി ഇതാ പുതിയൊരു രാവ്!

സുഖമായി ഉറങ്ങി. പ്രഭാതം അലസമായി പിന്നിട്ട് ബ്രേക്ക് ഫാസ്റ്റ് കഴിച്ച് കുളിച്ച് റെഡിയാകുന്നതിനിടയിൽ ലക്ഷ്മിദേവിയും ലളിതാന്റിയും എത്തി. അമ്മ അല്പം പരിഭവത്തോടെയാണ് ലളിതാന്റിയെ സ്വീകരി ച്ചത്.

അമ്മ ചോദിച്ചു.

"നമ്മുടെ മക്കൾ കല്യാണം കഴിക്കുകയോ കഴിക്കാതിരിക്കുകയോ ചെയ്യട്ടെ. അത് അവരുടെ ഇഷ്ടം. അതിനിടയിൽ നമ്മൾ കുരുങ്ങേണ്ട ആവശ്യമുണ്ടോ?"

"അതൊന്നുമല്ല കാര്യം. ഞാൻ അമ്മയോടൊപ്പമായിരുന്നു. ഇവിടെ ഉണ്ടായിരുന്നില്ല. ഫോൺ ചെയ്യാതിരുന്നത് മനഃപൂർവ്വമല്ല. കല്യാണം ഉടനെ വേണ്ട എന്ന് കേട്ടപ്പോൾ വിഷമം തോന്നി എന്നത് സത്യം തന്നെ."

ലളിതാന്റി തുറന്നു പറഞ്ഞു.

അമ്മയുടെ മുഖം വിളറുന്നതുകണ്ടു. വിവശയായി അമ്മ തന്റെ മുഖ ത്തേക്കു നോക്കി.

അമ്മയോട് തീരുമാനം പറയാനുള്ള സന്ദർഭം രാവിലെതന്നെ മുൻപിൽ എത്തിയത് നന്നായി എന്ന് തോന്നി.

"അമ്മാ അച്ഛനുമായി സംസാരിക്കൂ. ഈ വിവാഹം അധികം താമസിക്കാതെ നടത്താം."

"ശ്രീഹരീ എന്താ നീ പറയുന്നത്?"

അമ്മ വിശ്വാസം വരാതെ വീണ്ടും ചോദിച്ചു.

"ലക്ഷ്മിയുമായി സംസാരിക്കേണ്ടേ?" അതിനുത്തരം പറഞ്ഞത് ലക്ഷ്മിയാണ്.

"ഞങ്ങൾ സംസാരിച്ചു. എല്ലാ കാര്യങ്ങളും ഷെയർ ചെയ്തു. എന്നിട്ടാണ് ഇപ്പോൾ ഇങ്ങനെ..."

ലക്ഷ്മിദേവിയുടെ മുഖത്ത് ലജ്ജ പടരുന്നത് കൗതുകത്തോടെ നോക്കി.

അമ്മ ലളിതാന്റിയേയും കൂട്ടി അകത്തേക്ക് പോയപ്പോൾ ലഷ്മിദേവിയോടൊപ്പം മുകളിലത്തെ ബാൽക്കണിയിൽപോയി ഇരുന്നു.

"ഞാൻ ഹോസ്പിറ്റലിൽനിന്നും റിസൈൻ ചെയ്യുകയാണ്. അവിടെ ചില പ്രോബ്ലംസ്. ഒരുപക്ഷേ എന്റെ അഡ്ജസ്റ്റ്മെന്റ് പ്രശ്നമാവാം."

ആദ്യമായാണ് ലക്ഷ്മിദേവിയോട് പരിഹാസത്തിന്റെ മുൾമുനകളെപ്പറ്റി ഷെയർ ചെയ്യുന്നത്.

"ഡോക്ടർ സദാശിവനാണ് പ്രശ്നങ്ങൾ വലുതാക്കുന്നത് അല്ലേ?"

ലക്ഷ്മിദേവി ചോദിച്ചു.

"എങ്ങനെ അറിഞ്ഞു? ഞാൻ ഒന്നും പറഞ്ഞതായി ഓർമ്മയില്ലല്ലോ." അതിശയത്തോടെയാണ് പറഞ്ഞത്.

"ഇല്ല. പറയാൻ സമയം കിട്ടിയില്ലല്ലോ. രണ്ടുദിവസം മുമ്പ് ഏതോ സംഘടനയുടെ ആൾക്കാർ ഇവിടെ വന്നപ്പോൾ സംസാരിക്കുന്നത് കേട്ടു. ഞാൻ ഊഹിച്ചു."

"ശരിയാണ്. അതെന്റെ മനസ്സിനെ വല്ലാതെ അസ്വസ്ഥമാക്കി."

അന്ന് തന്റെ ഗർജ്ജനം കേട്ടുകൊണ്ട് ലക്ഷ്മിദേവി വാതിലിനടുത്ത് നിന്നത് ഓർമ്മ വരുന്നു.

"ഞാനൊന്ന് പറയട്ടെ. ഉപദേശിക്കുകയാണെന്ന് കരുതരുത് പ്ലീസ്."

മടിയോടെയാണ് ലക്ഷ്മി പറഞ്ഞു തുടങ്ങിയത്.

"പറയൂ. എന്തഭിപ്രായവും പറയാം."

'എച്ച്.ഐ.വി പോസിറ്റീവ് എന്ന് ഐഡന്റിഫൈ ചെയ്യുന്നതിൽ എന്തിനാണ് ഇത്ര വലിയ സ്റ്റിഗ്മ? അതല്ലേ നമ്മൾ ആദ്യം മാറ്റി എടുക്കേണ്ടത്?"

ലക്ഷ്മിദേവി വീണ്ടും അതിശയിപ്പിക്കുന്നു. ജീവിതം വളരെ കണ്ട ഒരു വ്യക്തിയുടെ പക്വതയോടെ തുടർന്നുപറഞ്ഞു.

"മഞ്ഞപ്പിത്തംപോലെ, ഹൃദയാഘാതംപോലെ, ക്യാൻസറോ കിഡ്നി ട്രബിളോ പോലെ മറ്റൊരു രോഗം! എന്റെ അച്ഛൻ ഹൃദ്രോഗി ആയിരുന്നു. മരിച്ചതും അറ്റാക്കിലാണ്. അച്ഛന് സ്റ്റെപ്പുകൾ സൂക്ഷിച്ചുകയറണം. ആയാസപ്പെടരുത്. ഭക്ഷണം സൂക്ഷിക്കണം. അങ്ങനെ ധാരാളം നിയന്ത്രണങ്ങളുണ്ടായിരുന്നു. അച്ഛൻതന്നെ രോഗത്തെക്കുറിച്ച് എല്ലാവരോടും പറഞ്ഞിരുന്നു. എന്റെ ഒരമ്മാവന് ക്യാൻസർ ഉണ്ടായിരുന്നു. കീമോയുടേയും മറ്റും കാര്യങ്ങൾ അദ്ദേഹം വിശദമായി സുഹൃത്തുക്കളോട് സംസാരിക്കുന്നത് ഞാൻ കേട്ടിട്ടുണ്ട്."

"അതുകൊണ്ട്? പറഞ്ഞുവരുന്നത്?" ചോദിക്കാതിരിക്കാൻ കഴിഞ്ഞില്ല.

ലക്ഷ്മിദേവി ചിരിച്ചുകൊണ്ട് പറഞ്ഞു.

"ഒരു ഡോക്ടറോടാണ് സംസാരിക്കുന്നതെന്ന് അറിയാം. ഞാൻ പറഞ്ഞത് ഇത്രയേയുള്ളൂ. ഓരോ രോഗത്തിനും അതിന്റേതായ പ്രത്യേക നിയന്ത്രണങ്ങളുണ്ട്. എച്ച്.ഐ.വി യുടെ കാര്യത്തിൽ പകരാതെ ശ്രദ്ധിക്കണം. മരുന്ന് മുടക്കാതിരിക്കണം. അതിന് രോഗിയെ പരിഹസിക്കേണ്ട ആവശ്യം എന്ത്?"

"ശരിയാണ്. സമ്മതിക്കുന്നു. പക്ഷേ പെട്ടെന്ന് കിട്ടുന്ന ഒരു മെന്റൽ സ്റ്റേറ്റ് അല്ല അത്!"

"വേണ്ട. സാവധാനം മതി. പക്ഷേ ഞാൻ എച്ച്.ഐ.വി പോസിറ്റീവാണ്! സോ വാട്ട്?" എന്ന് ലോകത്തോട് ചോദിക്കണം. പരിഹസിക്കുന്നവരുടെ മുൻപിൽ ഒരിക്കലും ശിരസ്സ് കുനിക്കരുത്. അതാണ് നമ്മുടെ വിജയം."

ലക്ഷ്മിദേവി പറഞ്ഞത് ശ്രദ്ധയോടെയാണ് കേട്ടത്. ശരിയാണ്. സ്വയം ചുരുങ്ങുമ്പോഴാണ് നിന്ദയും പരിഹാസവും തല പൊക്കുന്നത്. അന്തസ്സോടെയുള്ള പരിഗണന ആദ്യം അവനവനുതന്നെയാണ് ഉണ്ടാക്കേണ്ടത്. സ്വയം തോന്നാത്തത് മറ്റുള്ളവരിൽനിന്നും പ്രതീക്ഷിക്കുന്നത് വിരോധാഭാസമാണ്.

ലക്ഷ്മിയോട് സംസാരിച്ചിരിക്കുമ്പോൾ മങ്ങിപ്പോയ ആത്മവിശ്വാസം പതിന്മടങ്ങ് തിളക്കത്തോടെ മടങ്ങിവരുന്നു.

"ലക്ഷ്മി. ഞാൻ മിക്കവാറും മെഡിക്കൽ കോളേജിൽ ജോയിൻചെയ്യും താമസിയാതെ. പേപ്പേഴ്സ് റെഡിയായി വരുന്നു. അങ്ങനെയാണെങ്കിൽ ഈ രംഗത്തുതന്നെ ഞാൻ ജോലി ചെയ്യും. എല്ലാ മെഡിക്കൽ കോളേജിലും എ.ആർ.ടി സെന്ററുകൾ ഉണ്ട്."

"അതു നന്നായി. കൺഗ്രാജുലേഷൻസ്."

"ധാരാളം കാര്യങ്ങൾ ചെയ്യാനാകും. നേരത്തേ ഇതെക്കുറിച്ചൊന്നും ചിന്തിച്ചിരുന്നില്ല. എച്ച്.ഐ.വിയുടെ അണുവ്യാപനം നിയന്ത്രിക്കുക എന്നതുതന്നെ വളരെ വലിയ ഒരു ജോലിയാണ്. രോഗികളെ കാര്യങ്ങൾ പറഞ്ഞു മനസ്സിലാക്കി മാനസികമായ പ്രതിരോധശക്തി വളർത്തിയെടുക്കുക എന്നത് അതിലും വലിയ ചലഞ്ചും."

ശ്രീഹരി ഉത്സാഹത്തോടെ സംസാരിക്കുന്നത് ലക്ഷ്മിദേവി കേട്ടിരുന്നു. ഇടയ്ക്ക് ശ്രീഹരി ചോദിച്ചു.

"ഞാൻ തിരക്കിലാകും. ലക്ഷ്മിയോ? സ്വന്തം ഓഫീസ് തുറക്കുന്നതിനെക്കുറിച്ച് ആലോചിച്ചുകൂടേ?"

"ആലോചിക്കണം. പേഷ്യൻസിന്റെ കൂടെ ഡോക്ടർ തിരക്കിലാകുമ്പോൾ ഞാൻ കൊച്ചുകൊച്ചു വീടുകൾ ഡിസൈൻ ചെയ്യും. നടുമുറ്റവും തുളസിത്തറയും ഉള്ള ഭംഗിയുള്ള വീടുകൾ കെട്ടിക്കൊടുക്കും."

"ഇടയ്ക്ക് കൗൺസിലിങ്ങിന് എത്തണേ! ഡോക്ടർ മാത്യു വർഗീസിനെപോലും കൗൺസിലിങ്ങ് ചെയ്ത ആളാണ്." ശ്രീഹരിയുടെ കമന്റ് കേട്ട് ലക്ഷ്മിദേവി പൊട്ടിച്ചിരിച്ചു.

തമാശകൾ പറഞ്ഞ് സംസാരിച്ച് ചിരിച്ചുകൊണ്ട് ശ്രീഹരിയും ലക്ഷ്മിദേവിയും കോവണിപടികൾ ഇറങ്ങിവരുന്നത് മാതംഗിയും ലളിതയും നോക്കിനിന്നു.

ലളിതാന്റിയും ലക്ഷ്മിദേവിയും യാത്ര പറഞ്ഞ് ഇറങ്ങിയ ഉടനെ തന്നെ അമ്മ പറഞ്ഞു.

"ശ്രീഹരി. ഒന്നും മനസ്സിലാകുന്നില്ല. അസുഖത്തിന്റെ കാര്യമൊക്കെ ലക്ഷ്മിയുമായി സംസാരിച്ചോ? എനിക്ക് ഒന്നും അറിയില്ല."

ലക്ഷ്മിദേവിയോട് അസുഖത്തിന്റെ കാര്യം ആദ്യം പറഞ്ഞതുമുതൽ ഡോക്ടർ മാത്യു വർഗീസിനെ കണ്ട കാര്യം വരെ വിസ്തരിച്ചുപറയുമ്പോൾ ഒരു സിനിമാകഥ കേൾക്കുന്നതുപോലെ അമ്മ കേട്ടിരുന്നു. അമ്മയുടെ കണ്ണുകളിൽനിന്ന് കണ്ണുനീർ ധാരധാരയായി ഒഴുകുന്നുണ്ടായിരുന്നു. ഗദ്ഗദത്തോടെ അമ്മ പറഞ്ഞു.

"ഈശ്വരാ. എന്റെ ഏത് മുജ്ജന്മപുണ്യമാണ് അവളെ ഈ വീട്ടിലെത്തിക്കുന്നത്! പേരുപോലെതന്നെ ലക്ഷ്മിയാണ് അവൾ!"

ഇടയ്ക്ക് അമ്മയോട് മറ്റൊരു കാര്യം പ്രത്യേകം പറയാൻ ഓർമ്മിച്ചു.

"അമ്മാ. തൽക്കാലം അസുഖത്തിന്റെ കാര്യം ലളിതാന്റിയോട് പറയരുതെന്ന് ലക്ഷ്മി പ്രത്യേകം പറഞ്ഞിരിക്കുന്നു."

"അത് ശരിയാണോ. നാളെ ലളിത ഇതറിയുമ്പോൾ..." അമ്മ സംശയം പ്രകടിപ്പിച്ചു.

"അതെ. ഞാനും അത് ചോദിച്ചിരുന്നു."

ഓർക്കുന്നുണ്ട്. ലളിതാന്റിയോട് പറയാതിരിക്കുന്നതിനെ താൻ ശക്തമായി എതിർത്തപ്പോൾ ലക്ഷ്മി പറഞ്ഞു.

"അമ്മയോട് ഞാൻ പറയും. അമ്മയ്ക്ക് ഉൾക്കൊള്ളാൻ പറ്റിയ രീതിയിൽ പറയാൻ എനിക്കേ കഴിയൂ. അച്ഛൻ അമ്മയെ വിവാഹം കഴിക്കുമ്പോഴേ ഹൃദ്രോഗിയായിരുന്നു. അമ്മ അതറിഞ്ഞിരുന്നില്ല. രോഗത്തിന്റെ എല്ലാ മാനസികപ്രശ്നങ്ങളും അനുഭവിച്ച ആളാണ് അമ്മ.

എന്റെ മനസ്സ് മനസ്സിലാക്കാൻ അമ്മയ്ക്ക് കഴിയും. ഞാൻ പറഞ്ഞോളാം. ഡോണ്ട് വറി പ്ലീസ്!"

അതംഗീകരിക്കുകയായിരുന്നു.

വളരെ നാളുകൾക്കുശേഷം വൈകുന്നേരം ഷട്ടിൽ കളിക്കാനിറങ്ങി.

സ്പോർട്സ് ക്ലബ്ബിൽ ഡോക്ടർ സദാശിവനെ കണ്ടേക്കാം. ഡോക്ടർ രാജീവനെ കണ്ടേക്കാം. ആരുണ്ടായാലും കുഴപ്പമില്ല. മറ്റു പലരേക്കാളും

നന്നായിട്ട് ഷട്ടിൽ കളിക്കാൻ തനിക്കറിയാം. ഈയിടയ്ക്ക് ക്ലബ്ബിൽ വരാറുള്ള കോച്ച് പറയാറുണ്ട്.

"ഡോക്ടർ ശ്രീഹരിയുടെ സ്റ്റൈൽതന്നെ വ്യത്യസ്തമാണ്. ഒരു ഇന്റർ നാഷണൽ പ്ലേയറുടെ ആത്മവിശ്വാസവും പ്രകടനവും ഉണ്ട്."

അതെ. താനൊരു നല്ല കളിക്കാരനാണ്. ഈ ഊർജ്ജം തന്നിൽ നിറച്ചത് ലക്ഷ്മിദേവി ആണല്ലോ എന്നോർത്തു.

പുറത്തേക്ക് ഇറങ്ങുമ്പോൾ അച്ഛൻ പറഞ്ഞു.

"ശ്രീഹരീ. തിരിച്ചു വന്നിട്ട് പറയൂ. നമുക്കൊരു ഡ്രൈവിനു പോകണം."

"ശരി. ഞാൻ വേഗം വരാം."

ഡ്രൈവിനു പോകാം എന്ന് അച്ഛൻ പറയുമ്പോൾ അതിനർത്ഥം അച്ഛനെന്തോ സംസാരിക്കാനുണ്ട് എന്നാണ്. അച്ഛനുമായി ഈയിടെയായി കുറച്ച് അകലം പാലിച്ചിരുന്നത് ശരിയായില്ല എന്നു തോന്നി. മനഃപൂർവ്വ മായിരുന്നില്ല. ധൈര്യമുണ്ടായിരുന്നില്ല. അതിലുപരി ജാള്യത ആയിരുന്നു.

ടെസ്റ്റിന്റെ റിസൾട്ട് വന്നതിനുശേഷം അച്ഛന്റെ മുൻപിൽനിന്നും എപ്പോഴും ഒഴിഞ്ഞുമാറിയിരുന്നു.

എന്നിട്ടും ചിദംബരത്ത് പോയിട്ടുവന്നതിനുശേഷം ഏതോ ദിവസം കട്ടിലിനോട് ചേർന്ന് കസേരയിൽ അച്ഛൻ ഇരിക്കുന്നത് ഉറക്കത്തിനിട യിൽ കണ്ടിരുന്നു.

അച്ഛനുമായി എല്ലാകാര്യങ്ങളും സംസാരിക്കണം. സത്യം സ്വർണ്ണ പാത്രംകൊണ്ട് മൂടിയാലും അതൊരു ആവരണം തന്നെയാണ്.

ഷട്ടിൽ കളികഴിഞ്ഞ് വരുമ്പോൾ അച്ഛൻ കാത്തിരിക്കുന്നുണ്ടായി രുന്നു. ഡ്രൈവ് ചെയ്ത് കുറച്ചധികം ദൂരം പിന്നിട്ടിട്ടും അച്ഛൻ നിശ്ശബ്ദ നായി ഇരുന്നു. അധികം തിരക്കില്ലാത്ത ഒരു റസ്റ്റോറന്റിന്റെ മുൻപിൽ കാറ് നിർത്തിയിട്ട് ചോദിച്ചു.

"അച്ഛാ. എന്തെങ്കിലും കഴിക്കാം."

"വേണ്ട. അല്പം കൂടി മുന്നോട്ട് പോയിട്ട് തിരക്കില്ലാത്തിടത്ത് നിർത്തൂ. നമുക്ക് കാറിലിരുന്ന് സംസാരിക്കാം." അച്ഛൻ പറഞ്ഞു.

അധികം ആളില്ലാത്ത സ്ഥലത്ത് റോഡരികിൽ കാർ നിർത്തി. കോടതിയിൽ കേസ് വാദിക്കാൻ പ്രഗദ്ഭനായ അച്ഛൻ സംസാരിക്കാൻ വാക്കുകൾ കിട്ടാതെ ബുദ്ധിമുട്ടുന്നതു കണ്ടിട്ട് പറഞ്ഞു.

"അച്ഛാ. എനിക്കൊരുപാട് പരീക്ഷണങ്ങൾ ഉണ്ടായിപ്പോയി. അച്ഛനെ അറിയിക്കാൻ അമ്മയോട് ഞാൻ പറഞ്ഞിരുന്നു. നേരിട്ടു പറയാൻ എനിക്ക് ജാള്യത, കുറ്റബോധം, ദുരഭിമാനം എനിക്കുതന്നെ അറിയില്ല എന്തൊക്കെ ആയിരുന്നുവെന്ന്. ഞാനാകെ തകർന്നുപോയിരുന്നു."

“ഞാനെല്ലാം അറിഞ്ഞിരുന്നു. സംഭവിക്കാൻ പാടില്ലാത്തതൊക്കെയാണ് സംഭവിച്ചത്. എന്നാലും എല്ലാം നിനക്കെന്നോട് പറയാമായിരുന്നു.”

അച്ഛന്റെ ശബ്ദം വല്ലാതെ മാറിയിരിക്കുന്നു. അച്ഛൻ കരയുകയാണ്!

സഹിക്കാൻ കഴിഞ്ഞില്ല. ഇത്ര നിസ്സഹായനായി ഇതുവരെ അച്ഛനെ കണ്ടിട്ടില്ല. കൈ എടുത്ത് മടിയിൽ വച്ചു. ചരിഞ്ഞിരുന്ന് അച്ഛന്റെ തോളിൽ മുഖം അമർത്തിയപ്പോൾ അച്ഛൻ പറഞ്ഞു.

“എനിക്കറിയാം. എന്നോട് നേരിട്ടുപറയാനുള്ള വിഷമംകൊണ്ടാണ് നീ പറയാതിരുന്നത് എന്ന്. എന്നാലും എനിക്ക് ദുഃഖമുണ്ട്. ഈ രോഗം നിനക്ക് പിടിപെട്ടതിൽ. അതറിഞ്ഞു ഞാനാകെ തളർന്നിരുന്നു.”

അച്ഛൻ കൈ എടുത്ത് തന്നെ ചുറ്റിപിടിച്ചുകൊണ്ട് പറഞ്ഞു.

“സാരമില്ല. പക്ഷേ ഇന്ന് എനിക്ക് വളരെ സന്തോഷമുള്ള ദിവസമാണ്. നീ വിവാഹിതനാകാൻ പോകുന്നു. ജീവിതത്തെ സധൈര്യം നേരിടാൻ പോകുന്നു. ലക്ഷ്മി നിനക്ക് ഒരു നല്ല കൂട്ടുകാരി ആയിരിക്കും.”

അച്ഛൻ സന്തോഷത്തോടെയാണ് അത് പറഞ്ഞത്.

“അച്ഛാ. ചികിത്സയുടെ കാര്യങ്ങളൊക്കെ ഞാൻ പറയാം. വേണ്ട. ശ്രീഹരീ. അത് ഇനിയൊരിക്കലാകാം.”

തന്നെ തടഞ്ഞുകൊണ്ട് അച്ഛൻ പറഞ്ഞു.

“നമുക്ക് ഇനിയും മുന്നോട്ടുള്ള കാര്യങ്ങളാണ് സംസാരിക്കേണ്ടതും തീരുമാനമെടുക്കേണ്ടതും. അത് വീട്ടിൽ എത്തിയിട്ടാവട്ടെ. അമ്മയും കൂടി കേൾക്കട്ടെ.”

വീട്ടിലേക്ക് തിരിച്ച് ഡ്രൈവ് ചെയ്തപ്പോൾ അച്ഛൻ അന്ന് വാദിച്ച കേസിനെ കുറിച്ച് സരസമായി സംസാരിക്കുകയായിരുന്നു. രണ്ടു പേരുടേയും ഇടയിലുണ്ടായിരുന്ന മഞ്ഞ് ഉരുകാൻ അത് ധാരാളമായിരുന്നു. വീട്ടിലെത്തി മുറിയിൽ ഇരുന്ന് ഡയറിയിൽ രണ്ട് ഫോൺ നമ്പർ തിരയുന്നതിനിടയിൽ അച്ഛൻ വാതിൽക്കലെത്തി. വാതിൽ തുറന്നിട്ടിരിക്കുകയായിരുന്നു. എന്നിട്ടും വെറുതെ തട്ടി ശബ്ദമുണ്ടാക്കി.

ചോദ്യഭാവത്തിൽ നോക്കിയപ്പോൾ അച്ഛൻ കുസൃതിയോടെ പറഞ്ഞു.

“ശ്രീഹരീ, തന്നോട് ഒരു കാര്യം പറയാൻ മറന്നു. ഡോക്ടർ മാത്യു വർഗീസ് എന്റെ വളരെ അടുത്ത സ്നേഹിതനാണ്. ഡോക്ടറുടെ ആ കോംപ്ലിക്കേറ്റഡ് വസ്തുകേസ് വാദിച്ച് ജയിച്ചുകൊടുത്തത് ഞാനാണ്. തന്റെ കാര്യങ്ങളൊന്നും ഡോക്ടർ എന്നോട് ഒളിച്ചുവയ്ക്കാറില്ല.”

അമ്പരപ്പോടെ അച്ഛനെ നോക്കിക്കൊണ്ട് എഴുന്നേറ്റു. അച്ഛൻ തനിക്കുപോലും മനസ്സിലാവാത്ത ഒരു ചിരിയോടെ കോവണിപ്പടികളിറങ്ങി പോകുന്നു.

ഇരുപത്തി രണ്ട്

ആറ്റുകാൽ ദേവിക്ഷേത്രത്തിൽവച്ച് വിവാഹം നടത്താമെന്നത് അമ്മയുടെ തീരുമാനമായിരുന്നു. ക്ഷേത്രത്തിലാകുമ്പോൾ വിപുലമായ സുഹൃത്ത് വലയത്തെ എങ്ങനെ ക്ഷണിക്കുമെന്ന അച്ഛന്റെ ആശങ്കയ്ക്ക് അമ്മതന്നെ പരിഹാരവും നിർദ്ദേശിച്ചു. വിവാഹത്തിന് ബന്ധുക്കളും വളരെ അടുത്ത സുഹൃത്തുക്കളും മാത്രം ആകാം. അന്ന് വൈകുന്നേരം ആറുമണിമുതൽ ഒൻപതുമണിവരെ എല്ലാവരേയും ക്ഷണിച്ചുകൊണ്ടുള്ള വിരുന്ന് നടത്താം. ഒപ്പം സംഗീതനിശയും.

വിവാഹനിശ്ചയത്തിന് വളരെ അടുത്തബന്ധുക്കൾ മാത്രമാണ് പങ്കെടുത്തത്. ചിദംബരത്തുനിന്ന് അമ്മാവനും അമ്മായിയും. ഹേമന്ത് വിവാഹത്തിന് വരും. അച്ഛന്റെ ഏക സഹോദരിയും കുടുംബവും ബോംബെയിൽ സ്ഥിരതാമസമാക്കിയിരുന്നു. അവര് വിവാഹത്തിനേ വരുകയുള്ളൂ. അടുത്തടുത്ത് രണ്ടു യാത്രകൾ വയ്യ.

വിവാഹസാരി ഡിസൈൻ ചെയ്തത് കവിതയാണ്. ഓറഞ്ച് നിറത്തിൽ കസവ് ചേർത്ത് നെയ്ത അതിമനോഹരമായ സാരി വിവാഹസമ്മാനമായിട്ടാണ് കവിത നൽകിയത്.

വീട് ഒരു ആഘോഷത്തിന്റെ പുതപ്പ് അണിഞ്ഞുകഴിഞ്ഞു. രോഗത്തിന്റെ കാര്യം താൻപോലും ഓർക്കുന്നത് മരുന്ന് കഴിക്കുമ്പോൾ മാത്രമാണ്.

ലക്ഷ്മിദേവി മൂന്ന് ഡയറ്റ് ചാർട്ടുകൾ ഉണ്ടാക്കി പ്രിന്റ് ചെയ്ത് അടുക്കളയുടെ അടുത്തുള്ള പാൻട്രിയുടെ ഭിത്തിയിൽ ലാമിനേറ്റ് ചെയ്ത് തൂക്കിയിട്ടു. മൂന്ന് ചാർട്ടുകൾ എന്തിനാണെന്ന് ചോദിച്ചപ്പോൾ രസകരമായ മറുപടിയാണ് കിട്ടിയത്.

"എല്ലാവർക്കും ഡയറ്റ് ആവശ്യമല്ലേ ഈ കാലത്ത്? അച്ഛന് ഡയബറ്റിസും ബി.പിയും ഉണ്ട്. അമ്മയ്ക്ക് കൊളസ്ട്രോൾ എപ്പോഴും അല്പം അധികമാണെന്ന് പറയുന്നു. കൂടാതെ ഗ്യാസ്ട്രബിളും. ഡോക്ടർക്കും വേണം ഡയറ്റ് ഞാൻ വന്നു കഴിഞ്ഞാൽ ഒരു ചാർട്ടും കൂടി അവിടെ ഉണ്ടാകും."

ലക്ഷ്മിയുടെ 'ഡോക്ടർ' വിളി കൗതുകത്തോടെയാണ് കേട്ടത്. മറുപടിയും വിശദീകരണവും എന്തുതന്നെയായാലും ചാർട്ടുകളുടെ ഉദ്ദേശ്യം വ്യക്തമായി മനസ്സിലായി. തനിക്കു മാത്രമായി ഒരു പ്രത്യേകതയും ഇല്ല. എല്ലാവരേയുംപോലെ തനിക്കും ഡയറ്റ് ഓരോ ചെറിയ കാര്യങ്ങളിൽ പോലും ലക്ഷ്മിദേവി എത്ര ശ്രദ്ധാലുവാണെന്നോർത്തു പോയി.

ഡോക്ടർ മാത്യു വർഗീസിന്റെ നിർദ്ദേശമനുസരിച്ച് ഒരു പ്രാവശ്യം കൂടി അദ്ദേഹത്തെ കാണാൻപോയി. സ്നേഹം നിറഞ്ഞ ഉപദേശങ്ങൾക്കും ഗൗരവമുള്ള ചർച്ചയ്ക്കും ശേഷം ഇറങ്ങുമ്പോൾ അദ്ദേഹം ചോദിച്ചു.

"ഡോ. ശ്രീഹരീ, എപ്പോഴാണ് മാര്യേജ്? എന്നെ ക്ഷണിക്കുന്നില്ലേ?"

കുസൃതിയോടെ പറഞ്ഞു.

"ആത്മസുഹൃത്തിനെ ക്ഷണിക്കുവാൻ അച്ഛൻ നേരിട്ട് വരുന്നുണ്ട്!"

പൊട്ടിച്ചിരിയോടെ ഡോക്ടർ പറഞ്ഞു.

"അപ്പോൾ ഞങ്ങളുടെ ബന്ധം വക്കീൽ സാറ് തന്നെ പുറത്തുവിട്ടു അല്ലേ! നല്ലൊരു നാടകമായിരുന്നു ഞാനഭിനയിച്ചത്. അതിന് തിരശ്ശീല വീണതിൽ ഖേദമുണ്ട്."

ആ തമാശ ആസ്വദിച്ചുകൊണ്ടാണ് മുറി വിട്ടിറങ്ങിയത്.

മെഡിക്കൽ കോളേജിൽനിന്ന് അപ്പോയിന്റ്മെന്റ് ലെറ്റർ കിട്ടിയതറിഞ്ഞ് നേരിട്ടഭിനന്ദിക്കാൻ ലക്ഷ്മിദേവി എത്തിയപ്പോൾ പറഞ്ഞു.

"ഞാൻ എ.ആർ.ടിയിലേക്കുതന്നെ മാറും. വിദേശത്തുള്ള ഒന്നുരണ്ട് ക്ലാസ്മേറ്റ്സുമായി കോൺടാക്ട് ചെയ്തുകഴിഞ്ഞു. അവർ ധാരാളം സജഷൻസ് തരുന്നുണ്ട്. എച്ച്.ഐ.വി പേഷ്യൻസിനുവേണ്ടി നിരവധി കാര്യങ്ങൾ ചെയ്യാനാകും."

"അതു വളരെ നന്നായി! ഏറ്റവും പുതിയ മെഡിക്കൽ ജേർണൽസും അങ്ങനെ കിട്ടാമല്ലോ."

"പറ്റും! ഞാനിപ്പോഴോർക്കുന്നത് പണ്ട് എപ്പോഴോ കേട്ട ഒരു പഴയ കഥയാണ്!"

"എനിക്ക് കഥ കേൾക്കാൻ ഇഷ്ടമാണ്." ലക്ഷ്മി പറഞ്ഞു.

"പണ്ടൊരു വേട്ടക്കാരൻ വേട്ടയ്ക്കിടയിൽ ഒരു മരത്തിന്റെ കൊമ്പിൽ തൂങ്ങിപ്പിടിക്കാനിടയായി. അയാളുടെ ഭാരം താങ്ങാനാവാതെ മരക്കൊമ്പ് ഒടിഞ്ഞു. അത് താഴെ വീണത് ഒരു പൊട്ടക്കിണറ്റിലേക്കാണ്. കിണറ്റിൽ ഒരു സർപ്പം വിശന്നിരിക്കുന്നുണ്ടായിരുന്നു. പക്ഷേ വേട്ടക്കാരനിരുന്ന

കൊമ്പ് ഇടയ്ക്ക് എവിടെയോ തങ്ങി തട്ടിനിന്നു. താഴെ വീഴാതിരിക്കാൻ പാടുപെടുന്നതിനിടയിൽ അറിയാതെ അയാൾ ഒരു തേനീച്ചക്കൂട്ടിൽ തട്ടി പോയി. തേനീച്ചകൾ അയാളുടെ മുഖത്തും ശരീരത്തിലും കുത്തി. അപ്പോഴാണ് അയാൾ ആ കാഴ്ച കണ്ടത്. തേനീച്ചക്കൂട്ടിൽനിന്നും തേൻ ഇറ്റിറ്റു വീഴുന്നു. ആ ചുറ്റുപാടിലും അയാൾ ചെയ്തതെന്താണെന്ന് അറിയുമോ? തേൻ കുടിക്കാൻ തന്റെ നാവ് നീട്ടി! ഞാനും ഇപ്പോൾ ഇയാളെ പോലെ ആണ്."

കഥ കേട്ടിരുന്ന ലക്ഷ്മി ചോദ്യഭാവത്തിൽ നോക്കി.

"ഞാനിപ്പോൾ എന്റെ രോഗത്തെക്കുറിച്ച് ഓർക്കാറില്ല. രോഗമുള്ള മറ്റ് നിരവധി ആളുകളെക്കുറിച്ച് ഓർക്കുന്നു. ഒരുപാട് കാര്യങ്ങൾ ചെയ്യാനുണ്ടെന്ന് സ്വയം ഓർമ്മിപ്പിച്ചുകൊണ്ടിരിക്കുന്നു. ഇതൊരു അദ്ഭുതം തന്നെ അല്ലേ? റിയൽ ഫാന്റസി!" ശ്രീഹരി ചോദിച്ചു.

"അല്ല ഫാന്റസി അല്ല! ഇതുതന്നെയാണ് ശരിയായ കാഴ്ചപ്പാട്! ഓരോ ദിവസവും എത്ര മനോഹരമായിട്ടാകും കടന്നുപോകുന്നത്." ഉത്തരം കിട്ടിയത് പെട്ടെന്നാണ്.

ലക്ഷ്മിദേവിയോട് സംസാരിക്കുമ്പോൾ കാലത്തിനു മീതെ പറക്കാൻ ചിറകുകൾ ഉണ്ടെന്ന് തോന്നിപോകുന്നു. വൈകുന്നേരം ഡോക്ടർ സദാശിവനെ വിവാഹത്തിന് ക്ഷണിച്ചുകൊണ്ട് ഫോൺ ചെയ്തപ്പോഴും ആ ചിറകുകൾ ശരീരത്തിലുണ്ടായിരുന്നു.

ആകാംക്ഷയോടെ ഡോക്ടർ സദാശിവൻ ചോദിച്ചു.

"ഡോക്ടർ. ഇപ്പോഴൊരു വിവാഹം? അത് റിസ്കല്ലേ?"

ശാന്തമായി മറുപടി പറഞ്ഞു.

"അല്ല. ഡോക്ടർക്ക് ഹാർട്ട് പ്രോബ്ലം ഇല്ലേ? അത് കുടുംബജീവിതത്തിന് റിസ്ക് അല്ലേ? ഡോക്ടർ പ്രിക്കോഷൻസ് എടുക്കുന്നതുപോലെ ഞാനും ചില പ്രിക്കോഷൻസ് എടുക്കും. അത്തരം റിസ്ക്കുകളൊക്കെയേ എന്റെ കാര്യത്തിലും ഉള്ളൂ."

ഡോക്ടർ സദാശിവൻ നിശ്ശബ്ദനായിരുന്നു. മനസ്സിൽ സ്വയം അഭിനന്ദിച്ചു. താൻ കാലിടറാതെ നടക്കാൻ പഠിച്ചിരിക്കുന്നു!

വിവാഹത്തിന്റെ തിരക്കുകൾക്കിടയിൽ ലക്ഷ്മിദേവി സ്വന്തം ഓഫീസ് തുറന്നു. എല്ലാ സൗകര്യങ്ങളോടും കൂടിയ ഒരു മുറിയും ഹാളും ഉള്ള ഓഫീസ്!

വിവാഹത്തിരക്കിനിടയിൽ ഇതുവേണമായിരുന്നോ എന്ന് ചോദിച്ചവരോട് തമാശയായിട്ടു ലക്ഷ്മി പറഞ്ഞു.

"വിവാഹം കഴിഞ്ഞാൽ പിന്നെ ഡോക്ടർ സമ്മതിച്ചില്ലെങ്കിലോ?"

വിവാഹത്തിന് രണ്ടു ദിവസം മുൻപുതന്നെ വീട് അതിഥികളെക്കൊണ്ട് നിറഞ്ഞു. ഹേമന്തും യോഗേഷും എല്ലാത്തിനും മുമ്പിലുണ്ട്. വിവാഹവേഷത്തിൽ ലക്ഷ്മിദേവിയെ കണ്ടപ്പോൾ ഹേമന്ത് ചെവിയിൽ പറഞ്ഞു.

"ശ്രീയേട്ടാ! എനിക്കും തിരുവനന്തപുരത്തുനിന്ന് കല്യാണം കഴിച്ചാൽ മതി!"

വിവാഹം കഴിഞ്ഞ് പിറ്റേ ദിവസമാണ് യോഗേഷും കവിതയും മടങ്ങിയത്. ഒരു ദിവസംകൂടി കഴിഞ്ഞ് ഹേമന്തും.

തിരക്കുകളുടെ രണ്ടുദിവസങ്ങൾകൂടി കഴിഞ്ഞ് ലക്ഷ്മിദേവിയോട് ചോദിച്ചു.

"നമുക്ക് എവിടെ എങ്കിലും ഒരു ഷോർട്ട് ട്രിപ്പ് പോയാലോ? എനിക്ക് ജോയിൻ ചെയ്യാൻ ഇനിയും ഒരാഴ്ച കൂടി സമയമുണ്ട്."

"പോകാം. ഞാനും അത് വിചാരിച്ചു. ഒന്നിച്ചൊരു യാത്ര!"

"ലക്ഷ്മിക്ക് എവിടെ പോകാനാണ് ഇഷ്ടം?"

ലക്ഷ്മിദേവി മുഖത്തേക്ക് നോക്കി പുഞ്ചിരിച്ചു. ചേർന്നു നിന്നുകൊണ്ട് പറഞ്ഞു.

"അടുത്ത ഒരു സ്ഥലത്തേക്ക് പോകാനാണ് എനിക്കിഷ്ടം. കന്യാകുമാരി കടൽതീരത്തു നിന്നുകൊണ്ട് സൂര്യനെ കാണണം. പിന്നെ..."

"പിന്നെ?"

"മറ്റന്നാൾ മകം. എന്റെ ജന്മനക്ഷത്രം. കന്യാകുമാരീദേവിക്ക് പ്രധാനപ്പെട്ട ദിവസം. തൊഴുകയും ചെയ്യാം."

"പോകാം."

ഒന്നിച്ചുനിന്നാണ് എത്ര കണ്ടാലും മതിവരാത്ത ആ കാഴ്ച കണ്ടത്.

സൂര്യദേവൻ ചുറ്റും വർണ്ണപ്രപഞ്ചം സൃഷ്ടിച്ചുകൊണ്ട് ആഴിയിൽ താഴ്ന്ന് താഴ്ന്ന് പോകുന്നു.

വിടപറയുന്നതിന്റെ ശോകമൂകത തെല്ലും കാണാനില്ല. പ്രൗഢിയോടെ തിരിച്ചുവരവിനായി നിശ്ശബ്ദമായ ഒരു യാത്രാമൊഴി മാത്രം!

ലക്ഷ്മിദേവി പറഞ്ഞു.

"നാളെ രാവിലെ ആറുമണിക്കുതന്നെ ഇവിടെ എത്തണം. അല്പം കൂടി നേരത്തേ ആയാലും കുഴപ്പമില്ല. പ്രഭാതത്തിൽ കടലിന്റെ ശാന്തത എത്ര കണ്ടാലും മതിവരില്ല."

സൂര്യോദയം കാണാൻ അഞ്ചരമണിക്കുതന്നെ കടൽതീരത്തെത്തി. ടൂറിസ്റ്റുകൾ എത്താൻ തുടങ്ങിയിട്ടില്ല. കടൽതീരത്തുകൂടി മൂന്ന് മഹാസമുദ്രങ്ങളുടെ സംഗമത്തിന്റെ ശാന്തമായ നീലിമകണ്ട് നടന്നു.

കിഴക്ക് വെള്ളിത്തൂവലുകൾ പ്രത്യക്ഷപ്പെടാൻ തുടങ്ങിയിരിക്കുന്നു. ആദിയും അന്തവുമില്ലാത്ത മഹാപ്രപഞ്ചത്തിലേക്ക് വെളിച്ചം വാരിവിതറാൻ ദേവൻ എഴുന്നെള്ളുകയാണ്. ആശങ്കകളില്ല! ആകുലതകളില്ല! പിന്നിലേക്ക് തിരിഞ്ഞുനോക്കുന്നില്ല! ഓരോ ജീവനിലും അമൃത് വർഷിക്കുവാൻ ഗാംഭീര്യത്തോടെ വെള്ളിത്തേരിൽ എത്തുന്ന സൂര്യദേവന്റെ ആഗമനം കൈകോർത്ത്പിടിച്ച് അവർ നോക്കിനിന്നു.

ശ്രീഹരിയും ലക്ഷ്മിദേവിയും!

ഇരുപത്തിമൂന്ന്

മാറ്റിവച്ച രണ്ട് ആഗ്രഹങ്ങളാണ് സഫലമാകുന്നതെന്ന് വീണ ഓർത്തു. മോള് ജനിച്ചതിനുശേഷമാണ് മോഹത്തിന്റെ നാമ്പ് ഉള്ളിൽ തളിർത്തത്.

ചിദംബരത്ത് നാട്യാഞ്ജലിയിൽ പങ്കെടുത്ത് ഒരു നൃത്തം മഹാദേവന് സമർപ്പിക്കണം. പിന്നെ കന്യാകുമാരിദേവിയുടെ നടയിൽ മോളേയും ചേർത്തുപിടിച്ച് തൊഴണം.

ആദ്യത്തെ മോഹം സാധിച്ചു. ഇനിയും അടുത്തത് കന്യാകുമാരി യാത്രയാണ്. മോള് വന്നതിൽപിന്നെ യാത്ര തീരെ കുറച്ചു. ഓഫീസ് കാര്യങ്ങൾ വീട്ടിലിരുന്നാണ് ചെയ്യുന്നത്.

മോളുടെ കാര്യത്തിൽ അല്ലെങ്കിൽതന്നെ വലിയ ആകാംക്ഷ ഉണ്ടായിരുന്നു. താനും കൃഷ്ണരാജും എച്ച്.ഐ.വി പോസിറ്റീവ് ആയതുകൊണ്ട് തങ്ങളുടെ കുട്ടിയും അങ്ങനെതന്നെ ആകില്ലേ? ആകാതെ നോക്കാൻ മെഡിക്കൽ സയൻസിന് പറ്റുമെന്ന് ഡോക്ടർമാർ തറപ്പിച്ചു പറഞ്ഞു. വലിയൊരു വെല്ലുവിളിയായിരുന്നു അത്.

കൃഷ്ണരാജ് ഡോക്ടർമാരുമായി വളരെ നേരത്തേതന്നെ സംസാരിച്ചിരുന്നു. രണ്ടുപേരും ആദ്യം മുതൽതന്നെ അവരുടെ നിർദ്ദേശമനുസരിച്ച് മരുന്നുകൾ തുടങ്ങിയിരുന്നു.

വേണ്ടതിലധികം അരുമയോടെയാണ് കൃഷ്ണരാജ് തന്നെ ശ്രദ്ധിച്ചത്. ഒരു പൂവിനോടെന്നപോലെ മൃദുലമായി. ഒരു കൊച്ചുകുട്ടിയോടെന്നപോലെ വാത്സല്യത്തോടെ. മറക്കാനാവില്ല ആ സ്നേഹവും പരിചരണവും.

മോളെ ടെസ്റ്റ് ചെയ്ത് നോക്കിയപ്പോൾ സന്തോഷത്തിനതിരില്ലായിരുന്നു. ഒരു രോഗവും ഇല്ലാത്ത ആരോഗ്യമുള്ള കുഞ്ഞ്!

എച്ച്.ഐ.വി രോഗികളായ അച്ഛനമ്മമാരുടെ രോഗിയല്ലാത്ത കുട്ടി! ഒരാഴ്ച മുഴുവനും മധുരം നൽകിയാണ് കൃഷ്ണരാജ് ആഘോഷിച്ചത്.

മോൾക്ക് ഒരു വയസ്സ് തികയുന്നതിനുമുൻപ് ചിദംബരത്തും കന്യാകുമാരിയിലും പോകണമെന്ന് കരുതിയിരുന്നു. എത്രയോ വർഷങ്ങൾക്കു

ശേഷമാണ് ചിദംബരത്തിന് പോയത്. നാട്യാഞ്ജലിയിൽ നൃത്തം ചെയ്തത് മഹാദേവന്റെ മുമ്പിൽ നമസ്കരിച്ച് മാപ്പ് അപേക്ഷിച്ചതിനു ശേഷമാണ്.

മനസ്സ് വീണ്ടും വർഷങ്ങളുടെ പിന്നിലേക്ക് പോയി.

ഒരു നുറുങ്ങ് വേദന എന്തിനെന്നറിയാതെ ഉള്ളിലാകെ പടർന്നു നിന്നു. ആരോ എവിടെയോ തന്റെ നൃത്തം മോഹത്തോടെ നോക്കി നിൽക്കുന്നുണ്ടോ?

അരങ്ങിനു മുൻപിൽ കൃഷ്ണരാജ് മോളെ മടിയിലിരുത്തി ഇരുന്ന് നൃത്തം കണ്ടു. ഒപ്പം അച്ഛനും അമ്മയും.

മനസ്സ് വീണ്ടും ഒന്നുലഞ്ഞു. ഇല്ല. തന്റെ നൃത്തം കാണാൻ വേറെ ആരുമില്ല!

വെറും മോഹം മാത്രമായിരുന്നു അത്. സ്നേഹമായിരുന്നില്ല. പുഴുക്കുത്തേറ്റതാണെന്ന് അറിഞ്ഞപ്പോൾപിന്നെ തിരിഞ്ഞു നോക്കിയില്ല. ആ മോഹം അവിടെ പൊലിഞ്ഞു വീണു.

എന്നിട്ടും ആയിരംകാൽമണ്ഡപത്തിനടുത്ത് നിന്നപ്പോൾ മനസ്സ് വെറുതേ ആരെയോ അന്വേഷിച്ചു. കൃഷ്ണരാജിനൊപ്പം ചിത്രത്തൂണുകളുടെ നടുവിലൂടെ നടക്കുമ്പോൾ വെറുതെ പലകുറി തിരിഞ്ഞുനോക്കി. ആരോ ഒപ്പം നടക്കുന്നുണ്ടോ?

അനുസരണയില്ലാത്ത മനസ്സിനെ ശാസിച്ചാണ് ഒതുക്കി നിർത്തിയത്. ഓർമ്മകൾക്ക് എന്ത് ശക്തിയാണ്. നിർദാക്ഷിണ്യം പറിച്ചെറിഞ്ഞാലും കലകൾ അവശേഷിപ്പിക്കാതെ അവ പിന്മാറുന്നില്ല. അടുത്ത പ്രാവശ്യം മഹാദേവനെ തൊഴാൻ പോകുമ്പോൾ ഒരുപക്ഷേ ഓർമ്മകളുടെ തീക്ഷ്ണത കുറഞ്ഞേക്കും. കുറയണം, നിശേഷം അവയെ തുടച്ചു മാറ്റണം.

കൃഷ്ണരാജിന്റെ സൗകര്യം നോക്കിയാണ് കന്യാകുമാരി യാത്രയുടെ ദിവസം തീരുമാനിച്ചത്. പക്ഷേ കലണ്ടറിൽ നോക്കിയപ്പോൾ സന്തോഷം തോന്നി. മോളേയുംകൊണ്ട് ആദ്യം തൊഴുന്നത് മകം നാളിലാണ്. മോളുടെ ജന്മനക്ഷത്രം. ദേവിയുടെ വിശേഷപ്പെട്ട ദിവസം. കന്യാകുമാരിയിൽ രണ്ടു ദിവസം താമസിക്കണം. മോളേയുംകൊണ്ട് കൃഷ്ണരാജിനോടൊപ്പം കടൽതീരത്തുകൂടി നടക്കണം. ദേവിയുടെ മുൻപിൽ മോളെയുംകൂട്ടി പ്രാർത്ഥിക്കണം.

തന്നിൽ അനുരക്തനായ ശിവനേയും കാത്ത് വരണമാല്യം ഒരുക്കി പുലരുവോളം കാത്തിരുന്ന കന്യകയാണ്. മോഹം പൂവണിഞ്ഞില്ല. ദുഃഖഭാരത്താൽ വിവാഹത്തിന് ഒരുക്കിവച്ചിരുന്നവയെല്ലാം വാരിവിതറി. അതാണത്രെ ഇന്നും കടൽതീരത്ത് കാണുന്ന നിറമുള്ള കക്കകളും മണലും. നിത്യകന്യകയായി ദേവി എന്നും ഇരിക്കുന്നുവെന്ന് സങ്കൽപ്പം.

സൂപ്പർ മാർക്കറ്റിന്റെ മൂന്നാമത്തെ നില എല്ലാ സൗകര്യങ്ങളുമുള്ള അപ്പാർട്ടുമെന്റാണ്. വിശാലമായ ബഡ്റൂമും ഓഫീസ് റൂമും ഡൈനിങ്ങ് കിച്ചണും എല്ലാം അടങ്ങിയ ഒരു വീട്. ബാൽക്കണിയിൽ നിന്നാൽ സൂര്യോദയവും അസ്തമയവും നന്നായി കാണാം. തന്റെ ആഗ്രഹം അനുസരിച്ചാണ് ഇങ്ങനെ ഒരു അപ്പാർട്ട്മെന്റ് ഡിസൈൻ ചെയ്തത്.

രാവിലെ വളരെ നേരത്തേതന്നെ ക്ഷേത്രത്തിൽ തൊഴാൻ പോയി. മകം നാളിൽ സാധാരണയിലും കൂടുതൽ തിരക്കുണ്ടാകും ക്ഷേത്രദർശനത്തിന്. തൊഴുതുകഴിഞ്ഞ് കടൽതീരത്തുകൂടി വെറുതെ നടന്നു.

കടൽ കാണുമ്പോഴൊക്കെ ശപിക്കപ്പെട്ട ആ ദിവസത്തിന്റെ ഓർമ്മ മനസ്സിൽ ഓടിയെത്തും. ജീവിതത്തിന്റെ വസന്തങ്ങളെല്ലാം ഉപേക്ഷിച്ച് നിരാലംബയായി എല്ലാം നഷ്ടപ്പെട്ടവളെപോലെ താൻ കടലിലേക്ക് നടന്നിറങ്ങിയ ആ കറുത്ത ദിവസം.

പെട്ടെന്ന് മോളെ ഒന്നുകൂടി ചേർത്തുപിടിച്ചു. കൈവിരലിൽ പിടിച്ച് ഒപ്പം നടന്ന കൃഷ്ണരാജ് ചോദിച്ചു.

"ഓർമ്മയുണ്ടോ? കന്യാകുമാരിയിൽ വച്ചാണ് ജീവിതത്തിൽ ഇനി ഒന്നിച്ച് നടന്നാലോ എന്ന് ഞാൻ തന്നോട് ചോദിച്ചത്?"

'ഉണ്ട്, ഓർമ്മയുണ്ട്." വീണ പറഞ്ഞു.

ഒരിക്കലും മറക്കാനാവാത്ത എത്രയെത്ര ദിവസങ്ങളാണ് ഈ ആള് സമ്മാനിച്ചതെന്ന് ഓർക്കുകയും ചെയ്തു.

ഒപ്പം നടന്ന വീണയെ ചേർത്തുപിടിച്ചുകൊണ്ട് കൃഷ്ണരാജ് പറഞ്ഞു.

"സത്യത്തിൽ എത്ര സുന്ദരം, സ്വർഗ്ഗീയം ഈ യാത്ര! അല്ലേ!"

ഇരുപത്തി നാല്

കാലം സാക്ഷിയാകുന്നു! ഇതുവരെ സംഭവിച്ചതും ഇപ്പോൾ സംഭവിക്കുന്നതും ഇനിയും സംഭവിക്കാൻ പോകുന്നതുമായ കാലത്രയത്തിനുള്ളിലുള്ളവയെല്ലാം നിമിത്തങ്ങളാകുന്നു.

ഭൂമിയിലെ സർവ്വ ജീവജാലങ്ങളും മനസ്സുകൊണ്ട് ജീവിക്കുന്നു. അവസാനം മനസ്സിൽ തന്നെ അലിഞ്ഞുചേർന്ന് മനസ്സായിതന്നെ ഭവിക്കുന്നു. അതുതന്നെയാണ് സംഭവിക്കുന്നത്.

ഒരു മനസ്സാകാൻ മോഹിച്ചവർ വേർപിരിയുന്നു. ഒന്നായി തീർന്നുവെന്ന അഹന്തയിലും പരസ്പരം അറിയുന്നില്ല എന്ന സത്യം നിലനിൽക്കുന്നു.

അവർ നടന്നകന്നുപോകുന്ന വഴിത്താരകളിൽ കാലം അതീവ സൂക്ഷ്മതയോടെ മണൽ കൂമ്പാരങ്ങൾ സൃഷ്ടിക്കുന്നു. ഇനിയൊരു തിരിഞ്ഞുനോട്ടം ഉണ്ടാവാതിരിക്കുവാൻ!

■

www.ingramcontent.com/pod-product-compliance
Lightning Source LLC
LaVergne TN
LVHW100825051026
849519LV00006B/2178
* 9 7 8 9 3 8 7 3 3 1 8 7 7 *